Biết ngày sinh biết ngay cách thao túng

Thành công là khi bạn biết nắm bắt bản chất tâm lý con người

Mục lục

Đừng **đọc sách này** nếu bạn chưa đủ tuổi

Ebook **có trên** Facbook

Sách giấy **mua** smashwords.com

- Làm gì khi cá tính của bạn bị xã hội Việt phủ định

- Thể hiện bản thân bị xã hội Việt coi là kiêu ngạo: làm sao đây

- Keo kiệt nhưng vẫn không bị chỉ trích

- Cần cù quan trọng hơn thông minh: sai lầm cực lớn của giáo dục Việt

- Người Việt có phải Song Tử lai Kim Ngưu

*Ebook **có trên** Facbook*

*Sách giấy **mua** trên*   *smashwords.com*

CHƯƠNG 3
MIDHEAVEN SIGNS. VÌ SAO BẠN THẤT BẠI

Kính thưa quý đọc giả

Có nhiều người tự hỏi rằng thành công là gì. Có người trả lời thành công là có nhiều tiền, thành công là có địa vị, thành công là làm được điều mình muốn… Riêng chúng tôi, chúng tôi nói rằng thành công là khi bạn đạt được trạng thái tinh thần tốt nhất để thành công. Khi các bạn tự tin và phát huy hết nội lực, sớm muộn gì thành tựu bên ngoài sẽ đến với bạn. Ở mỗi cung Midheaven sign dưới đây, bạn nên chú ý đến phần " **thử thách**", "**nghề nghiệp**", những phần này sẽ giúp giải phóng tinh thần của bạn

Midheaven signs sẽ cung cấp cho bạn một số cái nhìn sâu sắc về những gì bạn cần để nhận ra vị trí trọn vẹn của mình trong cuộc sống. Tất nhiên, đôi khi một người phải làm một công việc không phù hợp và nó có thể khiến tinh thần và cảm xúc của bạn không được vui. Bằng cách tập trung vào Midheaven signs của bạn, bạn có thể tập trung lại vào lý tưởng của mình. Cùng với tài năng và thiên hướng bẩm sinh của mình, cuối cùng bạn sẽ tìm được vị trí của mình trên thế giới.

Vậy làm sao biết Midheaven của bạn là gì. Mời bạn tra ngày, tháng năm sinh vào link sau:

https://astrolibrary.org/midheaven-calculator/

Hoặc các bạn có thể vô google gõ: **Midheaven signs calculator**

Và nếu các bạn đọc về Midheaven signs của bạn mà thấy không đúng hoàn toàn, có thể bạn là cung lai chứ không phải cung thuần. Ví dụ như sau:

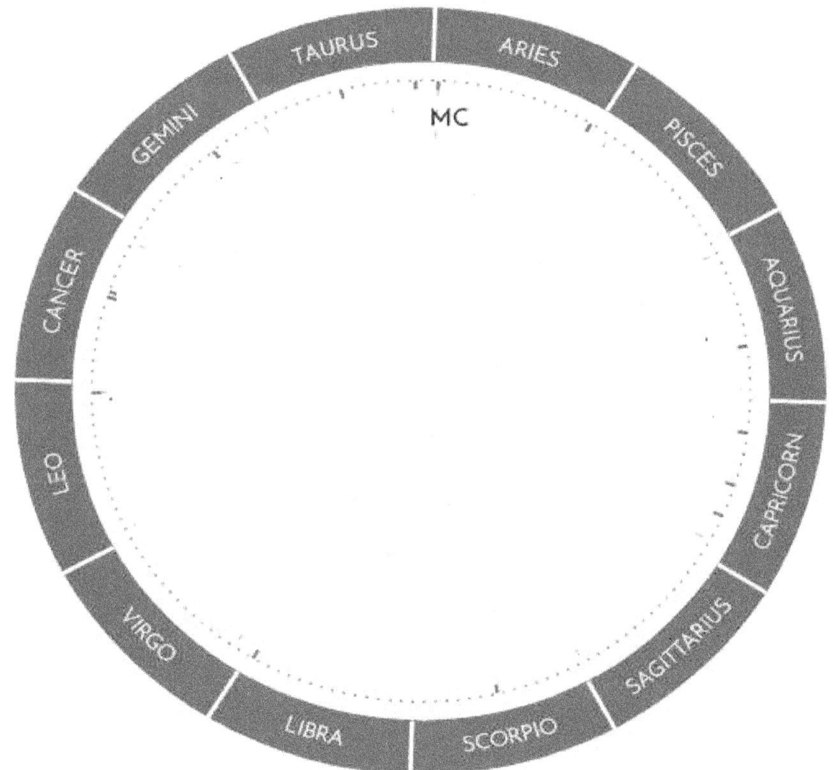

Các bạn có thể thấy biểu tượng Midheaven **MC** không chiếu về chính giữa Bạch
Dương mà lệch qua Kim Ngưu.

Vậy để biết bạn cung lai hay thuần, mời bạn tra ở link sau. Hoặc bạn có thể vô
Google gõ: **zodiac calculator**

https://astro-charts.com/tools/new/birth-chart/

Biểu tượng các cung: ♈ Bạch Dương, ♉ Kim Ngưu, ♊ Song Tử, ♋ Cự Giải,
♌ Sư Tử, ♍ Xử Nữ, ♎ Thiên Bình, ♏ Bọ Cạp, ♐ Nhân Mã, ♑ Ma Kết, ♒
Bảo Bình, ♓ Song Ngư

Trong chương này, chúng tôi cũng sẽ trình bày làm sao để bạn được sếp trọng dụng
và làm sao để biết độ uy tín của người bạn cho mượn tiền.

Midheaven Bạch Dương

Những người Midheaven Bạch Dương luôn tràn đầy tự tin. Họ lạc quan và tích cực theo đuổi mục tiêu của mình. Họ biết mình muốn gì ngay từ khi còn nhỏ và đủ mạnh mẽ để theo đuổi ước mơ của mình mà không cần sự hỗ trợ của người khác.

Bạch Dương ở vị trí này có kỹ năng tổ chức tốt và có thể là người kêu gọi hành động. Họ rất giỏi tìm ra giải pháp sáng tạo cho những tình huống khó khăn. Họ có ý thức bẩm sinh về con đường phải đi mà không bị phân tâm bởi cuộc sống hàng ngày.

Midheaven Bạch Dương ngoài đời có thể nhút nhát, nhưng một khi đã trở thành tâm điểm chú ý, họ sẽ trở nên sống động. Cho dù nghề nghiệp có gọi họ là gì, họ đều muốn tỏa sáng. Mặc dù một số người có thể hài lòng với công việc ở hậu trường, nhưng điều này sẽ không đúng hoàn toàn với tất cả những người Midheaven Bạch Dương. Tự làm chủ có thể là tốt nhất đối với họ, để họ không phải làm hài lòng ai khác. Họ có thể thay đổi nghề nghiệp thường xuyên và việc sử dụng những kỹ năng khác nhau trong một công việc sẽ đem lại lợi thế cho họ. Những cuộc phiêu lưu mới luôn được họ chào đón.

Midheaven Bạch Dương có thể chuyển từ chỗ lĩnh hội nhẹ nhàng sang quyết đoán hiệu quả. Sự cân bằng này là cần thiết nếu họ muốn đạt được bất kỳ mục tiêu ý nghĩa nào. Khi sự cân bằng này bị mất đi, họ có thể bị lạc lối trong sự bận rộn của cuộc sống hàng ngày. Họ được ban cho nhận thức trực quan, tinh thần tiếp tục phát triển và mở rộng trong suốt cuộc đời của họ. Sự cân bằng là quan trọng. Học cách sự trầm tư có thể giúp họ giữ được nền tảng và tập trung.

Lý tưởng nhất là khi Bạch Dương cung cấp dịch vụ cho những người đang muốn phát triển tương lai của họ. Họ cần hiểu rõ họ đang đóng góp như thế nào vào kết quả cuối cùng. Họ cần thời gian để xem xét mọi lựa chọn của mình trước khi đưa ra quyết định. Sẽ hiệu quả nhất nếu họ có thể đưa ra các giải pháp sáng tạo giúp giảm bớt sự bốc đồng và kết nối họ với những người khác.

Mặt khác, Midheaven Bạch Dương có thể bốc đồng và nhảy vào việc gì đó mà không có kế hoạch đầy đủ. Họ rất giỏi về ý tưởng nhưng lại chưa chắc giỏi về việc thực hiện. Khi đánh mất mục tiêu, họ có thể trở nên khó chịu hoặc cáu kỉnh. Họ cũng có thể trở nên cưỡng ép hoặc bực bội. Các cái cũ có thể không còn phù hợp. Khi hành động một mình và cho phép mình làm điều mình muốn quá nhiều, họ có thể trở nên phán xét hoặc kiêu ngạo.

Một điều mà Midheaven Bạch Dương nên làm là nên tiếp nhận kinh nghiệm của người khác thay vì tự mình trải nghiệm. Đối với họ, điều quan trọng là có kinh nghiệm hơn là mắc sai lầm. Khi khám phá con đường của mình, họ có thể hình dung mình là một nhân vật anh hùng, một người dẫn đường. Họ có những phẩm chất lãnh đạo có thể hữu ích vào một thời điểm nào đó trong sự nghiệp của họ.

Điều quan trọng là những người sinh ra với Midheaven Bạch Dương phải hiểu bản thân mình và biết những thôi thúc nào là đúng và những thôi thúc nào là sai. Có thể phải mất rất nhiều thời gian để một số người có Midheaven Bạch Dương đủ hiểu bản thân mình để nhìn rõ những điều này. Họ cần có không gian để phạm sai lầm và tự học hỏi. Có thể họ nên cần một số người cố vấn để được hướng dẫn nhanh chóng và sau đó để họ tự tìm hiểu mọi việc. Để hiểu rõ hơn, những người Midheaven Bạch Dương nên xem sao Hỏa của họ nằm ở đâu trong biểu đồ của họ. Nó sẽ ảnh hưởng đến cách họ hoàn thành những gì họ cần hoàn thành.

Thử thách:

Bach Dương sẽ thất bại do sự phụ thuộc, sự lười biếng, làm hài lòng mọi người, ẩn mình trong cái bóng của người khác..

Mong muốn trở nên thân thiện, lịch sự và hợp tác (xuất phát từ nhu cầu an toàn từ thời thơ ấu) có thể ngăn cản họ thể hiện cá tính. Bạch dương thường sợ mất đi tư cách là một "người tốt", cho nên họ khó trở thành người họ mong muốn. Người xung quanh có thể cảm nhận được sự mơ hồ trong Bạch Dương và thấy miễn cưỡng xây dựng mối quan hệ với họ.

Tự thao túng (Self-Gaslighting) để thành công. Midheaven Bạch Dương

Thao túng chính mình ở đây là thôi miên chính mình, thay đổi bản thân, đưa bản thân vào trạng thái thành công. Bạch dương thể hiện mình tốt nhất khi họ có không gian để thể hiện cá nhân độc lập của họ. Khi giảm bớt việc làm hài lòng mọi người, họ bắt đầu là chính họ. Khi đó những ý tưởng tiên phong bắt đầu xuất hiện. Bạch Dương hạnh phúc khi có thể tập trung trở thành người lãnh đạo của chính mình, và không cần nhìn thái độ của người khác để làm hài lòng những người này. Và khi họ thể hiện bản thân, trở thành một cá nhân độc đáo, họ có thể thu hút các mối quan hệ , điều khiển chúng như thâm tâm họ mong muốn.

Bạch Dương thành công nhờ đặt bản thân lên hàng đầu mà không xin lỗi, dám dấn thân một mình, tập trung vào những thử thách ngắn hạn, đạt được thành tích cá nhân tốt nhất.

Bạch Dương sẽ tạo ra kết quả tích cực nếu họ có thể mạnh dạn bày tỏ quan điểm cá nhân của mình. Hạnh phúc sẽ đến với Bạch Dương khi bạch dương có thể truyền đạt rõ quan điểm của mình thay vì phải thuận theo tình huống, hoàn cảnh. Khi đó họ có thể giao tiếp một cách có trách nhiệm với người khác về cách họ muốn mọi thứ diễn ra. Nếu không làm được như vậy, Bạch Dương có thể lãng phí thời gian của mình trong việc cố gắng hòa hợp với người khác.

Nếu bạch dương có thể nói ra cách những gì họ muốn mọi thứ diễn ra, họ sẽ phát huy được hết tố chất. Điều này ban đầu sẽ hơi khó với Bạch Dương nhưng lâu dần, điều này sẽ giúp Bạch Dương khám phá bản thân mình và đạt được mục tiêu. Kết quả sau cùng là họ có thể làm chủ cuộc đời mình.

Nghề nghiệp:

Bạch dương làm việc tốt nhất khi chọn những việc mà họ có thể 'làm việc của riêng mình' và có nhiều không gian để hành động. Họ nên chọn một nghề mang lại cho họ không gian và sự linh hoạt để họ có thể độc lập làm theo những thôi thúc của bản thân nhằm đạt được mục tiêu.

Bạch Dương thường là những chiến binh dũng cảm, nghị lực, có thể hướng tới những khởi đầu mới giúp họ đi đúng hướng. Họ có thể chọn những lĩnh vực yêu cầu sự tự khởi nghiệp. Điểm mạnh của Bạch Dương là khởi xướng, chịu trách nhiệm, lôi cuốn người khác hỗ trợ họ.

Khi trạng thái tinh thần của họ là người thẳng thắn, sẵn sàng thể hiện quan điểm, thái độ của mình mà không cần nhìn sắc mặt người khác, khi đó họ đang đạt trạng thái tốt nhất để thành công. Khi họ có thể thể hiện những gì họ nghĩ một cách trung thực, thẳng thắn, họ sẽ trở nên độc lập, đầy tham vọng và sẵn sàng dẫn đường, và không bị lay chuyển ngay cả khi bản năng của họ mâu thuẫn với cấu trúc xã hội.

Làm sao để được cấp trên Midheaven Bạch Dương chiếu cố

Để được cấp trên chú ý và chiếu cố, bạn cần tỏa sáng. Tuy nhiên, nếu bạn tỏa sáng trong tập thể, nhiều khi bạn sẽ bị tập thể coi là trịch thượng, muốn chơi trội. Do đó, bạn chỉ cần tỏa sáng trước mặt cấp trên của bạn là đủ. Bạn có thể thể hiện bản thân trước cấp trên của bạn là bạch dương nhưng đừng tỏ ra lấn lướt bạch dương. Một ý kiến bạn biết bạch dương sẽ đồng ý nhưng vẫn nên hỏi bạch dương một tiếng về nó.

Bạn cần thể hiện sự độc lập trong tư duy của bạn, có sáng kiến riêng, không lệ thuộc bạch dương. Trong một số trường hợp sẵn sàng hành động mà không cần lệnh của bạch dương, tuy nhiên tốt hơn vẫn nên báo trước bạch dương một tiếng trước khi hành động hoặc nếu cấp bách quá thì có thể hành động trước nhưng vẫn phải báo cáo sau đó. Những nhân viên chỉ biết chấp hành, được ông chủ cầm tay chỉ việc mà không có sáng kiến và sự quyết đoán riêng không phải là nhân viên ưu tú trong mắt bạch dương.

Nếu bạch dương trách móc vì bạn làm sai điều gì, bạn không nên quá để tâm nếu lời nói đó. Họ không để những lời đó trong lòng quá lâu đâu. Ngược lại, nếu bạn làm cho bạch dương có cảm giác: không dám trách gì bạn khi bạn làm sai thì bạn sẽ không được bạch dương chiếu cố đâu. Làm hài lòng người khác là điều bạch dương không muốn nhất.

Bạn có thể bị lừa tiền bởi Midheaven Bạch Dương không

Thưa các bạn, nhiều người vay tiền, chưa chắc họ đã có ý định quịt tiền ngay từ thời điểm vay. Nhưng vấn đề nằm ở chỗ, có một số người chỉ dám vay trong phạm vi trả được, họ không có gan vay thêm. Nhưng cũng có một số người nói liều, làm ẩu, họ vay liều, vay ẩu mà chưa biết trả được hay không. Trong phần này chúng ta đo độ vay liều, vay ẩu của Bạch Dương thế nào.

Bạch Dương là những chiến binh. Họ tự tin, đôi khi bốc đồng. Họ có thể hướng tới sự khởi đầu, tạo ra những đột phá, có rất nhiều ý tưởng. Sự tự tin và dám làm đôi khi có hai mặt. Nếu họ có thể tạo ra sự đột phá, và thành công thì tốt, nhưng nếu thất bại thì có thể vỡ nợ. Do đó khi Bạch Dương vay tiền, có thể kết thành công, đột phá, cũng có thể thất bại.

Phần này không chỉ nói về khả năng quịt tiền mà còn nói về khả năng lừa đảo, chiếm đoạt tài sản của một người. Khi hùn vốn làm ăn, cho vay, hay bất cứ giao dịch kinh tế nào, bạn cũng nên biết phần này.

Đường thành công của Midheaven Bạch Dương có thể như thế này

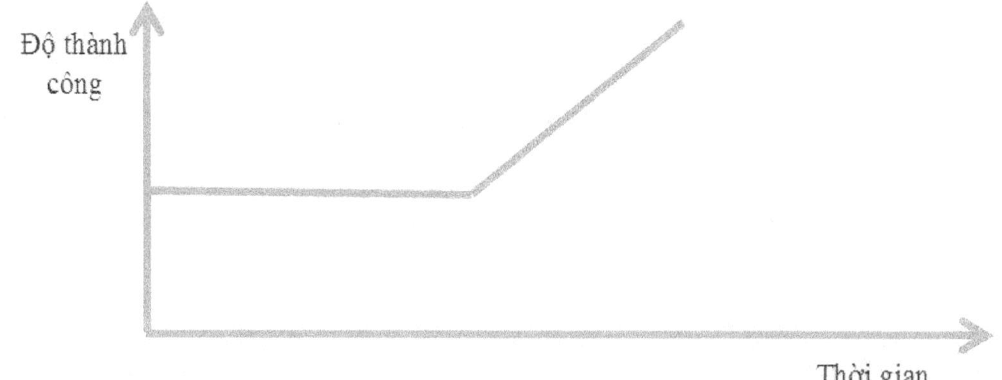

Vì Bạch Dương có thể tạo ra những đột phá trên đường sự nghiệp của họ, thậm chí có thể tạo ra những khởi đầu mới. Ví dụ Bạch Dương có thể mở công ty bán sản phẩm mà trước kia thị trường chưa từng có. Tuy nhiên đường thành công của Bạch Dương có thể thế này

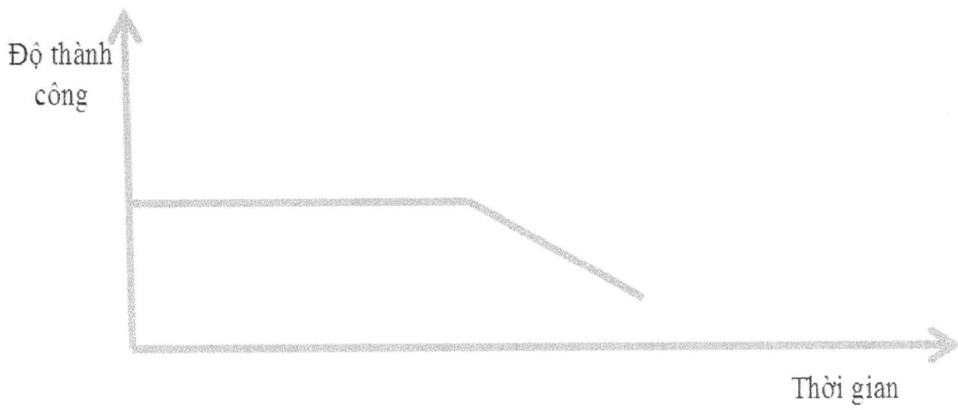

Hoặc thế này

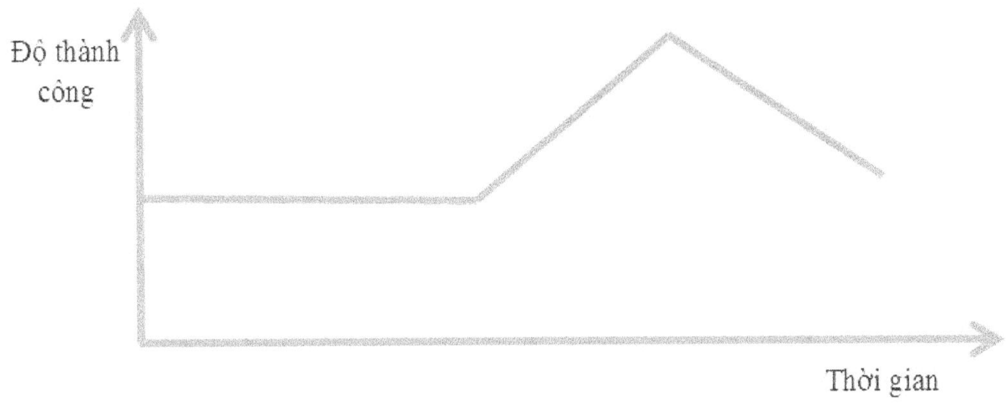

Nguyên nhân là vì Bạch Dương thường tạo ra những sự đột phá, táo bạo. Mà cũng vì táo bạo nên có thể tạo ra những rủi ro. Do đó, có thể tạo ra những biến động như trên.

Lời khuyên dành cho Midheaven Bạch Dương để vượt qua những điều trên là trước khi tạo ra những đột phá trên con đường sự nghiệp, họ nên trải nghiệm thật nhiều, làm thử thật nhiều, học hỏi thật nhiều, tiếp thu nhiều kiến thức, học hỏi nhiều kĩ năng, có một số thành tựu, hoặc thậm chí thất bại. Khi đó họ mới có đủ sự vững chãi để tạo ra các bước đột phá.

Lưu ý: nếu các bạn đọc phần này thấy không đúng lắm, rất có thể bạn là cung lai chứ không phải cung thuần. Đọc kĩ đầu chương.

Midheaven Bạch Dương ảnh hưởng đến hạnh phúc hôn nhân như thế nào

Ngày nay rất hiếm có chuyện "một túp lều tranh, hai trái tim vàng". Một người chỉ biết tiết kiệm còn một người chỉ biết tiêu thì dần dần sẽ dẫn đến ly hôn.

Midheaven Bạch Dương đôi khi có thể có các khoản chi tiêu táo bạo. Nếu bạn là vợ, chồng của bạch dương, bạn nên hiểu điều này. Rất khó để cản Bạch Dương. Việc bạn có thể làm là phân tích lợi hại, đúng sai với bạch dương và nếu thấy Bạch Dương sai thì nên chuẩn bị tinh thần cho tình huống xấu nhất.

Midheaven Kim Ngưu

Midheaven Kim Ngưu sẽ chẳng là gì nếu không có sự kiên trì. Họ biết cách vượt qua khó khăn. Khó khăn không làm họ lạc lối nếu họ tin rằng điều đó sẽ mang lại cho họ kết quả. Họ biết mình có tiềm năng sáng tạo và sẽ hết lòng đầu tư vào đó. Họ thích sự nhất quán; nó quan trọng đối với họ cũng như sự an toàn. Những người Midheaven Kim Ngưu phải cảm thấy an toàn và yên tâm. Điều này có ý nghĩa khác nhau đối với những người khác nhau, nhưng một khi họ biết được điều gì khiến họ cảm thấy an toàn nhất, họ sẽ gắn bó với nó.

Những người Midheaven Kim Ngưu thích được nắm quyền, và một khi đã làm được điều đó thì rất khó để nhường lại vị trí của mình cho người khác. Họ trở nên muốn chiếm hữu vị trí của họ. Họ gặp khó khăn trong việc ủy thác công việc vì họ cảm thấy mình có đủ kỹ năng để làm việc đó tốt hơn. Họ có muốn phải kiếm đủ tiền để đáp ứng nhu cầu của họ. Ngay cả khi họ không có đủ tiền, mọi người đều nghĩ là có. Những nghề nghiệp khả thi mà những người Midheaven Kim Ngưu có thể cân nhắc rơi vào ngân hàng, nghệ thuật, âm nhạc, tài chính, nông nghiệp, bất động sản, kiến trúc hoặc bảo tồn. Dù lựa chọn thế nào đi nữa, họ cũng thích bắt tay vào công việc. Lý tưởng nhất là họ thích tạo ra những thứ để người khác đánh giá cao. Mọi thứ phải thực tế và hữu hình. Nếu họ không cần tiền, họ có thể tìm thấy sự hài lòng tương đương ở vị trí tình nguyện viên nơi họ có thể xuất sắc. Những người Midheaven Kim Ngưu có tài nhìn thấy các cơ hội kinh doanh.

Midheaven Kim Ngưu chắc chắn về niềm tin của mình. Họ không cảm thấy cần thiết phải áp đặt niềm tin của mình lên người khác. Tuy nhiên, việc đặt câu hỏi về niềm tin của họ có thể gây ra rạn nứt lớn. Niềm tin của họ thường được cấu trúc rất cứng nhắc. Điều này giúp họ cảm thấy được an ủi và an toàn về mặt cảm xúc.

Midheaven Kim Ngưu có thể tự kinh doanh. Họ thích phát triển kỹ năng của mình và giúp đỡ người khác. Và khi họ là ông chủ, họ sẽ làm tốt những điều này. Một khi đã tìm được chỗ đứng của mình, họ bằng lòng chèo thuyền đi hết quãng đời còn lại.

Midheaven Kim Ngưu không thích sự thay đổi. Điều này áp dụng cho cả thế giới vật chất và thế giới tinh thần. Các ý tưởng có thể bám theo họ bất kể điều gì cho đến khi cuối cùng họ bị thuyết phục rằng nên từ bỏ nó. Điều này cũng có thể có tác dụng với một sự nghiệp không đạt yêu cầu. Họ có thể mất nhiều năm làm một công việc bế tắc, nhưng họ sợ sự thay đổi, ngay cả khi nó có thể tốt hơn. Họ có thể tỏ ra keo kiệt vì họ không bao giờ cảm thấy mình đủ để được an toàn. Họ cần phải biết rằng đôi khi việc buông bỏ mọi thứ để mở ra những mối quan hệ phong phú là điều nên lắm chứ. Mặc dù họ có thể có xu hướng vây quanh mình với những thứ thoải mái nhưng họ có thể không hài lòng với chúng. Cảm giác này sẽ đưa đến việc nhận thức được rằng kiến thức mới là sự đảm bảo thực sự của họ, chứ không phải đồ vật. Họ thực sự cần sự thấu hiểu từ người khác.

Thử thách:

Kim ngưu có nhận thức sâu sắc về giá trị của người khác, điều này khiến Kim Ngưu cảm thấy an toàn. Và Kim Ngưu không muốn mất đi cảm giác an toàn này. Kim ngưu thường thay đổi giá trị của mình để hòa hợp với những người xung quanh, và giữ cho riêng mình những bí mật của riêng mình, như vậy họ cảm thấy họ có thể thao túng người khác và luôn nắm quyền kiểm soát.

Như vậy năng lực của họ không bị thách thức nhưng cũng không được thừa nhận. Nếu họ chỉ quan tâm đến việc duy trì và thao túng năng lực người khác như vậy, điều này sẽ làm suy yếu ý thức về bản sắc riêng của họ. Để cảm thấy được công nhận hơn, Kim Ngưu lại cố kiểm soát nhận thức của người khác về họ, như vậy họ lại càng cô lập hơn khỏi sự thân mật của người khác. Những người ban đầu bị thu hút bởi Kim Ngưu có thể thấy Kim Ngưu dường như lơ là, không thể kết nối. Thói quen giữ bí mật của họ cản trở sự ổn định nội tâm và cả bản sắc cá nhân của họ. Sự bất hạnh xảy ra bất cứ khi nào họ cố gắng kiểm soát nhận thức của người khác.

Kim Ngưu sẽ thất bại do nuông chiều bản thân quá mức, chống lại sự thay đổi, chôn vùi những tổn thương tinh thần.

Tự thao túng (Self-Gaslighting) để thành công. Midheaven Kim Ngưu:

Thao túng chính mình ở đây là thôi miên chính mình, thay đổi bản thân, đưa bản thân vào trạng thái thành công. Hạnh phúc sẽ bắt đầu len lỏi vào mọi lĩnh vực của cuộc sống của Kim Ngưu khi họ không còn chú ý đến việc kiểm soát người khác và tập trung lại vào việc phát triển những giá trị của họ.

Khi Kim Ngưu xây dựng mối quan hệ theo kiểu mà giá trị đích thực của Kim Ngưu được bộc lộ một cách trung thực, họ sẽ thu hút người có cùng giá trị. Sau đó, họ có thể trải nghiệm niềm vui khi được kết nối với những người đồng điệu. Khi Kim Ngưu được vây quanh bởi những người có giá trị phù hợp với giá trị của họ, lòng tự trọng của họ sẽ được hỗ trợ một cách tự nhiên.

Khi những đóng góp của Kim Ngưu được công nhận, Kim Ngưu có thể bộc lộ phẩm chất sâu bên trong tâm trí họ. Bằng cách khẳng định giá trị của mình với người khác, và áp dụng chúng vào thực tế, Kim Ngưu có thể tạo điều kiện cho

người khác có những đổi mới sâu sắc. Hạnh phúc được đảm bảo nếu Kim Ngưu
có được cảm giác ổn định bên trong, và ý thức được giá trị của bản thân. Đây là
kết quả của việc bộc lộ bản thân một cách cởi mở- điều mà họ luôn coi trọng.

Nghề nghiệp:

Kim Ngưu sẽ thành công nhờ đi tự nhiên , tự lập, duy trì hệ thống giá trị, gắn mình
với nguyên tắc.

Nếu sự nghiệp của Kim Ngưu theo kiểu xây dựng phát triển đi lên hoặc phát triển
một cái gì đó bền vững thì Kim Ngưu rất hạnh phúc. Những sự nghiệp này phải
phù hợp với giá trị của họ để những gì họ đang hướng tới khiến họ thấy tích cực
về bản thân. Một số tài năng của họ có thể như: nghệ thuật, hát, sáng tạo, nấu ăn
hoặc mát-xa.

Họ hạnh phúc nhất khi họ có đủ không gian để di chuyển theo tốc độ của riêng
mình, tùy theo mức độ thoải mái của riêng họ. Những nghề nghiệp phù hợp đối với
họ là những nghề đòi hỏi phải trung thành và kiên trì, những nghề mà họ có thể
nhìn thấu mọi việc cho đến cùng.

Các lĩnh vực liên quan đến quản lý tiền bạc rất phù hợp với Kim Ngưu. Khi đảm
nhận các nhiệm vụ liên quan đến tài chính, họ tràn đầy năng lượng tích cực, và
cảm thấy cân bằng. Các ngành nghề khác rất phù hợp với tài năng bẩm sinh của họ
bao gồm trồng trọt, cắm hoa, mát xa, những nghề liên quan đến các phương pháp
chữa bệnh khác hoặc các địa điểm nghệ thuật nơi họ thể hiện sự trân trọng với cái
đẹp.

Nếu những người xung quanh bắt đầu cảm thấy Kim Ngưu đáng tin cậy và ổn
định, khi đó họ mới bắt đầu hài lòng. Bằng cách dựa vào bản thân và xây dựng
những gì họ cảm thấy thoải mái, họ đạt được hạnh phúc nhờ ý thức vững chắc về
giá trị bản thân.

Làm sao để được cấp trên Midheaven Kim Ngưu chiếu cố

Để được cấp trên chú ý và chiếu cố bạn cần toả sáng. Tuy nhiên, nếu bạn toả
sáng trong tập thể, nhiều khi bạn sẽ bị tập thể coi là trịch thượng, muốn chơi trội.
Do đó, bạn chỉ cần toả sáng trước mặt cấp trên của bạn là đủ. Bạn có thể toả sáng
trước mặt cấp trên của bạn là Kim Ngưu, nhưng dù cho có dù toả sáng, bạn cũng
nên tỏ ra đồng điệu với Kim Ngưu trong công việc.

Muốn sống chung với mid Kim Ngưu, bạn nên tôn trọng những giá trị của Kim
Ngưu, tôn trọng những quan điểm, những hướng đi, những phong cách làm việc
của Kim Ngưu. Nếu quan điểm và phong cách làm việc của bạn không phù hợp

với Kim Ngưu, bạn không nên cố thay đổi Kim Ngưu. Trong trường hợp bất đồng như vậy, hoặc là bạn thay đổi bản thân để phù hợp với Kim Ngưu, hoặc là bạn làm việc theo phong cách của riêng bạn và độc lập, không phụ thuộc vào Kim Ngưu nhưng vẫn báo cáo kết quả với Kim Ngưu.

Nếu những giá trị, phong cách làm việc của Kim Ngưu phù hợp với bạn, bạn nên tỏ thái độ đồng tình với những giá trị, phong cách đó, sao cho Kim Ngưu cảm thấy các bạn rất đồng điệu.

Bạn có thể bị lừa điều bởi Midheaven Kim Ngưu không

Thưa các bạn, nhiều người vay tiền, chưa chắc họ đã có ý định quịt tiền ngay từ thời điểm vay. Nhưng vấn đề nằm ở chỗ, có một số người chỉ dám vay trong phạm vi trả được, họ không có gan vay thêm. Nhưng cũng có một số người nói liều, làm ẩu, họ vay liều, vay ẩu mà chưa biết trả được hay không. Trong phần này chúng ta đo độ vay liều, vay ẩu của Kim Ngưu thế nào.

Kim Ngưu rất đáng tin cậy. Midheaven Kim Ngưu làm việc gì cũng phải cảm thấy an toàn và yên tâm thì mới làm. Kim Ngưu rất giỏi về tiền bạc nên việc Kim Ngưu quản lý tiền bạc theo kiểu liều và ẩu là chuyện hiếm có.

Phần này không chỉ nói về khả năng quịt tiền mà còn nói về khả năng lừa đảo, chiếm đoạt tài sản của một người. Khi hùn vốn làm ăn, cho vay, hay bất cứ giao dịch kinh tế nào, bạn cũng nên biết phần này.

Đường thành công của Midheaven Kim Ngưu có thể như thế này

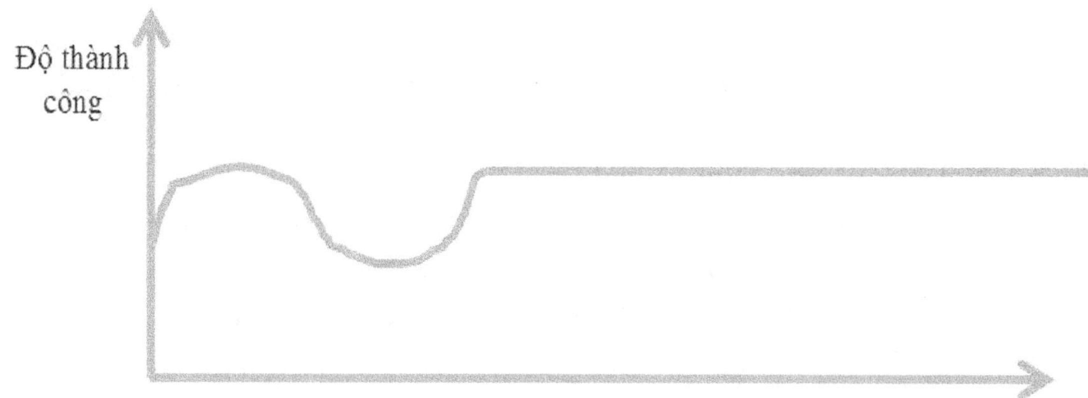

Thời còn trẻ sự nghiệp của kim ngưu có thể chưa ổn định, bấp bênh. Tuy nhiên, khi đã tìm được công việc phù hợp với giá trị của mình, sự nghiệp đó sẽ rất bền vững.

Khi đã tìm được sự bền vững thì sự nghiệp của kim ngưu có thể đi lên. Đường sự nghiệp của Kim Ngưu thường vững chắc, không cần phải nhanh hay đột phá. Còn nếu kim ngưu bắt đầu tạo ra sự đi lên nó đi lên một từ từ, vững chãi. Tuy nhiên biểu đồ này chỉ mang tính tương đối, nó còn phụ thuộc vào sun sign của mid Kim ngưu và nhiều yếu tố bên ngoài lẫn bên trong khác.

Lời khuyên dành cho Kim Ngưu để tạo ra bước ngoặc trong sự nghiệp là bạn nên chú ý đến cung Jupiter của mình để thu hút sự may mắn đến với mình.

Lưu ý: nếu các bạn đọc phần này thấy không đúng lắm, rất có thể bạn là cung lai chứ không phải cung thuần. Đọc kĩ đầu chương.

Midheaven Kim Ngưu ảnh hưởng đến hạnh phúc hôn nhân như thế nào

Ngày nay rất hiếm có chuyện "một túp lều tranh, hai trái tim vàng". Một người chỉ biết tiết kiệm còn một người chỉ biết tiêu thì dần dần sẽ dẫn đến ly hôn.

Midheaven Kim Ngưu quản lý tiền bạc rất an toàn. Nếu bạn là vợ, chồng của Kim Ngưu và muốn lấy tiền của kim ngưu để đầu tư táo bạo thì hơi khó.

Midheaven Song Tử

Gemini Midheaven có khả năng thích nghi. Trên thực tế, họ nghĩ rằng họ có thể quản lý mọi việc cùng một lúc. Không có gì đáng ngạc nhiên khi thấy họ làm hai nghề nghiệp... cùng một lúc. Họ có tài theo dõi mọi chi tiết trong cuộc sống. Họ có tính logic bẩm sinh và có thể giữ bình tĩnh trước nhiều khủng hoảng cảm xúc. Họ thường dễ tính, tuy nhiên nếu họ không có cảm xúc đằng sau lời nói của mình, ý tưởng của họ có thể bị lạc lối trong lúc nói.

Những người Midheaven Song Tử có trực giác mạnh mẽ giúp họ sáng tạo. Họ tự động biết khi nào một cái gì đó sẽ vận hành. Họ hiểu rõ rằng mọi thứ luôn thay đổi. Vì sự hiểu biết này nên họ rất giỏi trong việc quản lý nguồn lực của mình. Họ cũng có cảm giác về nhịp độ tốt.

Midheaven Song Tử có thể có xu hướng thích những nghề nghiệp sử dụng ngôn từ hoặc liên quan đến các chi tiết phức tạp hoặc đòi hỏi sự khéo léo. Viết bài phát biểu chính trị hoặc quy hoạch thành phố có thể là công việc hấp dẫn với họ, nghề báo chí, giảng dạy, nghệ thuật, biểu diễn, viết lách và thiết kế thời trang cũng vậy. Bán hàng, quan hệ công chúng, kinh doanh, quảng cáo và những nghề nghiệp khác cũng có thể phù hợp. Nghề nghiệp phải chuyển động nhanh và có nhiều hoạt động đa dạng nếu không họ có thể cảm thấy nhàm chán. Các hoạt động công cộng khác như chơi trò chơi ngoài trời hoặc viết thư cho biên tập viên của tờ báo địa phương có thể hấp dẫn.

Midheaven Song Tử tôn trọng sự đa dạng dưới mọi hình thức. Tương tự như vậy, họ luôn biết khi nào thời gian của mình đã hết và đã đến lúc chuyển sang điều gì đó mới. Sự suy ngẫm trầm tư giúp họ giữ vững lập trường và đầu óc minh mẫn. Họ cần không gian để suy nghĩ. Họ cần thời gian để hình thành ý tưởng, mặc dù họ chưa chắc thực hiện ý tưởng bằng giỏi khi sáng tạo ra chúng. Nếu họ quá tập trung vào một ý tưởng duy nhất, họ có thể chỉ thấy những điều trước mắt. Họ cũng có thể gặp khó khăn trong một số công việc vì khả năng sáng tạo của họ thường có xu hướng bộc phát. Nó không phải lúc nào cũng có sẵn theo yêu cầu.

Những người Midheaven Song Tử có thể gặp khó khăn khi giao tiếp với những nhân vật có thẩm quyền hoặc thể hiện bản thân trước công chúng. Nếu họ có thể khắc phục được điều này, họ có thể đóng một vai trò quan trọng trong việc thu thập nhiều chi tiết của một tình huống và kết hợp chúng lại với nhau để người khác có thể hiểu được. Sự bất đồng thường không phải là vấn đề trừ khi họ không thể vượt qua nó.

Gemini Midheaven có điều gì đó muốn nói với thế giới. Đặc điểm kép của họ là tính thực tế và lòng yêu thích học tập có thể khiến họ đi theo những hướng khác nhau, nhưng đồng thời, họ luôn hoàn thiện bản thân và bổ sung kiến thức. Sớm hay muộn họ cũng sẽ tìm được chỗ đứng của mình và hài lòng. Họ có một cảm giác tò mò vô tận dẫn họ đến những khám phá mới tại mọi thời điểm. Đối với nhiều người, nhiều chuyện có thể không liên quan đến nhau, nhưng đối với Midheaven Song Tử, họ có thể ghép tất cả lại với nhau và áp dụng nó vào thế giới của mình. Họ biết ý nghĩa thực sự của câu nói "Tri thức là sức mạnh".

Thử thách:

Song Tử thường biểu hiện như một người thầy, nói ra các quan điểm có chủ tâm về những triết lý, về cách mọi thứ đang diễn ra. Song Tử cảm thấy an toàn khi biểu hiện như vậy. Đây là một chiến lược "sinh tồn" mà cá nhân Song Tử đã phát triển trong thời thơ ấu và không còn phù hợp với họ khi trưởng thành. Song Tử sợ mất cảm giác an toàn này. Sự thẳng thắn này khiến người khác ít coi trọng họ hơn.

Song Tử sẽ thất bại do áp dụng một hệ thống niềm tin tự cho mình là đúng, không có quy tắc đạo đức, không bao giờ hoàn thành bất cứ việc gì.

Để duy trì sự tự tin, họ có thể bị cuốn vào việc thuyết phục người khác thừa nhận quan điểm của họ "đúng". Mong muốn chứng tỏ trí tuệ vượt trội của mình có thể khiến họ rơi vào những cuộc tranh luận triết lý mà không ai thắng.

Song tử có thể từ chối chia sẻ suy nghĩ hoặc cảm xúc của mình khi họ không tài nào biện minh cho những cảm xúc tiêu cực bên trong (hệ thống niềm tin) con người họ. Khi niềm kiêu hãnh khiến họ không thể bày tỏ sự thất vọng của mình, vẻ ngoài xa cách sẽ tạo ra sự bất an với những người thân cận với họ.

Song tử tin rằng dựa trên việc biện minh cho mọi khía cạnh trong hành vi xuất phát từ hệ thống niềm tin của họ, biện minh rằng những hành động và ý tưởng của họ là đúng đắn, Song Tử sẽ cảm thấy an toàn về điều này. Thái độ tự cho mình là đúng có thể là thách thức đối với họ để duy trì các mối quan hệ và cuối cùng khiến họ cảm thấy bị cô lập với những người khác.

Tự thao túng (Self-Gaslighting) để thành công. Midheaven Song Tử:

Thao túng chính mình ở đây là thôi miên chính mình, thay đổi bản thân, đưa bản thân vào trạng thái thành công. Song Tử cảm thấy thành công khi họ thoải mái chia sẻ suy nghĩ và ý tưởng của mình, cũng như làcởi mở với những ý kiến của người khác. Thay vì phải tự mình kiểm duyệt suy nghĩ, cảm xúc của mình, Song Tử nên thành thực chia sẻ nó. Sự minh bạch này cộng với sự giao tiếp cởi mở chính là cách họ phát huy chính mình. Ban đầu, điều này hơi khó với Song Tử, vì Song Tử sợ không biết phải nói gì, và sợ cảm thấy mình không thể tiếp tục công việc nếu không có sự giúp đỡ của người khác. Nhưng trên thực tế, khi họ cởi mở chia sẻ cảm xúc và suy nghĩ, họ có quyền tự do thay đổi quan điểm của chính mình.

Song Tử cần giữ cho việc truyền đạt của họ phải thực tế thay vì chỉ lý thuyết suông. Khi họ chia sẻ sự thật về trải nghiệm của mình, người nghe sẽ hiểu rõ ràng hơn. Việc đặt câu hỏi và thu thập thêm thông tin từ người khác sẽ đem lại cho Song Tử nhiều kiến thức hơn để phát triển. Việc trao đổi thông tin mang lại lợi ích cho họ. Giao tiếp cởi mở mà không cần sự tự kiểm duyệt lời nói chính là bí quyết thành công cho Song Tử. Khi Song Tử không cần lúc nào cũng phải tỏ ra đúng đắn, mà chỉ cần vui vẻ chia sẻ ý tưởng, quan niệm, thì khi đó song tử sẽ thấy hạnh phúc.

Khi họ hạnh phúc, việc trao đổi bằng lời nói với người khác sẽ diễn ra dễ dàng. Một khi họ từ bỏ nhu cầu phải "đúng" khi truyền đạt ý tưởng và suy nghĩ của mình, họ có thể tự do giao tiếp thoải mái với người khác.

Song Tử có khiếu trở thành giáo viên nhờ sự sẵn lòng chia sẻ suy nghĩ và ý tưởng với người khác, ngay cả khi họ không nhận ra những kiến thức đó. Điều này cho phép bản thân họ và những người khác học hỏi và phát triển. Việc giao tiếp trung thực, nhưng đồng thời không tước đi sự độc lập của họ, sẽ mang lại cho họ khả năng thay đổi quan điểm của mình.

Họ sẽ thấy vui và thoải mái khi sẵn sàng đón nhận những quan điểm mới và khi họ duy trì sự cởi mở (không ràng buộc) khi bày tỏ những quan điểm bên trong họ trong những tình huống khác nhau. Hạnh phúc đến từ việc tiếp xúc với tất cả mọi người lạ hoặc quen, và quan tâm đến quan điểm cũng như ý tưởng của những người đó. Họ sẽ có được sự thoải mái khi không cần phải đúng.

Nghề nghiệp:

Song Tử thành công nhờ: chấp nhận các cách tiếp cận đến từ nhiều nguồn, áp dụng các ý tưởng đa dạng đến từ nhiều nguồn khác nhau, cam kết thực hiện các dự án ngắn hạn mang lại tính linh động và đa dạng.

Song tử hạnh phúc nhất khi làm những công việc mà họ có thể truyền đạt ý tưởng. Đây có thể là giảng dạy, viết lách, xuất bản, bán hàng hoặc tiếp thị. Song Tử cũng có thể thích hợp với các lĩnh vực liên quan đến internet và truyền bá ý tưởng thông qua các phương tiện truyền thông.

 Song Tử làm tốt nhất trong những nghề nghiệp có cơ hội phát triển trí tuệ một cách vô hạn. Sự nghiệp khiến họ hài lòng nhất là công việc đòi hỏi khả năng sử dụng logic, thu thập dữ kiện và chia sẻ thông tin. Khai thác khả năng vui tươi của mình, họ có thể tận hưởng khoảnh khắc hiện tại và làm dịu tâm trạng của người khác.

Song Tử sẽ thấy thỏa mãn khi cho những người xung quanh thấy Song Tử là những người thú vị, thích thú, vui vẻ và có khả năng giao tiếp với nhiều loại người trong nhiều tình huống khác nhau.

Làm sao để được cấp trên Midheaven Song Tử chiếu cố

Để được cấp trên chú ý và chiếu cố bạn cần toả sáng. Tuy nhiên, nếu bạn toả sáng trong tập thể, nhiều khi bạn sẽ bị tập thể coi là trịch thượng, muốn chơi trội. Do đó, bạn chỉ cần toả sáng trước mặt cấp trên của bạn là đủ. Đối với cấp trên là Song Tử, bạn có thể tự do toả sáng.

Muốn sống chung với Song Tử, bạn nên tiếp nhận, sẵn sàng lắng nghe những ý kiến, ý tưởng của Song Tử. Bạn nên trao đổi cởi mở với Song Tử về các ý tưởng này. Bạn cũng nên chia sẻ ý kiến, ý tưởng của bạn và trao đổi cởi mở với Song Tử. Bên cạnh đó bạn cần quyết đoán, làm tới cùng những ý tưởng của mình cũng như những ý tưởng Song Tử giao cho.

Bạncóthểbịlừatiềnbởi MidheavenSongTửkhông

Thưa các bạn, nhiều người vay tiền, chưa chắc họ đã có ý định quịt tiền ngay từ thời điểm vay. Nhưng vấn đề nằm ở chỗ, có một số người chỉ dám vay trong phạm vi trả được, họ không có gan vay thêm. Nhưng cũng có một số người nói liều, làm ẩu, họ vay liều, vay ẩu mà chưa biết trả được hay không. Trong phần này chúng ta đo độ vay liều, vay ẩu của Song Tử thế nào.

Song Tử làm việc với tốc độ nhanh. Họ có thể làm hai nghề cùng một lúc. Họ có thể có các ý tưởng xuất hiện một cách bộc phát. Nếu Song Tử đi đúng hướng trong cuộc sống thì mọi thứ tốt đẹp. Ở trạng thái tiêu cực, họ có thể không ổn định cuộc sống, không tập trung vào điều gì, có thể đi theo những nguyện vọng sai trái.
Nếu Song Tử đi đúng hướng trong cuộc sống mà vay tiền thì mọi chuyện có lẽ vẫn tốt. Khi làm việc nhanh, có những ý tưởng bộc phát, thì rủi ro cũng cao và khi vay tiền, sẽ tiềm ẩn rủi ro đối với người cho vay.

Phần này không chỉ nói về khả năng quịt tiền mà còn nói về khả năng lừa đảo, chiếm đoạt tài sản của một người. Khi hùn vốn làm ăn, cho vay, hay bất cứ giao dịch kinh tế nào, bạn cũng nên biết phần này.

Đường thành công của Midheaven Song Tử có thể như thế này

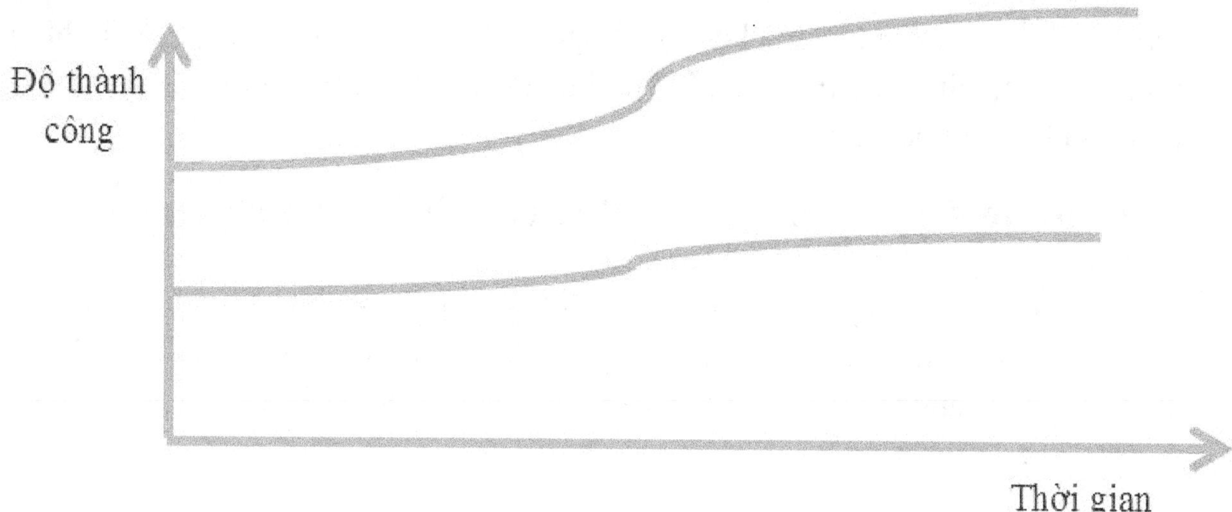

Mới đầu mọi chuyện có thể chưa thuận lợi với Song tử, nhưng một khi đã bắt nhịp, Song Tử tiến rất nhanh vì Song Tử có khả năng thích nghi rất cao. Cơ hội luôn đến với Song Tử vì Song Tử luôn trải nghiệm những cái mới. Song Tử có thể làm hai việc cùng một lúc. Cho nên có thể nói Song Tử có tới hai con đường sự nghiệp. Song Tử di chuyển với tốc độ rất nhanh và Song Tử cần quan tâm đến điều gì đó để duy trì sự nồng nhiệt của mình. Thỉnh thoảng, Song Tử có những trải nghiệm những cái mới. Chính vì nhanh và hay theo đuổi những cái mới nên sự nghiệp của song tử có thể lên xuống.

Lời khuyên dành cho Song Tử để thành công hơn là: Song Tử có thể theo đuổi nhiều thứ, nhưng nên tập trung vào điều họ thực sự muốn vì nếu lệch hướng và mất hứng thú, Song Tử khó lấy lại được hứng thú của mình.

Lưu ý: nếu các bạn đọc phần này thấy không đúng lắm, rất có thể bạn là cung lai chứ không phải cung thuần. Đọc kĩ đầu chương.

Midheaven KimNgưu ảnhhưởngđếnhạnhphúchônnhân nhưthếnào

Ngày nay rất hiếm có chuyện "một túp lều tranh, hai trái tim vàng". Một người chỉ biết tiết kiệm còn một người chỉ biết tiêu thì dần dần sẽ dẫn đến ly hôn.

Nếu Midheaven song tử ở trạng thái tích cực, mọi chuyện trơn tru, bạn (vợ, chồng của song tử) có thể tin tưởng song tử. Nếu song tử ở trạng thái tiêu cực, không ổn định cuộc sống, không tập trung vào điều gì, thì bạn nên là người giữ tiền, hoặc chí ít giữ một phần an toàn cho gia đình.

Midheaven Cự Giải

Midheaven Cự Giải rất nhạy cảm với cảm xúc và suy nghĩ của những người xung quanh. Họ biết cách đi theo dòng chảy, điều này có thể giúp họ dễ dàng thích nghi với hầu hết các tình huống. Mặc dù vậy, điều đó không thay đổi cái cốt lõi bên trong con người họ.

Những người Midheaven Cự Giải là những người lập kế hoạch giỏi, có thể tổ chức và định hướng cả cuộc sống của chính họ và cuộc sống của tất cả những người xung quanh. Họ hiểu cách để người khác được là chính mình, và họ cũng mong đợi người khác sẽ tôn trọng họ như vậy. Họ thực sự quan tâm đến người khác và muốn giúp đỡ, nhưng tùy vào hoàn cảnh, và họ cũng biết cách giữ khoảng cách. Họ là những người nuôi dưỡng tự nhiên và có ý thức đánh giá cao thức ăn, vì đó là sự nuôi dưỡng cơ bản. Những người Midheaven Cự Giải, tuy có vẻ ôn hòa nhưng lại không ngại đấu tranh cho bất cứ điều gì họ muốn. Họ tin rằng mọi khó khăn đều có thể chữa lành bằng công việc và thời gian.

Khi làm cho tinh thần tươi mới, Midheaven Cự Giải biết cách nghỉ ngơi và làm mới bản thân. Họ có bản chất sáng tạo trong mọi việc họ làm, cho dù đó là việc vào bếp hay chăm sóc người khác. Sự sáng tạo trở nên bị cản trở khi họ không thể bày tỏ suy nghĩ và cảm xúc của mình. Đối với những sự biến động tâm lý, Cự Giải hoàn toàn có thể loại bỏ trở ngại hoặc khởi động khả năng sáng tạo và loại bỏ những điều này.

Sự bồn chồn thường có của Midheaven Cự Giải có thể gây ra nhiều thay đổi hoặc ít nhất là một số thăng trầm trong sự nghiệp của họ. Họ cần một nghề nghiệp nơi họ có thể kết nối với những người họ làm việc cùng và sử dụng trực giác của mình. Họ thích cảm thấy được tôn trọng và có trách nhiệm. Họ rất nhạy cảm về danh tiếng và vị thế của họ. Họ làm tốt trong sự nghiệp phục vụ công chúng theo một cách nào đó.

Midheaven Cự Giải có thể thấy mình là trung tâm của sự chú ý, dù cố ý hay vô tình. Họ có thể trở nên nổi tiếng hoặc thậm chí là khét tiếng, tùy theo hoàn cảnh. Nghề nghiệp trong giảng dạy, chính trị hoặc văn phòng nhà nước có thể thích hợp. Họ xác định rõ ràng sự nghiệp và danh tiếng của mình. Họ có thể tham gia vào công việc kinh doanh của gia đình hoặc phụ vụ các đối tượng như nữ giới, trẻ sơ sinh, hoặc làm trong ngành thực phẩm, nhà ở, bán lẻ. Việc chữa bệnh, nhi khoa, giáo dục hoặc công tác xã hội có thể đáp ứng được nhu cầu của Cự Giải.

Midheaven Cự Giải là người đáng tin cậy và dễ mến, điều này giúp họ kết nối tập thể hiệu quả. Họ thường trở thành cố vấn cho người khác. Nhiều người có cung này có thể tự chăm sóc chính bản thân mình theo một cách nào đó, nhưng lại đối mặt với thế giới mà không có sự chuẩn bị thích hợp. Họ có thể dễ dàng bị tổn thương khi ra ngoài xã hội. Mặc dù vậy, một khi họ tìm thấy vị trí phù hợp với mình, họ sẽ có tham vọng. Một điều có thể cản trở họ là sự do dự. Họ có thể đạt được một bước tiến lớn nhưng rồi lại sợ hãi, bất an và lùi lại một lúc. Sự thay đổi có thể khó khăn đối với họ, trong khi họ có thể là chất xúc tác cho sự thay đổi của những người xung quanh.

Những người Midheaven Cự Giải khao khát sự ổn định, nhưng lại phải thay đổi hoàn cảnh của họ, điều này có thể gây ra sự bất ổn. Đó là một cuộc chiến liên tục bên trong họ. Nhìn chung, điều quan trọng là họ phải kết nối với sự nghiệp của mình bằng cách nào đó hơn là đi tìm kiếm thành công tối ưu. Chính những kết nối này đã mang lại cho họ sự ổn định mà họ tìm kiếm.

Thử thách:

Với tư cách là người có uy tín "từ trước đến nay", Cự Giải cảm thấy thoải mái, an toàn vì điều này. Nhưng Cự giải sợ mất đi sự an toàn này.

Khi họ kiểm soát cuộc sống của chính mình, họ cảm thấy an toàn. Và họ luôn tránh bị tổn thương về mặt cảm xúc do mất đi cảm giác an toàn này. Lập trường này là một công cụ "sinh tồn" mà họ đã phát triển từ thời thơ ấu và không còn hữu ích khi trưởng thành. Nó dẫn đến việc họ bị tự cô lập, bị kiểm soát chặt chẽ đến mức không cho phép ai tương tác với họ một cách sâu sắc.

Nếu Cự Giải chỉ liên hệ với những người (tình huống) mà họ có thể kiểm soát hoặc thậm chí lợi dụng theo cách nào đó, họ thường sẽ thấy mình cô đơn, bị xa lánh do họ thường biện minh về tính đúng đắn của họ trong "vị trí" đó.

Vị trí phòng thủ này ngăn Cự Giải khỏi sự tương tác cao về mặt cảm xúc có thể ngăn cản người khác mong muốn thiết lập mối liên hệ thân mật với Cự Giải. Kết quả họ nhận được là một trải nghiệm đáng thất vọng khi không nhận được sự tôn trọng của bất kì ai.

Cự Giải sẽ thất bại do sự đau khổ hoặc phẫn uất sôi sục, trói buộc với những người thờ ơ với lợi ích mà bạn mang lại, để cho tham vọng hủy hoại sự tương tác giữa con người với nhau.

Tự thao túng (Self-Gaslighting) để thành công. Midheaven Cự Giải:

Thao túng chính mình ở đây là thôi miên chính mình, thay đổi bản thân, đưa bản thân vào trạng thái thành công. Hạnh phúc sẽ đến với Cự Giải khi những quy tắc ứng xử cứng nhắc được thay thế bằng thái độ sẵn sàng chia sẻ về bản thân và thái độ quan tâm đến người khác. Họ sẽ "chiến thắng" bản thân mình nếu họ sẵn sàng chia sẻ cảm xúc với người khác, cho người khác nhìn thấy sự mềm yêu, tính nhân văn của họ và sự thật (chứ không phải những điều kịch tính) về những gì họ trải qua một cách chân thật nhất. Khi họ cho phép mình dễ bị tổn thương, họ sẽ tự động nhận được sự tôn trọng của người khác.

Sự sẵn lòng của Cự Giải trong việc cởi mở bộc lộ cảm xúc và sự tổn thương của mình sẽ truyền cảm hứng cho người khác, giúp họ sắp xếp cuộc sống tình cảm của riêng họ. Hạnh phúc cũng sẽ đến từ mối quan hệ bình đẳng giữa Cự Giải với người khác mà không phân loại họ theo cấp bậc hoặc theo mức độ lợi ích. Niềm vui sẽ đến với Cự Giải khi Cự Giải có thái độ cởi mở trước những thay đổi về mặt cảm xúc và có sự bảo vệ như một người mẹ đối với sự nhạy cảm của người khác.

Nghề nghiệp:

Cự Giải thành công nhờ: làm việc bằng sự đồng cảm và trực giác, chăm sóc người khác vượt qua khủng hoảng, cảm nhận sâu sắc về sứ mệnh và cộng đồng của bạn, dự đoán các xu hướng hoặc mốt mới.

Cự Giải hạnh phúc nhất trong những nghề nghiệp cho phép họ nuôi dưỡng, chăm sóc người khác, thể hiện sự đồng cảm và quan tâm. Họ muốn đích thân họ và cảm xúc của họ tham gia vào công việc. Họ thích hợp với bất cứ nghề gì liên quan đến nhà cửa- bất động sản, trang trí nội thất, nấu ăn, chăm sóc.

Mục tiêu lớn nhất của Cancer là mang lại cảm giác an toàn cho tất cả những người xung quanh họ. Họ rất giỏi trong việc cảm nhận về cảm xúc của người khác và phát huy phẩm chất làm mẹ bên trong mình để hỗ trợ và động viên người khác. Sự thành công lớn nhất trong sự nghiệp của họ sẽ đi kèm với cảm giác: biến không khí nơi công sở thành một gia đình.

Cự giải cảm thấy thỏa mãn khi người xung quanh nhìn nhận họ như một con người biết yêu thương, quan tâm sâu sắc đến người khác, nhạy cảm với cảm xúc của người khác. Cự giải cảm thấy thỏa mãn khi họ chia sẻ sức mạnh phi thường và sự chính trực trong cảm xúc của chính mình.

Làm sao để được cấp trên Midheaven Cự Giải chiếu cố

Để được cấp trên chú ý và chiếu cố bạn cần toả sáng. Tuy nhiên, nếu bạn toả sáng trong tập thể, nhiều khi bạn sẽ bị tập thể coi là trịch thượng, muốn chơi trội. Do đó, bạn chỉ cần toả sáng trước mặt cấp trên của bạn là đủ. Bạn có thể toả sáng trước mặt Cự Giải. Khi Cự Giải làm sếp bạn, họ sẽ để bạn là chính mình. Ở chiều ngược lại, bạn cũng nên tôn trọng con người thật của Cự Giải. Khi Cự Giải giúp đỡ bạn, bạn nên trân trọng điều đó.

Muốn sống chung với Cự Giải, bạn nên thể hiện thái độ thân thiện. Ngay cả khi có những xung đột hay bất đồng, bạn nên nói chuyện sao cho giữ hoà khí. Bạn nên sẵn sàng đón nhận những chia sẻ về ý tưởng, ý kiến của Cự Giải. Ở chiều ngược lại, bạn cũng nên sẵn lòng chia sẻ ý tưởng, ý kiến của bản thân với Cự Giải, tạo bầu không khí thân thiện, cởi mở.

Tốt nhất là khi Cự Giải làm sếp của bạn, mối quan hệ này nên giống như cha con, mẹ con, anh em. Tuy nhiên, bạn cũng nên biết trên, biết dưới, không nên đi quá đà trong nhiều trường hợp.

Bạn có thể bị lừa tiền bởi Midheaven Cự Giải không

Thưa các bạn, nhiều người vay tiền, chưa chắc họ đã có ý định quịt tiền ngay từ thời điểm vay. Nhưng vấn đề nằm ở chỗ, có một số người chỉ dám vay trong phạm vi trả được, họ không có gan vay thêm. Nhưng cũng có một số người nói liều, làm ẩu, họ vay liều, vay ẩu mà chưa biết trả được hay không. Trong phần này chúng ta đo độ vay liều, vay ẩu của Cự Giải thế nào.

Cự Giải lập kế hoạch giỏi, có tổ chức và định hướng cuộc sống của mình. Do đó họ ít có khả năng đưa mình vào trạng thái vỡ nợ. Cự Giải nhiều khi rất dè dặt và đề phòng, do đó họ ít khi vay quá khả năng chi trả của mình.

Phần này không chỉ nói về khả năng quịt tiền mà còn nói về khả năng lừa đảo, chiếm đoạt tài sản của một người. Khi hùn vốn làm ăn, cho vay, hay bất cứ giao dịch kinh tế nào, bạn cũng nên biết phần này.

Đườngthànhcôngcủa Midheaven Cự Giải   có thể như thế này

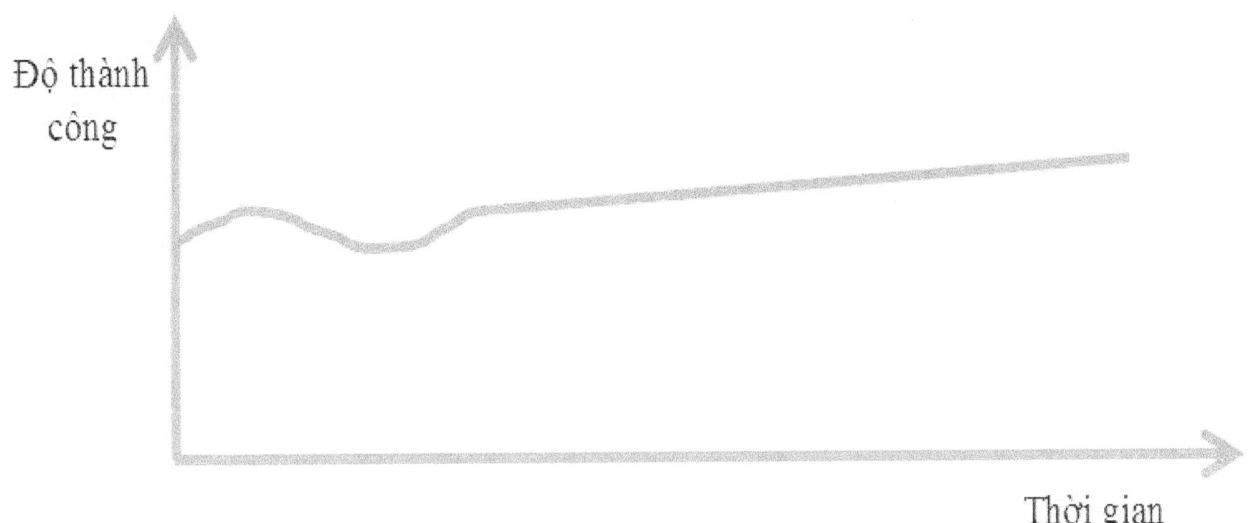

Sự thành công của Cự Giải không quá quan trọng việc đi lên hay đi xuống. Quan trọng là Cự Giải có thể toả sáng, thu hút sự chú ý, làm đúng sở trường của mình, chăm lo cho người khác. Cự Giải có thể nổi tiếng trong đường sự nghiệp của mình. Vấn đề là Cự Giải phải tìm ra môi trường mà họ có thể phát huy hết giá trị của mình.

Lời Khuyên dành cho Cự Giải để có thêm những bước ngoặc trong sự nghiệp là Cự Giải nên xem cung Jupiter của mình để biết cách thu hút vận may đến với mình.

Lưu ý: nếu các bạn đọc phần này thấy không đúng lắm, rất có thể bạn là cung lai chứ không phải cung thuần. Đọc kĩ đầu chương.

Midheaven Cự Giải ảnh hưởng đến hạnh phúc hôn nhân như thế nào

Ngày nay rất hiếm có chuyện "một túp lều tranh, hai trái tim vàng". Một người chỉ biết tiết kiệm còn một người chỉ biết tiêu thì dần dần sẽ dẫn đến ly hôn.

Midheaven cự giải chi tiêu để chăm sóc gia đình và cự giải thường tôn trọng cách vợ, chồng của mình chi tiêu. Miễn sao bạn (vợ, chồng của Cự Giải) không gây tổn hại gì gia đình, bạn làm gì tuỳ bạn.

Midheaven Sư Tử

Leo Midheaven có sự kiên trì và bền chí để đạt được những mục tiêu cao cả mà họ hướng tới. Họ biết rằng sự kiên trì sẽ được đền đáp. Họ hiểu rằng bất kỳ thử thách nào họ trải qua trong cuộc hành trình sẽ khiến họ mạnh mẽ hơn. Họ can đảm và cao thượng nhưng cần đề phòng khả năng trở nên kiêu ngạo.

Những người Midheaven Sư Tử rất tham vọng về mặt nghề nghiệp và tự hào về cách họ được nhìn nhận. Họ có tiềm năng về khả năng lãnh đạo và điều hành. Họ có thể cảm thấy mình được định sẵn để trở nên vĩ đại theo một cách nào đó.

Họ tỏ ra có năng lực, ngay cả khi họ không cảm thấy như vậy. Họ nổi tiếng vì sự hào phóng, và thông qua kinh nghiệm họ đã học được khi nào thì thích hợp để cho đi. Họ có tính tổ chức cao và có khả năng hiểu được bức tranh toàn cảnh cũng như tất cả các chi tiết nhỏ. Tuy nhiên, khi cảm thấy không an toàn, họ có thể rất keo kiệt và có xu hướng không chia sẻ thông tin cũng như khả năng lãnh đạo của mình với những người xung quanh. Một điều quan trọng là những người Midheaven Sư Tử phải học cách tìm kiếm giá trị bản thân từ bên trong hơn là từ những người xung quanh.

Leo Midheaven có thể không coi trọng lời nói người xung quanh ngay cả khi họ phải trả giá đắt. Khi họ quá ám ảnh về việc tiến bộ theo một hướng nhất định, họ có thể rất bướng bỉnh. Đôi khi, họ hờn giỗi nếu họ không thích luật chơi. Điều này có thể là một điểm cộng trong một số tình huống và có thể gây bất lợi ở những tình huống khác.

Midheaven Sư Tử luôn trang nghiêm trong mọi tình huống. Họ tự biết điều gì sẽ khiến người khác cảm thấy được đánh giá cao. Họ có thể nắm quyền kiểm soát trong một cuộc khủng hoảng. Họ mang lại sự ổn định mà người khác khó tìm thấy. Họ thường có một cảm giác độc đáo về thời gian. Họ cần có sự chuẩn bị về tinh thần để sự thay đổi có thể xảy ra.

Leo Midheaven cũng có thể nghĩ rằng họ bị xúc phạm trong khi thực tế không phải vậy. Họ có thể dễ dàng tự ái vì họ nghĩ nhiều về những lời nhận xét về họ. Cái tôi có thể cản trở họ nếu họ không cẩn thận. Họ nên nỗ lực thuyết phục thay vì đòi hỏi. Nếu họ cảm thấy mình không nhận được những phần thưởng xứng đáng thì cho dù có nhận được bao nhiêu sự chú ý, họ có thể cảm thấy bị bỏ qua. Sư Tử có xu hướng thu hút những người có quyền lực hơn đến với họ và điều này có thể làm lu mờ họ. Họ phải học cách chấp nhận sức mạnh, sự tự tin của riêng mình để tỏa sáng.

Những lựa chọn nghề nghiệp có thể hợp với Sư Tử là trong chính phủ, bán hàng, diễn xuất, quản lý, giảng dạy hoặc kinh doanh. Những người có Midheaven Sư Tử thường có điểm cộng về tính cách, điều này khiến họ được chú ý bất kể họ chọn làm gì. Họ thích xuất hiện trước công chúng và xây dựng được một phạm vi ảnh hưởng rộng rãi.

Thử thách:

Sư tử muốn có cái nhìn khách quan và vô cảm về cuộc sống vì điều đó khiến họ thấy an toàn. Lập trường này như một công cụ "sinh tồn" mà họ đã phát triển từ thời thơ ấu và không còn hữu ích họ khi trưởng thành. Sư tử không muốn mất đi sự an toàn này. Cách tiếp cận không tình cảm này có thể dẫn đến sự thất vọng vì không thể trải nghiệm niềm vui trong một mối quan hệ thân mật.

Lập trường khách quan, đầy hiểu biết của Sư Tử có thể tác động tiêu cực đến người khác. Khi họ đưa ra quyết định hoàn toàn dựa trên những lý tưởng trí tuệ, khách quan và những đánh giá vô cảm, họ có thể tạo ra những biến động cảm xúc và kịch tính (khủng khiếp) xung quanh mình mà không bao giờ hiểu được nguyên nhân. Hành vi này cản trở việc thực hiện một mối quan hệ thân mật, bởi vì khi người khác đến gần Sư Tử, họ cảm thấy không an toàn và rút lui. Tiếp cận người khác từ một vị trí trịch thượng, xa cách sẽ dẫn đến bất hạnh.

Sư tử sẽ thất bại nếu không được đồng nghiệp tôn trọng, hoặc tôn trọng một cách giả tạo.

Tự thao túng (Self-Gaslighting) để thành công. Midheaven Sư Tử:

Thao túng chính mình ở đây là thôi miên chính mình, thay đổi bản thân, đưa bản thân vào trạng thái thành công.

Khi sự sự xa cách nhường chỗ cho sự thể hiện đầy kịch tính, đầy cảm hứng xuất phát từ cảm xúc chân thật, tích cực thì khi đó Sư tử bắt đầu tìm được hạnh phúc. Khi họ không còn để lý trí điều khiển cảm xúc của mình nữa, họ có thể tự do thể hiện cảm xúc của mình một cách rõ ràng và thuyết phục. Cuối cùng, họ có thể trải nghiệm niềm vui và sự phấn khích khi thể hiện tình yêu của mình theo cách truyền đạt "tình yêu" cho người khác.

Trong các mối quan hệ thân mật và trong mọi trao đổi giữa con người với nhau, nếu Sư Tử nói rõ họ muốn gì, và tạo điều kiện cho người khác làm theo; thì tất cả những người liên quan có thể tìm ra giải pháp công bằng. Khi Leo cho phép cảm xúc của họ được thể hiện một cách hào phóng và tiếp cận người khác một cách nồng nhiệt bằng trái tim thay vì lý trí, mọi người sẽ trở nên cởi mở và dễ tiếp thu hơn.

Khi Sư Tử trực tiếp truyền đạt lòng trung thành, sự tin tưởng, niềm đam mê và sự chấp nhận nồng nhiệt, họ cũng truyền cảm hứng tương tự cho những người khác. Và bằng cách loại bỏ sự xa cách, Leo Midheaven có thể tiếp cận được toàn bộ phạm vi cảm xúc của họ. Mức độ thể hiện bản thân mới và hấp dẫn này sẽ truyền đạt kiến thức của Sư Tử cho người khác, điều này phát sinh một cách tự nhiên. Nó cũng mang lại cho Sư Tử một góc nhìn khách quan trong cuộc sống, vì nó giới thiệu cho họ niềm vui của việc thể hiện bản thân một cách tự do, tự phát.

Nghề nghiệp:

Sư Tử thành công nhờ cho đi một cách hào phóng, ghi nhận công lao của người khác, truyền cảm hứng cho mọi người, đưa ra những ý tưởng, những tuyên bố cá nhân đầy sáng tạo và thể hiện sự chân thực.

Sư tử hạnh phúc nhất khi làm nghề cho phép họ thể hiện tài năng sáng tạo của mình. Họ có năng khiếu trong các lĩnh vực liên quan đến trẻ em, ngành công nghiệp giải trí và nỗ lực sáng tạo đủ mọi lĩnh vực. Nghề nghiệp đứng trên sân khấu chắc chắn cũng là lĩnh vực mà họ có thể tỏa sáng. Họ cần cảm thấy mình như một "ngôi sao" trong thế giới của riêng mình.

Trong nghề nghiệp của mình, các cá nhân Leo Midheaven sẽ phát huy tốt nhất khi có nhiều cơ hội để họ phát huy những phẩm chất mạnh mẽ, khả năng lãnh đạo, sự quyết tâm và nhiệt tình. Để đạt được niềm hạnh phúc lớn nhất trong sự nghiệp, họ phải cảm thấy rằng khả năng sáng tạo bẩm sinh của mình có thể tiếp tục được phát hiện và thể hiện. Họ thỏa mãn khi họ cho phép thế giới nhìn nhận họ như một người có quyền lực, sáng tạo, bộc lộ thẳng thắn và giàu cảm xúc.

Làm sao để được cấp trên Midheaven Sư Tử chiếu cố

Để được cấp trên chú ý và chiếu cố, bạn cần toả sáng. Tuy nhiên, nếu bạn toả sáng trong tập thể, nhiều khi bạn sẽ bị tập thể coi là trịch thượng, muốn chơi trội. Do đó, bạn chỉ cần toả sáng trước mặt cấp trên của bạn là đủ. Bạn có thể thể hiện bản thân trước sư tử nhưng đừng tỏ ra lấn lướt sư tử. Một ý kiến bạn biết Sư Tử sẽ đồng ý nhưng vẫn nên hỏi Sư Tử một tiếng về nó. Ví dụ bạn có ý tưởng gì hay, bạn nên hỏi ý kiến Sư Tử xem ý tưởng đó có hay không. Bạn nên đánh giá cao những ý tưởng, quyết định của Sư Tử. Nếu những ý tưởng, quyết định đó có gì chưa phù hợp, bạn nên góp ý một cách nhẹ nhàng.

Sử Tử là nhà lãnh đạo bẩm sinh. Khi họ thể hiện mình như vậy, bạn nên đón nhận điều đó. Sư Tử sẽ ghi nhận công lao của bạn, chiếu cố bạn, và truyền cảm hứng cho bạn. Chừng nào bạn còn làm việc cho Sư Tử thì nên thể hiện sự trung thành đối với họ.

Bạn có thể bị lừa tiền bởi Midheaven Sư Tử không

Thưa các bạn, nhiều người vay tiền, chưa chắc họ đã có ý định quịt tiền ngay từ thời điểm vay. Nhưng vấn đề nằm ở chỗ, có một số người chỉ dám vay trong phạm vi trả được, họ không có gan vay thêm. Nhưng cũng có một số người nói liều, làm ẩu, họ vay liều, vay ẩu mà chưa biết trả được hay không. Trong phần này chúng ta đo độ vay liều, vay ẩu của Sư Tử thế nào.

Sư Tử luôn muốn thể hiện mình, luôn muốn toả sáng. Họ tham vọng và muốn mọi người nhìn nhận. Nếu họ vay tiền để và không muốn mọi người đánh giá mình là kẻ quịt tiền, rồi cố gắng trả thì điều này tốt. Tuy nhiên xét theo phương diện khác, họ có thể vay tiền vì để thể hiện mình. Ví dụ họ vay tiền để mở công ty, chứng tỏ là mình có thể thành lập một công ty lớn. Nhưng nếu công ty làm ăn không thuận lợi thì chính cái sự "muốn thể hiện mình" của họ làm họ vỡ nợ.

Nếu khả năng của họ tương xứng với mong muốn " thể hiện mình" của họ thì không sao. Nhưng nếu mong muốn " thể hiện mình" của họ lớn hơn khả năng thực sự thì sẽ là vấn đề.

Phần này không chỉ nói về khả năng quịt tiền mà còn nói về khả năng lừa đảo, chiếm đoạt tài sản của một người. Khi hùn vốn làm ăn, cho vay, hay bất cứ giao dịch kinh tế nào, bạn cũng nên biết phần này.

Đường thành công của Midheaven Sư Tử có thể như thế này

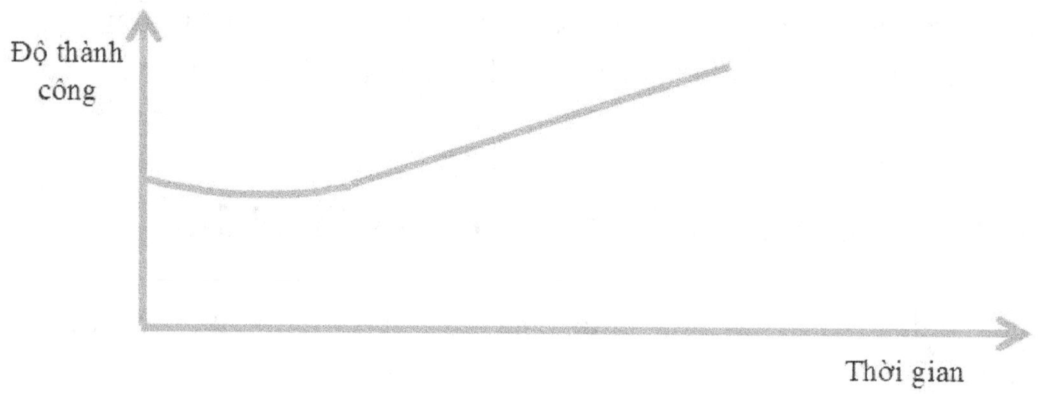

Ban đầu có thể Sư Tử chưa bắt nhịp được, và chưa nhận được sự chú ý nên mọi thứ có thể bấp bênh. Nhưng sau khi bắt nhịp và nhận được sự chú ý thì sự nghiệp của sư tử sẽ đi lên. Tuy nhiên cái tôi của sư tử lúc nào cũng muốn thể hiện mình, còn khả năng, và phong độ không phải lúc nào cũng duy trì ở trạng thái tốt nhất, điều kiện thuận lợi không phải lúc nào cũng như ý muốn. Do đó, ham muốn thể hiện mình nhiều lúc lại lớn hơn khả năng thực hiện. Do đó sự nghiệp của Sư Tử có thể sẽ thành thế này.

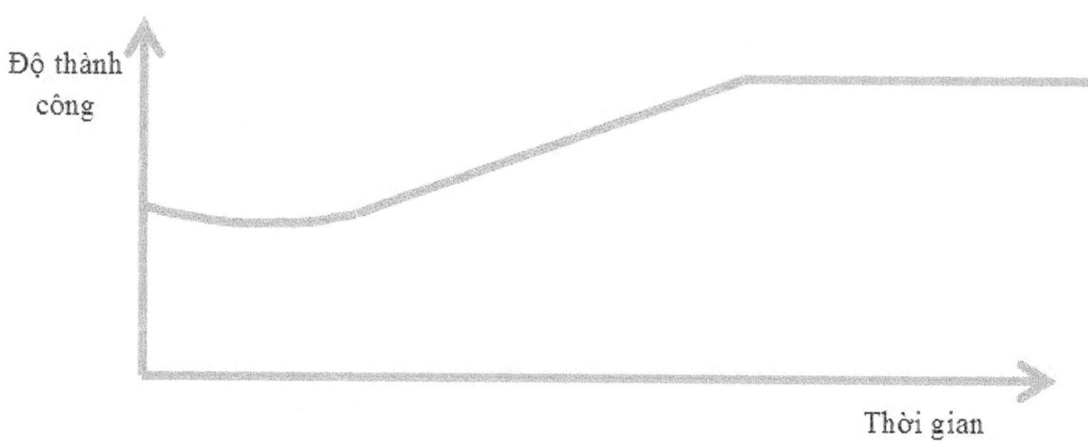

Hoặc:

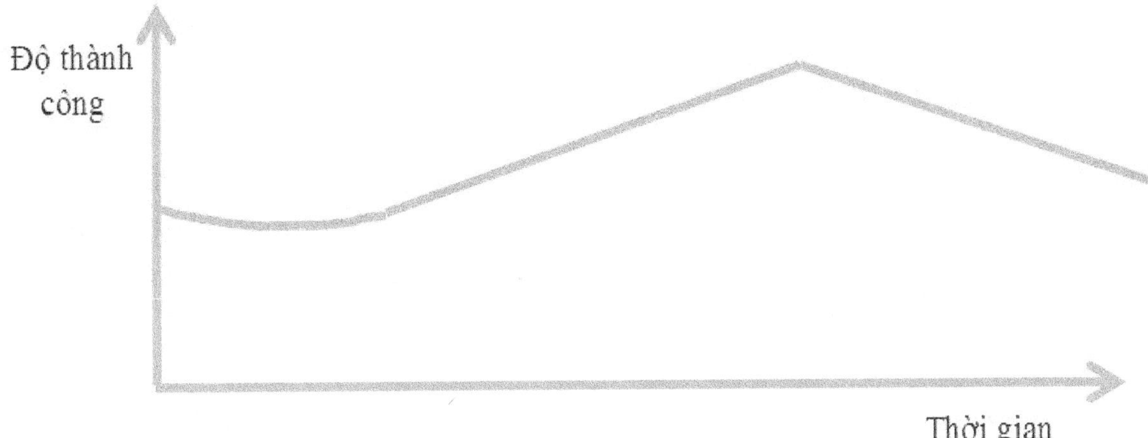

Lời khuyên dành cho Sư Tử để tránh những trở ngại như đã nói ở trên là Sư tử nên biết mượn trí và lực của người khác một cách thông minh, đúng chuẩn mực đạo đức. Sư Tử nên học cách rèn luyện sự tự tin và không nhất thiết phải nhận được nhiều sự chú ý mới có thể tự tin.

Lưu ý: nếu các bạn đọc phần này thấy không đúng lắm, rất có thể bạn là cung lai chứ không phải cung thuần. Đọc kĩ đầu chương.

Midheaven Sư Tử ảnh hưởng đến hạnh phúc hôn nhân như thế nào

Ngày nay rất hiếm có chuyện "một túp lều tranh, hai trái tim vàng". Một người chỉ biết tiết kiệm còn một người chỉ biết tiêu thì dần dần sẽ dẫn đến ly hôn.

Midheaven Sư Tử đôi khi chi tiền vì sĩ diện, muốn chứng tỏ bản thân. Nếu Sư Tử chi tiền vào những khoản đầu tư sinh lời hoặc mua sắm những thứ vừa túi tiền thì tốt. Nhưng nếu Sư Tử vung tay quá trán chỉ vì muốn chứng tỏ bản thân, bạn là vợ, chồng của sư tử, bạn nên khuyên can sư tử.

Midheaven Xử Nữ

Midheaven Xử Nữ biết cách phân tích thế giới cũng như bản thân mình đến từng chi tiết nhỏ. Họ có thái độ phê phán một cách tự nhiên. Nếu họ cân nhắc trước khi phê bình điều gì, thì những lời phê bình của họ có thể được đồng cảm. Còn không thì, những lời nói đó được coi là gian manh hoặc nhỏ mọn.

Những người sinh ra với Midheaven Xử Nữ thường can đảm khi thành thật nhìn sâu vào bản thân và sử dụng những gì họ học hỏi được làm kim chỉ nam. Ngôn ngữ là một công cụ chữa lành cho họ. Họ sử dụng nó trong mọi hoạt động hàng ngày. Khả năng xử lý ngôn ngữ tốt của họ có thể hướng họ đến sự nghiệp trong lĩnh vực khoa học hoặc văn học nghệ thuật. Việc giảng dạy cũng có thể hấp dẫn họ, cũng giống như việc đào tạo hoặc nghiên cứu dưới một hình thức nào đó. Họ là những người quản lý thư viện, nhân viên y tế xuất sắc và cũng có thể bị thu hút vào nghề nông hoặc dược sĩ tùy thuộc vào các dấu hiệu khác xuất hiện trong biểu đồ của họ. Dù họ chọn gì, họ cũng thực hiện nghiêm túc các cam kết của mình. Midheaven Xử Nữ có xu hướng hành động an toàn khi lựa chọn nghề nghiệp. Họ có thể cảm thấy công việc của mình còn thiếu điều gì đó, rằng họ không thể phát huy hết tiềm năng của mình. Mặc dù điều này một phần có thể là do thái độ, nhưng đôi khi họ thực sự cần tìm kiếm sự hướng dẫn từ bên trong về cách họ có thể phát huy tốt nhất tiềm năng của mình mà vẫn kiếm sống được. Họ có khả năng nhìn thấy bức tranh toàn cảnh và phấn đấu để đạt được điều tốt đẹp hơn.

Những người Midheaven Xử Nữ không tinh tế; và họ thà nói trực tiếp với bạn mấu chốt của vấn đề. Họ học hỏi một cách dễ dàng và thắc mắc, hỏi bất cứ điều gì mà họ cảm thấy không ổn. Sự ổn định là điều quan trọng trong sự nghiệp của họ. Họ muốn biết điều gì sẽ xảy ra hàng ngày, hàng năm. Điều này ngăn họ trở nên căng thẳng, và căng thẳng thực sự có thể khiến họ trở nên khó chịu. Việc rũ bỏ mọi thứ và thư giãn là rất thú vị và đối với họ. Cờ vua hoặc trò chơi trí tuệ khác có thể là cách tốt để họ thoát khỏi căng thẳng trong công việc.

Midheaven Xử Nữ vốn là người gọn gàng, dù họ có thể sống trong môi trường hỗn loạn nhưng vẫn đạt được những gì mình cần để hạnh phúc. Không có gì lạ khi thấy họ cố gắng tạo dựng trật tự. Họ có được khái niệm đơn giản hóa. Họ không cần nhiều tiền để sống tốt. Họ xử lý tốt các tình huống khó hiểu vì họ có thể ghép tất cả các mảnh lại với nhau và đưa ra giải pháp.

Điểm yếu của Xử Nữ Midheaven nằm ở khả năng phân tích quá mức. Nếu họ phân tích quá mức, họ có xu hướng bị mắc kẹt, trông giống như hơi thiếu quyết đoán. Họ có xu hướng bám víu vào mọi thứ, cả về thể chất lẫn tinh thần rất lâu trong khi lẽ ra họ phải buông bỏ chúng. Có thể khó thiết lập quyền lực của riêng mình, nhưng một khi đã làm được điều đó, họ có thể sẽ cố gắng làm cho thế giới tốt đẹp hơn. Sự trầm tư suy nghĩ có thể hữu ích để giúp họ tĩnh tâm và kết nối với sự định hướng bên trong họ.

Thử thách:

Xử nữ biểu hiện là một người hiền lành, dịu dàng, nhân ái khi tiếp xúc với mọi người nhưng lại không làm tốt điều đó với chính mình. Biểu hiện này khiến họ cảm thấy an toàn và họ sợ mất đi sự an toàn này. Lập trường này là một công cụ "sinh tồn" mà họ đã phát triển từ thời thơ ấu và không còn hữu ích họ khi trưởng thành. Khi không tập trung hoặc từ chối định hướng hướng đi cho mình, họ trở nên ít được người khác nhìn thấy hơn; họ cảm thấy bất hạnh khi không ai thực sự chú ý đến hoàn cảnh khó khăn của họ hoặc được hưởng lợi từ tầm nhìn tâm linh của họ.

Xử Nữ có thể tìm kiếm sự thông cảm từ người khác, hy vọng những người đó sẽ nhận ra lòng tốt cơ bản của họ và chấp nhận cũng như yêu thương họ vô điều kiện. Trên thực tế, cách tiếp cận này chỉ dẫn đến sự thất vọng vì mọi người không có cảm hứng để liên hệ sâu sắc với họ. Bị cô lập vì sự bất lực về quan điểm cơ bản của mình, Xử Nữ cảm thấy bị hiểu lầm là người giả vờ đau khổ, hy sinh. Họ cũng có thể tự cô lập mình khỏi sự thân mật thực sự thông qua việc không sẵn lòng nhìn nhận những lý tưởng yêu thương bên trong họ dưới bất kỳ hình thức vật chất nào. Kết quả là họ có thể thấy mình bất mãn, bất hạnh và vỡ mộng với cuộc sống.

Xử Nữ có thể thất bại do rút lui, trốn chạy khỏi cuộc sống đời thường, cam chịu. Xử Nữ cũng có thể thất bại là do cố gắng kiểm soát mọi thứ, hoặc để phong cách của riêng mình, những suy nghĩ mất kiểm soát phá hỏng những nỗ lực của Xử Nữ.

Tự thao túng (Self-Gaslighting) để thành công. Midheaven Xử Nữ :

Thao túng chính mình ở đây là thôi miên chính mình, thay đổi bản thân, đưa bản thân vào trạng thái thành công. Hạnh phúc sẽ đến với Xử Nữ khi thái độ "bất lực với những người xung quanh" được thay thế bằng thái độ giúp đỡ cho cuộc sống thực tế của người khác. Bằng cách loại bỏ những mộng tượng, họ có thể tự do hình dung ra những việc làm có ích (lý tưởng) mới, dựa trên khả năng áp dụng thực tế của họ. Và khi đó, họ có thể trải nghiệm niềm vui lớn lao kèm theo việc trở thành người tham gia tích cực vào việc làm cho tầm nhìn tinh thần của họ trở nên sống động ngay lúc đó!

Khi Xử Nữ tập trung và bắt đầu hành động – thực hiện những việc làm có ích cho dù là nhỏ mà họ thấy là cần thiết, và nằm trong tầm tay của họ, và cho dù tầm thường đến đâu đi chăng nữa – họ sẽ bắt đầu trải nghiệm niềm vui khi hành động thực tế theo tầm nhìn của mình. Một cách tự nhiên, những người mà họ giúp đỡ dù nhiều hay ít cũng hiểu được tầm nhìn tổng quát của Xử Nữ; họ không còn sợ bị kéo vào khoảng trống không đáy nữa. Do đó, thông qua việc Xử Nữ sẵn sàng vươn lên, tham gia tích cực vào việc thực hiện những lý tưởng tinh thần của mình, Xử Nữ tạo ra không gian trong cuộc sống cho những người khác có thể kết nối với họ một cách thân mật, trực tiếp và hài lòng.

Hạnh phúc đến với Xử Nữ khi họ cảm thấy sẵn sàng để cho những lý tưởng của họ được thể hiện dưới dạng thực tế và góp phần đưa lý tưởng về yêu thương bay bổng của họ áp dụng vào thực tiễn. Việc có một thói quen, một lịch trình thời gian cụ thể và áp dụng những thói quen hữu ích khác mang lại cho Xử Nữ một sự sắp đặt, tổ chức và sự tự tin mà họ cần để mạnh mẽ tiếp cận mục tiêu của mình cũng như sự hài lòng khi đạt được chúng.

Xử Nữ thành công nhờ làm việc để thế giới trở thành một nơi tốt đẹp hơn; phục vụ người khác; cung cấp các kỹ năng hữu ích; tổ chức các dự án đòi hỏi sự cẩn thận, chuyên môn và hiệu quả.

Nghề nghiệp:

Xử Nữ cảm thấy hạnh phúc nhất khi làm nghề mà họ cảm thấy mình đang thực sự phục vụ người khác. Nghề chữa bệnh sẽ là lý tưởng với họ, chẳng hạn như bác sĩ, y tá, nha sĩ hoặc chữa lành tâm linh. Họ cũng sẽ hài lòng trong một lĩnh vực có thể tận dụng được khả năng tổ chức của họ.

Xử Nữ muốn mang lại trật tự cho những sự hỗn loạn. Họ có năng khiếu trong các công việc đòi hỏi phải chi tiết. Một nghề nghiệp liên quan đến việc xử lý và nghiên cứu cẩn thận sẽ kích thích cảm giác về năng lực và sự hài lòng của họ. Sự lựa chọn nghề nghiệp tốt nhất của họ cũng liên quan đến khả năng phân tích và lập kế hoạch thực tế, một tài năng mang lại sự rõ ràng dễ hiểu cho tất cả mọi người.

Xử Nữ sẽ cảm thấy hài lòng khi người xung quanh nhìn nhận Xử Nữ là những người hiệu quả, chú ý đến từng chi tiết, thực tế, chăm chỉ, siêng năng và thực tế trong việc thực hiện lý tưởng tinh thần của mình.

Làm sao để được cấp trên Midheaven Xữ Nữ chiếu cố

Để được cấp trên chú ý và chiếu cố, bạn cần toả sáng. Tuy nhiên, nếu bạn toả sáng trong tập thể, nhiều khi bạn sẽ bị tập thể coi là trịch thượng, muốn chơi trội. Do đó, bạn chỉ cần toả sáng trước mặt cấp trên của bạn là đủ. Bạn có thể toả sáng, thể hiện ý tưởng trước Xử Nữ. Tuy nhiên, những ý tưởng đó tốt nhất không nên vượt quá tầm tay của Xử Nữ.

Khi Xử Nữ làm sếp của bạn, họ có thể hay chỉ trích. Bạn nên thích nghi với điều này. Bạn không nên gây áp lực gì lên Xử Nữ, cho dù Xử Nữ có sai, bạn cũng nên khuyên nhủ nhẹ nhàng. Bạn nên ủng hộ những ý kiến, sáng kiến của Xử Nữ.

Bạn nên thể hiện sự có trật tự, ngăn nắp trong công việc. Xữ Nữ rất hay giúp đỡ người khác nên chỉ cần bạn làm tốt công việc, và không có biểu hiện gì xấu, xữ nữ sẽ chiếu cố bạn.

Bạn có thể bị lừa tiền bởi Midheaven Xử Nữ không

Thưa các bạn, nhiều người vay tiền, chưa chắc họ đã có ý định quịt tiền ngay từ thời điểm vay. Nhưng vấn đề nằm ở chỗ, có một số người chỉ dám vay trong phạm vi trả được, họ không có gan vay thêm. Nhưng cũng có một số người nói liều, làm ẩu, họ vay liều, vay ẩu mà chưa biết trả được hay không. Trong phần này chúng ta đo độ vay liều, vay ẩu của Sư Tử thế nào.

Midheanven Xử Nữ rất đáng tin cậy. Bọn họ có thể hay chỉ trích, hay phê bình nhưng sự nguy hiểm của họ chỉ nằm ở bề ngoài. Bên trong họ cầu toàn và thường không dám làm việc gì quá tầm tay của họ. Cho nên Xử Nữ không dám liều và ẩu trong vay tiền.

Phần này không chỉ nói về khả năng quịt tiền mà còn nói về khả năng lừa đảo, chiếm đoạt tài sản của một người. Khi hùn vốn làm ăn, cho vay, hay bất cứ giao dịch kinh tế nào, bạn cũng nên biết phần này.

Đườngthànhcôngcủa Midheaven   Xử Nữ cóthểnhưthế này

Xử Nữ rất cầu toàn. Đường sự nghiệp của Xử Nữ thường đòi hỏi sự chắc chắn. Nếu mọi chuyện vượt quá tầm kiểm soát của Xử Nữ, Xử Nữ sẽ thấy không yên tâm. Do đó, đường sự nghiệp của Xử Nữ thường vững chãi, chắc chắn. Tuy nhiên điều này không có nghĩa là khi mới ra trường lương của xử nữ là 6000 000 thì cả đời lương của xử nữ cũng sẽ 6000 000. Biểu đồ trên chỉ mang tính tương đối thôi. Xử Nữ tiến chậm mà chắc nên vẫn có sự đột phá vươn lên những có điều những sự đột phá đó cũng luôn nằm trong tầm kiểm soát của Xử Nữ.

Lời khuyên dành cho Xử Nữ để tạo thêm những bước ngoặc trong sự nghiệp là Xử Nữ nên cống hiến hết mình, giúp đỡ người khác, bạn cũng nên chú ý đến cung Jupiter của bạn để hút thêm sự may mắn.

Lưu ý: nếu các bạn đọc phần này thấy không đúng lắm, rất có thể bạn là cung lai chứ không phải cung thuần. Đọc kĩ đầu chương.

Midheaven Xử Nữ ảnh hưởng đến hạnh phúc hôn nhân như thế nào

Ngày nay rất hiếm có chuyện "một túp lều tranh, hai trái tim vàng". Một người chỉ biết tiết kiệm còn một người chỉ biết tiêu thì dần dần sẽ dẫn đến ly hôn.

Midheaven xử nữ rất cầu toàn và khó thuyết phục xử nữ vung tay quá trán, chi tiêu một cách táo bạo, vượt quá tầm kiểm soát của xử nữ. Nếu bạn là vợ, chồng của xử nữ, bạn nên hiểu điều này.

Midheaven Thiên Bình

Sự hài hòa và cân bằng rất quan trọng đối với những người Midheaven Thiên Bình. Nếu họ có thể đạt được sự cân bằng, họ có thể đạt được thành công. Sự sáng tạo và môi trường xung quanh dễ chịu là những điều họ thích thú; nó giúp họ cảm thấy cân bằng hơn. Khi họ có thể chia sẻ những điều này với người khác, họ có thể truyền cảm hứng cho những người xung quanh. Khi hợp tác với những người khác, Libra Midheaven có thể truyền cảm hứng về sự hòa hợp, đồng thời giúp thúc đẩy ý tưởng của họ. Họ có tài thể hiện bản thân một cách chuyên nghiệp, đĩnh đạc, có tài ngoại giao và duyên dáng. Họ là những quản trị viên giỏi vì họ cân nhắc cẩn thận từng quyết định. Những nghề nghiệp khác có thể thu hút họ là bất kỳ lĩnh vực nghệ thuật, tư vấn hình ảnh, trang trí, luật, viết lách, ngoại giao hoặc chính trị. Sự chính trực là quan trọng đối với họ.

Những người có Midheaven Thiên Bình luôn ý thức được vị trí xã hội. Họ thấy được họ đang ở đâu và muốn vị trí nào trong xã hội. Bất kể địa vị của họ là ai, họ luôn biết cách giao tiếp với hầu hết mọi người. Họ biết cách leo lên các bậc thang bằng cách nhờ người khác hỗ trợ họ. Họ biết cách hợp tác và tạo ra những kết nối tuyệt vời. Hình ảnh của họ thể hiện sự linh hoạt và công bằng. Nếu họ có thể giữ một thái độ linh hoạt cho phép họ điều chỉnh khi cần thiết, họ sẽ có cơ hội thành công cao hơn.

Libra Midheaven rất xuất sắc trong việc làm việc nhóm. Họ có thể cố gắng để hoà hợp với tập thể nhưng khi vươn đến tiềm năng của mình, họ trở thành người chịu trách nhiệm. Họ có thể thực sự truyền cảm hứng nếu họ có thể theo kịp tất cả các xu hướng, điều kiện và giá trị đang thay đổi trong khi vẫn trung thực với chính mình. Họ thực sự có thể cảm thấy tuyệt vời khi trở thành một phần trong thành công của người khác.

Những người Thiên Bình Midheaven thường có thể đi trên con đường hẹp để cân bằng cả bức tranh tổng thể và những chi tiết nhỏ. Mặt khác, Midheaven Thiên Bình có thể trở nên thu mình, điều này thực sự gây khó chịu cho những người làm việc cùng họ. Khi mọi việc suôn sẻ, họ tràn đầy tự tin nhưng khi gặp trục trặc, họ có thể trở nên thiếu kiên nhẫn hoặc thiếu quyết đoán. Nếu họ chỉ tỏ ra vui vẻ nhưng bên trong không hề như vậy, họ có thể bị coi là không thành thật. Họ có thể quá dễ bị ảnh hưởng hoặc rơi vào những tình huống mà sau này họ phải hối tiếc. Họ có thể cần học cách cân bằng cuộc sống gia đình với cuộc sống nghề nghiệp. Có thể là một thách thức để phát triển bản thân cả với tư cách cá nhân và chuyên môn mà không ảnh hưởng đến mối quan hệ gia đình. Họ có thể có xu hướng đi theo đám đông quá thường xuyên hơn là tin tưởng vào ý kiến của chính mình, ít nhất là cho đến khi họ học được cách có đủ niềm tin vào thành công của bản thân để biết ý kiến của mình có ý nghĩa quan trọng.

Thử thách:

Thiên bình có thể biểu hiện là người bốc đồng, độc lập, tự lực và luôn đi theo con đường riêng của mình, như vậy họ cảm thấy an toàn. Biểu hiện này là giống như một công cụ "sinh tồn" mà họ đã phát triển từ thời thơ ấu và không còn hữu ích họ khi trưởng thành. Họ không muốn mất đi sự an toàn này. Bằng cách không xem xét nhu cầu của người khác trước khi đưa ra quyết định, họ tự đưa mình đến sự bất hạnh, vì đến lượt những người khác có thể không ủng hộ hành động của họ.

Thói quen của họ là hành động chỉ dựa trên nhu cầu của họ, thái độ "tôi là trên hết" khiến người khác xa lánh. Khi người khác không thể tin tưởng Thiên Bình trong việc cân nhắc, điều chỉnh cảm xúc của mình, Thiên Bình có thể thấy như bị mất đi niềm hạnh phúc từ những mối quan hệ thân thiết và sâu sắc. Việc tiêu tốn sức lực của họ vào những cuộc chinh phục bất tận nhưng không có chiều sâu cũng như không đem lại lợi ích (cho bản thân và người khác) sẽ mang lại sự trống rỗng về lâu dài.

Khi Thiên Bình hành động hấp tấp, vô tư, chỉ nhằm mục đích thỏa mãn những ham muốn bên trong họ, điều này gây ra sự thất vọng cho người khác, khiến người khác không hiểu, không thừa nhận khả năng và điểm mạnh tích cực của Thiên Bình. Do đó việc có được sự an toàn bằng việc duy trì những nét đặc trưng này của Thiên Bình, sẽ ngăn người khác kết nối với Thiên Bình theo những cách tình cảm và sâu sắc.

Thiên bình có thể thất bại do: tạo ra sự bất hòa, trêu chọc mọi người; coi trọng phong cách hơn là thực tế.

Tự thao túng (Self-Gaslighting) để thành công. Midheaven Thiên Bình :

Thao túng chính mình ở đây là thôi miên chính mình, thay đổi bản thân, đưa bản thân vào trạng thái thành công. Hạnh phúc sẽ đến với Thiên Bình khi họ mở bỏ dần thái độ "tôi là trên hết" để cởi mở hơn với người xung quanh, hợp tác với những người xung quanh để chiến thắng. Sau đó, Thiên Bình có thể nhận thức được nhu cầu và mong muốn của người khác, từ đó Thiên Bình có thể sử dụng những năng khiếu của chính mình theo cách mà các bên có thể hợp tác với nhau.

Niềm vui đến với Thiên Bình khi nhận ra rằng chỉ khi mọi người chiến thắng thì họ mới có thể đạt được chiến thắng thực sự. Sự dịu dàng và quan tâm sẽ bộc lộ ra từ trong bản chất của họ, khi họ bắt đầu cố gắng tạo ra sự hòa hợp trong các mối quan hệ thân thiết và luôn quan tâm đến cảm xúc của người khác. Khi người xung quanh thấy cách tiếp cận này của Thiên Bình, họ sẽ bắt đầu tin tưởng Thiên Bình và kết nối với Thiên Bình ở mức độ tình cảm thân mật, sâu sắc nhất. Điều này mở đường cho Thiên Bình có những trải nghiệm yên bình và hạnh phúc lâu dài với một mối quan hệ hòa hợp.

Hạnh phúc đến với Thiên Bình khi Thiên Bình bắt đầu tìm hiểu những nét đặc trưng của người khác, đặt câu hỏi cho người khác, quan sát và thừa nhận điểm độc đáo của họ. Bằng cách xem xét mục tiêu của người khác như của chính mình, để đưa ra quyết định hành động một cách công bằng nhất, khi đó họ sẽ tạo ra sự cân bằng, hài hòa mang lại sức mạnh cho bản thân và người xung quanh.

Thiên bình thành công nhờ: làm việc để đạt được sự bình đẳng và tôn trọng lẫn nhau trong quan hệ đối tác; thể hiện khả năng hòa giải và sự duyên dáng trước những áp lực; đối mặt với xung đột bằng sự khẳng định thay vì gây hấn hoặc thao túng.

Nghề nghiệp:

Thiên bình hạnh phúc nhất trong những nghề mà họ tiếp xúc trực tiếp với khách hàng, đối tác. Hòa bình, hòa hợp và công bằng là những giá trị quan trọng đối với họ. Bất kỳ nghề nghiệp nào hướng tới những giá trị này đều rất phù hợp với họ. Vì vậy họ làm tốt những việc ngoại giao, người hòa giải hoặc một người mang lại vẻ đẹp cho môi trường chẳng hạn như trang trí nhà cửa.

Đối với Thiên Bình, vẻ đẹp và sự cân bằng rất quan trọng đối với họ và những yếu tố này cần được đưa ra xem xét khi chọn nghề nghiệp. Đoàn kết làm việc với các đối tác là điều cần thiết cho sự thành công trong công việc của họ. Do đó Thiên Bình thích hợp làm việc với những đối tác, những công việc tư vấn hỗ trợ người khác thành công cũng như đạt được mục tiêu của họ.

Sự thỏa mãn sẽ đến với Thiên Bình khi người xung quanh xem họ là những người quyến rũ, hài hước, có tài ngoại giao, và đưa ra kết luận công bằng cho tất cả mọi người. Thiên bình sẽ lấy lại lòng tự trọng của mình, cũng như khơi dậy sự tôn trọng của người khác khi họ sử dụng tài năng bẩm sinh của mình để khách quan hóa các quan điểm, khiến các quyết định trở nên công bằng, và tạo ra sự cân bằng trong cách ứng xử. Tóm lại, khi họ trở thành một người dễ mến và cư xử công bằng với người khác, thì khi đó họ nhận được sự tôn trọng.

Làm sao để được cấp trên Midheaven Thiên Bình chiếu cố

Để được cấp trên chú ý và chiếu cố, bạn cần toả sáng. Tuy nhiên, nếu bạn toả sáng trong tập thể, nhiều khi bạn sẽ bị tập thể coi là trịch thượng, muốn chơi trội. Khi Thiên Bình là cấp trên của bạn, bạn có thể thể hiện bản thân nhưng với thái độ hoà đồng, hợp tác.

Bạn nên cởi mở với Thiên Bình, tỏ thái độ hợp tác vì công việc. Hãy làm việc hoà hợp, tìm ra tiếng nói chung khi hợp tác với Thiên Bình. Bạn nên tạo không khí yên bình, thái độ dễ chịu khi làm việc với Thiên Bình. Khi bất đồng với Thiên Bình, nên từ từ giải quyết, không nên gây hấn, tạo xung đột. Thiên Bình rất chuộng công bằng, do đó chỉ cần bạn làm việc chăm chỉ, hiệu quả, chính trực, không gian dối, bạn sẽ nhận được sự chiếu cố của Thiên Bình.

Bạn có thể bị lừa tiền bởi Midheaven Thiên Bình không

Thưa các bạn, nhiều người vay tiền, chưa chắc họ đã có ý định quịt tiền ngay từ thời điểm vay. Nhưng vấn đề nằm ở chỗ, có một số người chỉ dám vay trong phạm vi trả được, họ không có gan vay thêm. Nhưng cũng có một số người nói liều, làm ẩu, họ vay liều, vay ẩu mà chưa biết trả được hay không. Trong phần này chúng ta đo độ vay liều, vay ẩu của Thiên Bình thế nào.

Thiên Bình luôn làm việc theo kiểu cân bằng và hài hoà. Thiên Bình giỏi hợp tác, biết thực hiện các giao dịch. Do đó họ có thể cũng đáng tin cậy khi vay tiền. Tuy nhiên, ở mặt tiêu cực, Thiên Bình có thể không đáng tin cậy, thậm chí ngây thơ. Nếu Thiên Bình ở trạng thái tiêu cực thì không đáng tin cậy để cho họ vay chút nào.

Phần này không chỉ nói về khả năng quịt tiền mà còn nói về khả năng lừa đảo, chiếm đoạt tài sản của một người. Khi hùn vốn làm ăn, cho vay, hay bất cứ giao dịch kinh tế nào, bạn cũng nên biết phần này.

ĐườngthànhcôngcủaMidheaven Thiên Bình cóthểnhư thếnày

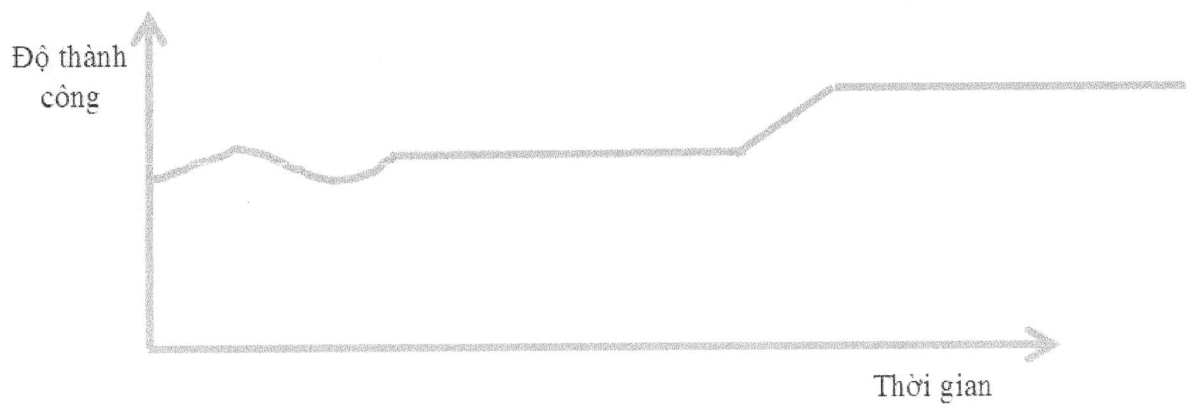

Ban đầu có thể sự nghiệp của Thiên Bình có thể chưa ổn định, nhưng khi tìm đến những công việc phù hợp, họ sẽ bắt nhịp. Khi đó sự nghiệp của Thiên Bình sẽ cân bằng và hài hoà. Nhưng như vậy không có nghĩa là Thiên Bình không tạo ra sự đột phá, đi lên nào trong sự nghiệp. Thiên Bình biết cách leo lên vị trí mình muốn nhờ được người khác hỗ trợ. Thiên Bình rất biết cách tạo ra những sự hợp tác tuyệt vời.

Lời khuyên dành cho Thiên Bình để tiếp tục có được sự cân bằng, hài hoà, Thiên Bình nên phát huy khả năng của mình trong việc tạo ra sự hoà hợp trong tập thể, đồng thời phát huy khả năng ngoại giao của mình để tạo ra những mối quan hệ tuyệt vời, giúp họ bay xa, giúp họ thăng tiến.

Lưu ý: nếu các bạn đọc phần này thấy không đúng lắm, rất có thể bạn là cung lai chứ không phải cung thuần. Đọc kĩ đầu chương.

Midheaven Thiên Bình ảnh hưởng đến hạnh phúc hôn nhân như thế nào

Ngày nay rất hiếm có chuyện "một túp lều tranh, hai trái tim vàng". Một người chỉ biết tiết kiệm còn một người chỉ biết tiêu thì dần dần sẽ dẫn đến ly hôn.

Cách tiêu tiền của Thiên Bình cũng có phần hài hoà, cân bằng. Tuy nhiên, Thiên Bình đôi khi trẻ con và không đáng tin cậy. Bạn - vợ, chồng của Thiên Bình - nên lưu ý điều này.

Midheaven Bọ Cạp

Midheaven Bọ Cạp biết họ muốn gì và làm thế nào để đạt được nó. Họ có động lực và không ngại theo đuổi những gì họ muốn. Một khi họ quyết định nên đi theo hướng nào, họ sẽ nỗ lực hết sức để đạt được mục tiêu và ghi dấu ấn trên thế giới. Tuy nhiên, họ có thể đi quá xa và kiệt sức. Để thành công, họ cần một nơi an toàn để hồi phục và lấy lại cảm hứng. Họ có thể mất một thời gian để học cách làmviệc không vượt quá tiềm lực của mình. Họ cần hiểu giới hạn của của mình trong thế giới rộng lớn này.

Midheaven Bọ Cạp hiểu những sự thật cơ bản của cuộc sống. Do đó, họ có thể thực sự đồng cảm với người khác và có thể tìm thấy sức mạnh cần thiết để đạt được tiềm năng của mình. Họ luôn học cách vượt qua những giới hạn cá nhân và cố gắng trong việc xử lý những quyết định khó khăn. Nghề nghiệp có thể tập trung vào nghiên cứu, tội phạm học, thôi miên, tâm lý học, diễn xuất, chữa bệnh bằng năng lượng, trị liệu hoặc khoa học xã hội. Việc thay đổi nghề nghiệp vào một thời điểm nào đó không phải là điều bất ngờ. Mục tiêu của họ là chiếu sáng những gì đã từng tăm tối và chưa được biết đến.

Sự biến đổi không có gì mới mẻ đối với những người Midheaven ở Bọ Cạp. Mặc dù quá trình chuyển đổi rất căng thẳng đối với họ nhưng họ cũng hiểu rằng mình sẽ tiếp tục tồn tại. Nhờ hiểu biết sâu sắc về mặt tối của cuộc sống, họ có thể khéo léo vượt qua những tình huống khó khăn. Những tổn thương thời thơ ấu có thể ảnh hưởng đáng kể đến cuộc sống của họ, nhưng họ có thể giải quyết được nó. Tuy nhiên, điều đó có thể khiến họ muốn có quyền kiểm soát của riêng mình và không chịu sự kiểm soát của bất kỳ ai. Cuối cùng, họ phải sẵn sàng cống hiến hết mình cho một điều gì đó. Liệu họ có sẵn sàng chết vì nó, theo nghĩa bóng hay nghĩa đen? Đam mê là tất cả những gì Midheaven Bọ Cạp hướng tới và niềm đam mê phải có lợi cho thành công.

Những người Midheaven Bọ Cạp có thể dễ dàng nuông chiều bản thân quá mức, trở nên thất vọng và tức giận khi không đạt được điều mình muốn. Học cách buông bỏ nhiều thứ và những ham muốn sẽ giúp họ thành công và hạnh phúc hơn về lâu dài. Những người Midheaven Bọ Cạp đạt đến đỉnh cao khi họ biết cách cân bằng cảm xúc với trí tuệ của mình. Vội vàng kết luận có thể gây ra xung đột. Thực tế phải cần được thấu hiểu. Nếu họ có thể hiểu được nội tâm của mình, họ có thể đối phó với cảm xúc mà không bị choáng ngợp. Thay đổi là bạn của họ...họ cần sử dụng một cách sáng tạo ý chí bẩm sinh, lòng dũng cảm và khả năng chữa lành của mình để tạo điều kiện thuận lợi cho điều đó.

Thử thách:

Bọ cạp biểu hiện là người thực tế với những giá trị vật chất vững chắc, đáng tin cậy. Bọ cạp thường sợ mất vị thế này. Tuy nhiên, hình ảnh họ thể hiện chả có gì đặc biệt, nhưng họ lại mệt mỏi để duy trì nó. Trong giới hạn đó, họ có thể không bao giờ vượt qua được những giá trị của bản thân để hiểu được điều gì có giá trị đối với người khác. Kết quả chính là sự cô đơn khi không được người khác thừa nhận giá trị của mình.

Bọ Cạp có thể ngoan cố duy trì niềm tin không đổi về những gì quan trọng trong cuộc sống. Lập trường này là một công cụ "sinh tồn" mà họ đã phát triển từ thời thơ ấu và không còn hữu ích họ khi trưởng thành. Điều này có thể dẫn đến sự căng thẳng liên tục khi Bọ Cạp phải phòng thủ bảo vệ lập trường của mình trước quyền lực của người khác - điều mà họ cho là có tính đe dọa. Sự phòng thủ này lại khiến Bọ Cạp ngày càng tin chắc vào sự bất lực của chính mình.

Nếu Bọ Cạp tiếp tục tiếp cận cuộc sống với thái độ ngoan cố chống lại sự thay đổi như vậy, họ sẽ mất đi sự an ủi, sự sẻ chia cảm xúc, sự hỗ trợ thân mật từ người khác. Khi tiếp xúc quá gần người khác, họ có thể thấy mình đang thay đổi; và rồi họ có thể lại xây dựng những bức tường dày bảo vệ xung quanh những gì họ coi trọng nhất. Thái độ phòng thủ này có thể phát huy tác dụng quá tốt, khiến các đối tác hoặc đồng minh tiềm năng xa lánh khi cố gắng thân mật với Bọ Cạp, hoặc thậm chí không thể ở gần Bọ Cạp trong thời gian dài. Thay vì ngưỡng mộ, những người khác có thể coi niềm tin cơ bản của Bọ Cạp là cứng nhắc, không thể thay đổi, và sợ bị "sa lầy" vào chúng.

Bọ Cạp có thể thất bại do: mãi ở trong vùng an toàn, trở thành kẻ ưa theo đuổi sự kịch tính.

Tự thao túng (Self-Gaslighting) để thành công. Midheaven Bọ Cạp.

Thao túng chính mình ở đây là thôi miên chính mình, thay đổi bản thân, đưa bản thân vào trạng thái thành công. Hạnh phúc đến với Bọ Cạp khi họ từ bỏ tính không khoan nhượng của mình và thay vào đó họ nên cố gắng khám phá và nhận ra những gì người khác coi là có giá trị. Nhận thức được động lực của người khác và hòa nhập với họ - tức là chia sẻ nhận thức để tạo ra góc nhìn thứ ba - nâng cao ý thức về giá trị của chính Bọ Cạp cũng như những người khác.

Khi họ rời khỏi vùng an toàn để theo đuổi và thiết lập sức mạnh cá nhân thực sự của mình, Bọ Cạp có thể trải nghiệm niềm vui khi kết nối với người khác theo những cách quan trọng. Bằng cách tham gia đầy đủ vào quá trình này, họ cho phép bản thân thực hiện những thay đổi bên trong và sẵn sàng trải nghiệm những chuyển đổi cá nhân. Khi Bọ Cạp từ bỏ sự không khoan nhượng, và bắt đầu tự đánh giá về nhận thức, cảm xúc, hành vi của chính mình và thậm chí suy ngẫm về giá trị của người khác thì hạnh phúc sẽ bắt đầu đến với họ.

Bọ Cạp thành công nhờ: làm chủ bản thân và mong muốn của mình, thử thách bản thân đến mức tối đa, không ngần ngại giúp đỡ người khác trong các vấn đề sinh tử, làm sáng tỏ những điều cấm ky.

Nghề nghiệp:

Bọ cạp hạnh phúc trong những ngành nghề mà họ có cảm giác mạo hiểm, táo bạo, nắm bắt thời cơ, chẳng hạn như những ngành nghề về chính trị, tâm lý học hoặc một công việc mà họ có thể thể hiện quyền lực và sự kiểm soát. Các tình huống khủng hoảng kích thích năng lực và cảm xúc của họ. Tài năng trong việc giải quyết những tình huống như vậy chính là tài sản thực sự của họ.

Bọ Cạp hạnh phúc nhất trong những nghề đòi hỏi sự thay đổi hơn là những nghề đòi hỏi sự ổn định. Có một đối tác kinh doanh có giá trị cộng hưởng với giá trị của họ là điều cần thiết cho sự thành công của họ.

Họ có một khả năng đáng kinh ngạc trong việc hỗ trợ và trao quyền cho người khác đạt được mục tiêu thực tế của những người đó. Bọ Cạp có thể khơi dậy, kích thích người khác trải qua những biến đổi cá nhân cần thiết để khẳng định tiềm năng của chính họ.

Bọ Cạp bắt đầu thấy thỏa mãn khi họ cho phép những người xung quanh thấy họ đã sẵn sàng thay đổi và phát triển cũng như sẵn sàng chấp nhận rủi ro cả về tâm lý và thể chất. Bọ Cạp sẽ thấy thỏa mãn khi những người xung quanh thấy họ là những người có nhận thức sâu sắc về các mối quan hệ và mạnh mẽ nhờ vào khả năng của mình, khả năng xử lý cường độ cá nhân!

Làm sao để được cấp trên Midheaven Bọ Cạp chiếu cố

Để ông chủ Midheaven Bọ Cạp chiếu cố bạn, ngoài việc bạn làm việc chăm chỉ, đem lại lợi ích cho công ty và ông chủ ra, bạn còn phải biết cách sống chung với Bọ Cạp.

Sếp Bọ Cạp có thể thể hiện bản thân một cách bí ẩn, đen tối trước tập thể nhân viên. Họ muốn tự tạo ra một hình ảnh cứng rắn và có năng lực. Bạn nên làm việc nghiêm túc, thái độ nghiêm túc, thể hiện năng lực của mình. Làm việc với Bọ Cạp, bạn nên biết trên, biết dưới, tránh xuề xoà. Nếu bạn chứng minh bạn có thể giúp Bọ Cạp chinh phục mục tiêu của mình, Bọ Cạp sẽ chiếu cố bạn.

Bạn có thể bị lừa tiền bởi Midheaven Bọ Cạp không

Thưa các bạn, nhiều người vay tiền, chưa chắc họ đã có ý định quịt tiền ngay từ thời điểm vay. Nhưng vấn đề nằm ở chỗ, có một số người chỉ dám vay trong phạm vi trả được, họ không có gan vay thêm. Nhưng cũng có một số người nói liều, làm ẩu, họ vay liều, vay ẩu mà chưa biết trả được hay không. Trong phần này chúng ta đo độ vay liều, vay ẩu của Bọ Cạp thế nào.

Bọ Cạp sẵn sàng mạo hiểm để đạt được mục đích. Bọ Cạp là cung hơi cực đoan " có tất cả hoặc không có gì". Bọ Cạp rất kiên nhẫn, quyết tâm để đạt được điều mình muốn. Bọ Cạp phát triển mạnh mẽ dưới những áp lực và sẵn sàng chấp nhận rủi ro. Do đó Bọ Cạp có thể vay khoản tiền, chịu đựng áp lực và rủi ro để đạt đến đích cuối cùng.

Tuy nhiên Bọ Cạp có trạng thái tiêu cực của mình. Khi rơi vào trạng thái tiêu cực, Bọ Cạp có thể mưu mô, xảo quyệt, vô đạo đức. Khi đó họ không đáng tin cậy để được vay tiền.

Phần này không chỉ nói về khả năng quịt tiền mà còn nói về khả năng lừa đảo, chiếm đoạt tài sản của một người. Khi hùn vốn làm ăn, cho vay, hay bất cứ giao dịch kinh tế nào, bạn cũng nên biết phần này.

Đường thành công của Midheaven Bọ Cạp có thể như thế này

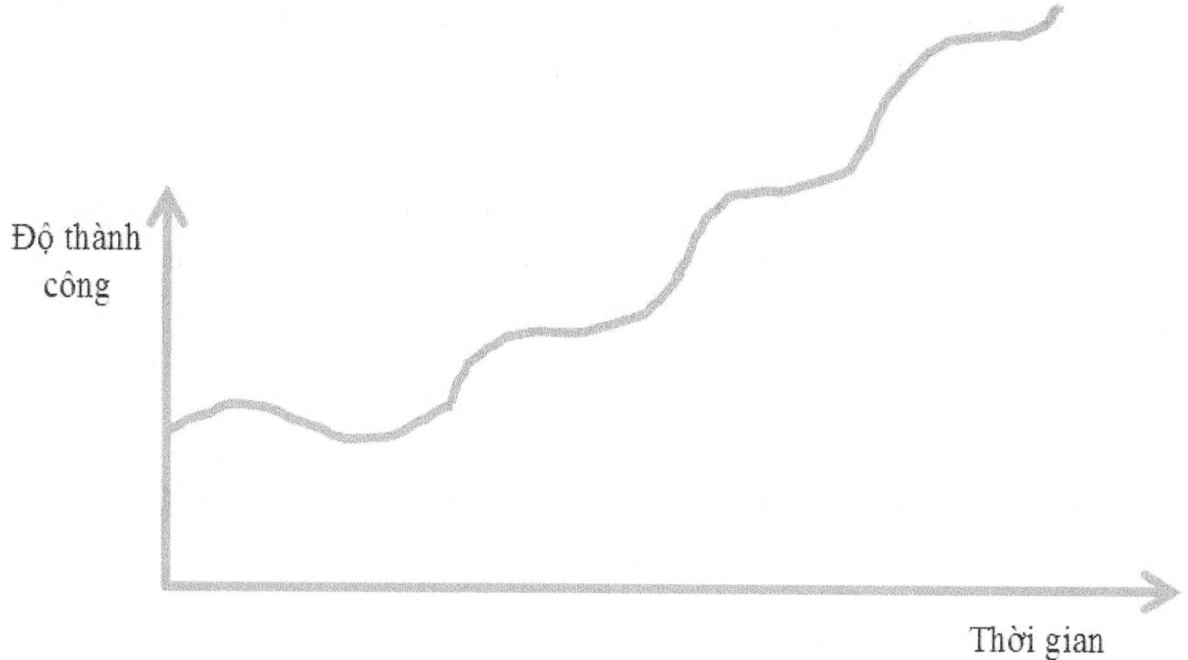

Ban đầu khi chưa bắt nhịp, khi còn nằm trong vùng an toàn, sự nghiệp của Bọ Cạp có thể chưa ổn lắm. Khi rời bỏ vùng an toàn của mình và bắt đầu bắt nhịp, sự nghiệp của Bọ Cạp sẽ bắt đầu đi lên. Khi Bọ Cạp bắt đầu biết nắm thời cơ, táo bạo và mạo hiểm, biết chấp nhận sự thay đổi, Bọ Cạp sẽ bắt đầu đi lên. Bọ Cạp có thể trải qua nhiều lần thành công, thất bại và làm lại trong sự nghiệp. Nhưng cho dù là vậy, với ý chí và nghị lực, sự nghiệp của Bọ Cạp vẫn luôn bước tới.

Lời khuyên dành cho Bọ Cạp để tránh thất bại đến mức tối đã là nên giúp đỡ người khác, hỗ trợ người đó đạt được mục tiêu, khơi dậy, kích thích người đó phát huy hết tiềm năng. Đến lượt mình Bọ Cạp sẽ nhận được sự tương trợ khi gặp thất bại, hoặc nhận được sự hỗ trợ để tránh thất bại.

Lưu ý: nếu các bạn đọc phần này thấy không đúng lắm, rất có thể bạn là cung lai chứ không phải cung thuần. Đọc kĩ đầu chương.

MidheavenBọCạp   ảnhhưởngđếnhạnhphúchônnhânnhư thếnào

Ngày nay rất hiếm có chuyện "một túp lều tranh, hai trái tim vàng". Một người chỉ biết tiết kiệm còn một người chỉ biết tiêu thì dần dần sẽ dẫn đến ly hôn.

Midheaven Bọ Cạp là cung " có tất cả hoặc không có gì". Cuộc đời Bọ Cạp có những thành công, cũng có những thất bại. Nếu bạn là vợ, chồng của bọ cạp, bạn nên sát cánh cùng Bọ Cạp. Nhưng nếu Bọ Cạp ở trạng thái " không có gì" thì tốt nhất bạn nên là người giữ tiền.

Midheaven Nhân Mã

Midheaven Nhân Mã có trực giác và hay trầm ngâm suy nghĩ. Họ thích lên kế hoạch cho mọi thứ. Họ có năng khiếu nhìn thấy tương lai và tìm ra cách tốt nhất để đến được nơi họ muốn nhìn từ hiện tại. Khi còn nhỏ, họ có thể hơi cả tin, bị kéo theo nhiều hướng khác nhau, nhưng dần dần họ học được cách chọn ra những ý tưởng phù hợp nhất với mình. Họ bị thôi thúc mạnh mẽ là phải chia sẻ kiến thức của mình cho người khác và sẽ tìm ra nền tảng để làm được điều này. Họ có thể tiếp tục học tập suốt đời và làm việc trong các lĩnh vực liên ngành. Họ cảm thấy họ phải tìm được vị trí của mình trong bức tranh toàn cảnh của cuộc sống.

Midheaven Nhân Mã thích một chút phiêu lưu, đặc biệt là những hoạt động đòi hỏi chuyên môn. Họ có khả năng thực hiện nhiều dự án cùng một lúc. Họ thích cuộc sống đầy thử thách; và rất ghét sự nhàm chán. Họ đầy tham vọng, mặc dù của cải và vật chất không thực sự có ý nghĩa nhiều đối với họ.

Những người Midheaven Nhân Mã thường bảo thủ và có thể bị người khác coi là cứng đầu. Tuy nhiên, họ có thể cởi mở hơn khi đối mặt với những bằng chứng thuyết phục. Họ thích những cuộc tranh luận lành mạnh và thực sự có thể khá linh hoạt. Tỏ ra bướng bỉnh là để tạo ra vùng an toàn của riêng mình. Họ khá triết lý. Họ có quan điểm rất rõ ràng về tâm linh và tôn giáo, ngay cả khi bản thân họ không thực hành một tôn giáo chính thức. Họ có thể thấy mình ở vị trí lãnh đạo truyền cảm hứng cho người khác.

Những người Midheaven Nhân Mã làm tốt nhất những công việc mang lại cho họ sự độc lập, du lịch và những thử thách về tinh thần. Họ không ngại làm những việc có ích cho người khác. Họ sẵn sàng làm việc chăm chỉ và có thể sử dụng ảnh hưởng ngày càng tăng của mình để đạt được mục tiêu. Midheaven Nhân Mã có thể có nhiều hơn một sự nghiệp trong đời(tức là họ thành công trong nhiều lĩnh vực). Một số nghề nghiệp có thể hấp dẫn họ bao gồm chính trị, chức vụ tôn giáo, diễn xuất, bán hàng, viết văn, giảng dạy, đại lý, thăng chức hoặc gây quỹ. Họ thích làm việc với công chúng theo một cách nào đó.

Họ có thể gặp khó khăn với người hướng dẫn vào một thời điểm nào đó trong sự nghiệp của mình hoặc bị đặt vào tình huống mà họ chưa được chuẩn bị. Một vấn đề mà họ dường như thường phải đối mặt đó là không thể sống ở hiện tại vì họ quá tập trung vào tương lai. Sự trầm tư suy ngẫm là điều tốt cho họ, nhờ vậy họ có thể đánh giá cao những gì họ đã đạt được và tận hưởng khoảnh khắc đó. Họ có thể phải tìm kiếm rất lâu mới tìm được chính xác những gì họ cảm thấy phải tìm.

Thử thách:

Khi Nhân Mã có thể liên quan và đồng cảm một cách mơ hồ với nhiều người, nhiều ý tưởng khác nhau, khi Nhân Mã biểu hiện là một người biết nhiều lĩnh vực nhưng không chuyên vào lĩnh vực nào, thì Nhân Mã cảm thấy an toàn với điều đó. Và Nhân Mã không muốn mất đi sự an toàn này. Thiếu tập trung có thể là nguyên nhân khiến họ sa sút; nó khiến họ cảm thấy bất hạnh khi bị người khác cho là " dàn trải, không tập trung" và khiến họ không được người khác coi trọng.

Bằng cách cố gắng giao tiếp với mọi người, Nhân Mã khuếch tán năng lượng cơ bản bên trong của mình, tiếp nhận nhiều quan điểm mâu thuẫn nhau như thể những quan điểm đó là của riêng họ. Việc gắn bó với sự "đa dạng" này - và nỗi sợ mất nó - có thể khiến họ từ bỏ việc nuôi dưỡng một mối quan hệ thân mật sâu sắc. Thái độ hời hợt của Thiên Đỉnh Nhân Mã có thể khiến người khác không muốn đến gần. Vì vậy, khi mãi là một đứa trẻ tò mò, Nhân Mã chỉ biết về bề nổi của mọi lĩnh vực, điều này chính là sự bất hạnh của Nhân Mã.

Nhân Mã có thể thất bại do: đóng vai kẻ đạo đức giả hoặc người bán hàng vô đạo đức, cẩu thả, lãng phí, ăn bám.

Tự thao túng (Self-Gaslighting) để thành công. Midheaven Nhân Mã:

Thao túng chính mình ở đây là thôi miên chính mình, thay đổi bản thân, đưa bản thân vào trạng thái thành công. Hạnh phúc sẽ đến với Nhân Mã khi mà sự hời hợt trong việc tìm hiểu được thay thế bằng mong muốn tha thiết đạt được một viễn cảnh rộng lớn hơn. Bất cứ khi nào và bất cứ nơi nào họ duy trì sự tập trung này, trực giác của họ sẽ được kích hoạt. Khi nhân mã bắt đầu nhìn tổng quan mọi thứ một cách chu đáo, khôn ngoan để tìm
ra giải pháp, điều này sẽ giúp cho Nhân Mã tiếp cận được sức mạnh và sự ổn định của các năng lượng tinh thần và cảm xúc.

Sự chọn lọc là chìa khóa cho Nhân Mã. Bằng giảm sự chú ý ra khỏi những điều tầm thường vô tận của cuộc sống và chú ý vào những cái hay hơn, để tìm kiếm những giải pháp triết lý rộng rãi, họ trải nghiệm niềm vui và sự an toàn thực sự. Và bằng cách đi trên con đường đúng đắn của chuẩn mực đạp đức, hành vi tốt
 đẹp, tôn trọng sự thật, họ vừa tôn trọng bản thân vừa nhận được sự tôn trọng từ

người khác. Nhẫn Mã thành công nhờ: đánh thức người khác/khơi dậy sự quan tâm của họ đối với bức tranh toàn cảnh, đầu tư vào tương lai; lên tiếng chống lại sự bất công hoặc đạo đức giả; tận hưởng cuộc hành trình mà không cần sự đảm bảo về đích đến (hoặc kết quả rõ ràng).

Nghề nghiệp:

Nhân Mã hạnh phúc nhất trong những nghề có nhiều tự do cá nhân. Đây có thể là những nghề liên quan đến du lịch nước ngoài, xuất nhập khẩu, du lịch mạo hiểm. Họ có mong muốn bẩm sinh là truyền cảm hứng cho người khác vượt qua giới hạn của bản thân và khám phá những điều mới mẻ. Tùy thuộc vào sở thích của họ, họ có thể là lãnh đạo tôn giáo vĩ đại hoặc một diễn giả truyền cảm hứng.

Để Nhân Mã hạnh phúc trong sự nghiệp, họ cần có một phần cảm hứng trong đó. Để Nhân Mã hạnh phúc trong sự nghiệp, thì trong đó phải có sự công nhận về những nguyên tắc đạo đức, luật pháp, niềm tin và đúng trật tự. Niềm lạc quan một cách tự nhiên và sự tin tưởng vào những kết quả tích cực là điều tốt đẹp mà Nhân Mã mang lại. Họ thường lựa chọn công việc mà họ có thể thể hiện tính tự phát, theo đuổi cảm giác phiêu lưu. Họ hạnh phúc nhất trong những nghề có sự mở rộng hơn là những nghề ổn định.

Nhân Mã thỏa mãn nếu những người xung quanh xem họ là những nhà tư tưởng nghiêm túc, những người tìm kiếm chân lý. Nhân Mã thỏa mãn nếu những người xung quanh xem họ là những người giữ vững mục tiêu và đầy cảm hứng. Nhân Mã thỏa mãn nếu những người xung quanh xem họ là những người quan tâm đến sự chính trực, chuẩn mực và đạo đức. Nhân Mã thỏa mãn nếu những người xung quanh xem họ là những người sẵn sàng giảng dạy, truyền cảm hứng cho người khác thông qua việc chia sẻ quan điểm sống rộng lớn của họ.

Làm sao để được cấp trên Midheaven Nhân Mã chiếu cố

Để được cấp trên chú ý và chiếu cố, bạn cần toả sáng. Tuy nhiên, nếu bạn toả sáng trong tập thể, nhiều khi bạn sẽ bị tập thể coi là trịch thượng, muốn chơi trội. Do đó, bạn chỉ cần toả sáng trước mặt cấp trên của bạn là đủ. Bạn nên thể hiện ý tưởng, ý kiến, sự hiểu biết của mình với Nhân Mã. Nhân Mã sẽ vui vẻ đón nhận điều đó. Nhân Mã không ngại mạo hiểm và có những ý tưởng mới. Do đó, nếu bạn có những ý tưởng mới, thậm chí táo bạo thì đừng ngần ngại nói với Nhân Mã. Nhân Mã rất hoà đồng nên bạn có thể cảm thấy thoải mái khi làm việc cho Nhân Mã. Bạn nên xin lời khuyên từ Nhân Mã và xem Nhân Mã như người truyền cảm hứng của bạn.

Nếu bạn bất đồng với Nhân Mã về điều gì, bạn nên đưa ra bằng chứng nhìn thấy được, thay vì tranh luận quá nhiều.

Bạn có thể bị lừa tiền bởi Midheaven Nhân Mã không

Thưa các bạn, nhiều người vay tiền, chưa chắc họ đã có ý định quịt tiền ngay từ thời điểm vay. Nhưng vấn đề nằm ở chỗ, có một số người chỉ dám vay trong phạm vi trả được, họ không có gan vay thêm. Nhưng cũng có một số người nói liều, làm ẩu, họ vay liều, vay ẩu mà chưa biết trả được hay không. Trong phần này chúng ta đo độ vay liều, vay ẩu của Nhân Mã thế nào.

Nhân Mã khi làm việc cần nhiều sự tự do và cảm hứng. Họ thích phiêu lưu và đôi khi tự phát. Nhân Mã thể hiện là người vui vẻ, thân thiện, cởi mở, tò mò, hào phóng, tràn đầy niềm vui về cuộc sống. Do họ làm việc theo kiểu cảm hứng, tự phát, phiêu lưu, nên sau khi vay tiền để làm việc gì đó, cũng có thể họ sẽ thành công, cũng có thể họ sẽ thất bại.

Phần này không chỉ nói về khả năng quịt tiền mà còn nói về khả năng lừa đảo, chiếm đoạt tài sản của một người. Khi hùn vốn làm ăn, cho vay, hay bất cứ giao dịch kinh tế nào, bạn cũng nên biết phần này.

Đường thành công của Midheaven Nhân Mã có thể như thế này

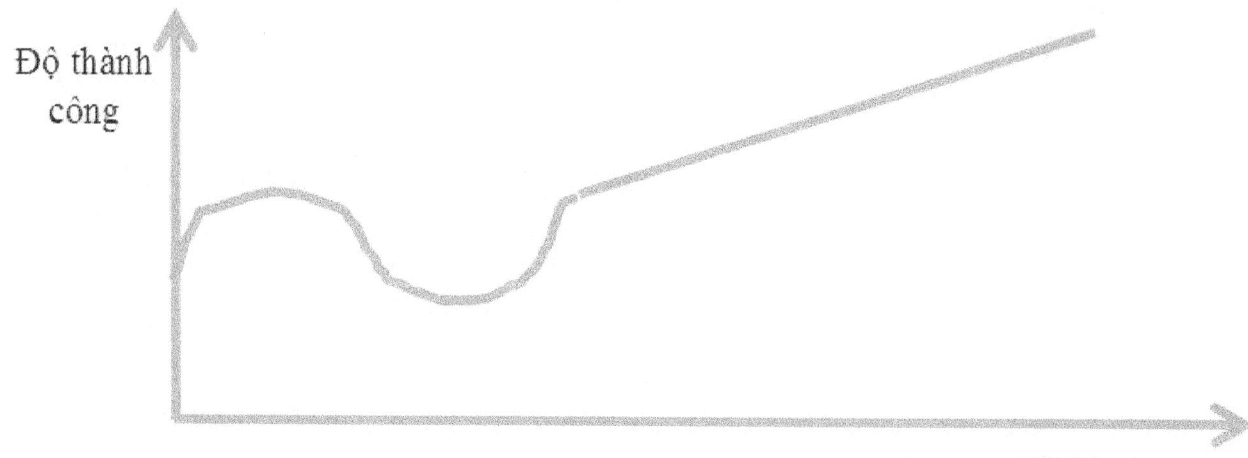

Nhân Mã có tài nhìn xa, luôn luôn học hỏi, thích trải nghiệm. Họ không thích bị ràng buộc vào bất cứ cái gì. Ban đầu, sự nghiệp của Nhân Mã có thể bấp bênh do sự tự phát, làm việc cảm hứng của Nhân Mã, nhưng khi Nhân Mã đã bắt đầu

56

bắt nhịp thì mọi thứ sẽ trơn tru. Khi đó Nhân Mã giống như một ngôi sao trên đường sự nghiệp của mình.

Lời khuyên dành cho Nhân Mã để thành công hơn, tránh tối đa thất bại là Nhân Mã nên làm thử nhiều để có nhiều thành tựu (dù là nhỏ), thậm chí có cả thất bại, những cái này sẽ là vốn liếng cho Nhân Mã sau này, khi Nhân Mã bắt đầu bắt nhịp.

Lưu ý: nếu các bạn đọc phần này thấy không đúng lắm, rất có thể bạn là cung lai chứ không phải cung thuần. Đọc kĩ đầu chương.

Midheaven Nhân Mã ảnh hưởng đến hạnh phúc hôn nhân như thế nào

Ngày nay rất hiếm có chuyện "một túp lều tranh, hai trái tim vàng". Một người chỉ biết tiết kiệm còn một người chỉ biết tiêu thì dần dần sẽ dẫn đến ly hôn.

Midheaven Nhân Mã đôi khi thích phiêu lưu, tự phát. Nếu bạn là vợ chồng của Nhân Mã, bạn nên ủng hộ nhân mã nhưng cũng nên giữ một khoản an toàn nào đó cho gia đình.

Midheaven Ma Kết

Midheaven Ma Kết muốn quan tâm đến người khác. Họ biết chính xác những gì họ có thể đạt được. Họ thường tự tin và có thể xử lý hầu hết mọi tình huống. Những người Midheaven Ma Kết là những người kiên nhẫn, công bằng và cẩn thận. Vẻ bề ngoài của họ toát ra vẻ quyền lực mà người khác vừa nhìn đã tin tưởng. Công việc được họ thực hiện rất nghiêm túc và họ luôn xem xét trước khi nhảy qua việc khác. Nhiều lúc có vẻ như họ đang phớt lờ người khác nhưng thực ra họ chỉ hoàn toàn tập trung vào những gì mình đang làm. Họ thận trọng trong mọi trường hợp mà có thể ảnh hưởng đến địa vị hoặc danh tiếng của họ. Họ không ngại cạnh tranh hay làm việc chăm chỉ để đạt được mục tiêu về quyền lực. Tuy nhiên nếu họ lạm dụng những điều này có thể dẫn tình trạng bị ghét bỏ.

Những người Midheaven Ma Kết muốn tạo ra những tác động tích cực lên thế giới. Đáng tin cậy và có trách nhiệm, họ luôn có việc gì đó cần phải làm. Mục tiêu rất quan trọng đối với họ và họ sẽ làm bất cứ điều gì cần thiết để đạt được chúng. Họ muốn một sự nghiệp mà trong đó công việc có độ khó tăng dần, địa vị từ thấp lên cao. Như vậy họ có thể thấy các bước cần thực hiện để tiến bộ. Bất cứ điều gì mang lại cho họ sự ổn định, giàu có và thành công đều có thể được xem xét. Họ có ý thức mạnh mẽ về nghĩa vụ và sự cống hiến. Trách nhiệm và áp lực đi kèm với điều này.

Những người Ma Kết Midheaven là những người thực tế và có hệ thống. Họ muốn có nhiều sự lựa chọn. Họ không muốn cảm thấy bị mắc kẹt trong bất cứ điều gì, ngay cả sự nghiệp. Cuối cùng, họ có thể kìm nén cảm xúc của mình và tránh những tình huống đau đớn để có thể giữ được sự khách quan. Khi họ ở trong tình huống có thể bày tỏ cảm xúc của mình, bạn sẽ biết được con người thật của họ. Họ biết cách nhận được sự tôn trọng từ những người xung quanh và biết cách tận dụng tối đa nguồn lực và thời gian của mình.

Những người Midheaven Ma Kết có đời sống tinh thần cao, giúp họ vượt lên trên những mối quan tâm vụn vặt về thế giới vật chất xung quanh. Những tình huống vô lý là những thử thách thực sự dành cho những người Midheaven Ma Kết. Nếu họ cố gắng vượt qua những thử thách này mà không hiểu được bức tranh toàn cảnh, họ có thể trở nên phán xét và cay đắng. Nhưng nếu họ có thể vượt qua những tình huống này, cuối cùng họ có thể vượt lên trên chúng và tìm thấy sức mạnh bên trong của mình. Họ là những cố vấn xuất sắc. Sẽ là khôn ngoan nếu họ lắng nghe những tín hiệu từ cơ thể để cho họ biết khi nào nên dừng lại và thư giãn.

Thử thách:

Ma kết có thể biểu hiện là người phụ thuộc, nhạy cảm về cảm xúc và dễ tổn thương. Lập trường này là một công cụ sinh tồn, khiến họ cảm thấy an toàn mà họ đã phát triển từ thời thơ ấu và không còn hữu ích họ khi trưởng thành. Ma kết không muốn mất đi sự an toàn này. Họ tránh việc xác lập hướng đi riêng cho mình trong cuộc sống, không muốn có nguy cơ đánh mất sự tin cậy và ấm áp của những gắn bó thân thiết trong gia đình.

Điều này lại mang đến cảm giác bất hạnh vì Ma Kết cảm thấy không thực sự có khả năng, và không kiểm soát được số phận của chính mình. Vì họ thường xuyên bị chi phối bởi những ý muốn bất chợt và tâm trạng của những người xung quanh.

Nếu Ma Kết duy trì vị thế nhạy cảm, không có khả năng tự vệ, họ dễ bị sự thất vọng của người khác làm họ thất vọng theo. Họ có nhu cầu sở hữu những người thân thiết để cảm thấy an toàn hơn, nhưng điều này có thể khiến những người đó tìm cách thoát ra khỏi sự ngột ngạt do Ma Kết tạo ra. Do đó việc sở hữu này vô tình bóp nghẹt những người xung quanh, khiến những người xung quanh muốn bảo vệ bản sắc riêng của mình và không muốn tới gần Ma Kết.

Ma Kết có thể thất bại do: đắm mình trong sự tủi thân và đố ky, đặt tham vọng lên trên người mình yêu thương.

Tự thao túng (Self-Gaslighting) để thành công. Midheaven Ma Kết:

Thao túng chính mình ở đây là thôi miên chính mình, thay đổi bản thân, đưa bản thân vào trạng thái thành công. Hạnh phúc đến với Ma Kết khi Ma Kết bắt đầu chịu trách nhiệm về định hướng cho cuộc sống của họ, có thái độ vui vẻ thay vì thái độ dễ bị tổn thương, phụ thuộc vào người khác, hoặc thiếu thốn về cảm xúc. Khi họ bắt đầu thể hiện uy quyền cá nhân, họ bắt đầu hướng tới thành công, cả về cá nhân lẫn sự nghiệp.

Ma kết sẽ bắt đầu cảm nhận được niềm vui cá nhân khi họ không còn nhận thấy rằng sự an toàn của mình không còn phải dựa trên việc liệu người khác có quan tâm đến Ma Kết hay không. Đó là khi Ma Kết bắt đầu nhận trách nhiệm về cuộc sống của chính mình. Ma kết sẽ nhận được sự tôn trọng và quan tâm của những người xung quanh không phải vì Ma Kết đòi hỏi như vậy mà đây như là kết quả tất yếu của việc Ma Kết hành động có trách nhiệm.

Sự tự lập của Ma Kết giúp họ giải phóng những ràng buộc về cảm xúc mà họ áp đặt lên các mối quan hệ xung quanh họ. Điều này cho phép những người xung quanh được là chính mình, không còn sợ hãi khi dành tình cảm cho Ma Kết. Người xung quanh có thể đến gần Ma Kết mà không sợ ảnh hưởng gì đến những gì họ mong muốn.

Thay vì cố gắng độc chiếm cảm xúc của người khác, Ma Kết có thể tập trung năng lượng vào việc đạt được mục tiêu của riêng mình, trở thành hình mẫu cho người khác ngưỡng mộ, chỉ khi đó Ma Kết mới bắt đầu cảm thấy hạnh phúc.

Nghề nghiệp:

Ma Kết thành công nhờ kỷ luật, kiên trì, sống thực tế và tha thứ cho lỗi lầm của chính mình; phát triển danh tiếng xuất sắc sau một thời gian dài học việc.

Ma Kết nên làm ông chủ. Khi Ma Kết thành CEO, tất cả mọi người đều thành công. Ma Kết biết cách tổ chức người trong nhóm để đạt được mục tiêu chung vì Ma Kết có khiếu kinh doanh bẩm sinh. Họ xuất sắc ở vị trí quản lý, nơi họ quản lý, sắp xếp người khác để tạo ra thành quả.

Những lựa chọn nghề nghiệp của Ma Kết sẽ kích hoạt tinh thần trách nhiệm của Ma Kết, và tinh thần trách nhiệm này sẽ tạo ra kết quả thành công. Họ biết cách xử lý khi các tình huống kinh doanh sinh lời xuất hiện. Họ có ý thức tự nhiên về địa vị, và không ngần ngại tiến lên phía trước, đảm nhận vị trí khiến họ được tôn trọng, và có địa vị.

Khi Ma Kết được những người xung quanh xem là người đáng được tôn trọng: có trách nhiệm, có tổ chức, có năng lực, vận hành được cuộc sống của mình, và có thể quản lý được nhiều tình huống khác nhau để đạt được kết quả tốt nhất có thể, khiến đôi bên cùng có lợi, thì khi đó Ma Kết sẽ cảm thấy thỏa mãn.

Làm sao để được cấp trên Midheaven Ma Kết chiếu cố

Để được cấp trên chú ý và chiếu cố, bạn cần toả sáng. Tuy nhiên, nếu bạn toả sáng trong tập thể, nhiều khi bạn sẽ bị tập thể coi là trịch thượng, muốn chơi trội. Do đó, bạn chỉ cần toả sáng trước mặt cấp trên của bạn là đủ. Bạn có thể thể hiện bản thân trước Ma Kết nhưng đừng tỏ ra lấn lướt Ma Kết. Một ý kiến bạn biết Ma Kết sẽ đồng ý nhưng vẫn nên hỏi Ma Kết một tiếng về nó.

Bạn nên tỏ thái độ chấp hành, nghe theo Ma Kết. Nếu bạn có chính kiến, ý tưởng riêng, bạn nên hỏi ý kiến Ma Kết về những ý tưởng đó. Ma Kết vốn có tài lãnh đạo, đó đó chỉ cần bạn làm tốt công việc, không có dấu hiệu xấu gì, Ma Kết sẽ chiếu cố bạn.

Phong cách làm việc của Ma Kết chú trọng sự ổn định hơn là sự đột phá. Bạn nên lưu ý điều này.

Bạncóthểbịlừatiềnbởi MidheavenMaKếtkhông

Thưa các bạn, nhiều người vay tiền, chưa chắc họ đã có ý định quịt tiền ngay từ thời điểm vay. Nhưng vấn đề nằm ở chỗ, có một số người chỉ dám vay trong phạm vi trả được, họ không có gan vay thêm. Nhưng cũng có một số người nói liều, làm ẩu, họ vay liều, vay ẩu mà chưa biết trả được hay không. Trong phần này chúng ta đo độ vay liều, vay ẩu của Ma Kết thế nào.

Ma Kết làm việc một cách có hệ thống, từng bước có chiến lược. Ma Kết thường có tinh thần trách nhiệm cao, và rất thận trọng. Do đó, Ma Kết thường không liều và ẩu trong vay tiền.

Phần này không chỉ nói về khả năng quịt tiền mà còn nói về khả năng lừa đảo, chiếm đoạt tài sản của một người. Khi hùn vốn làm ăn, cho vay, hay bất cứ giao dịch kinh tế nào, bạn cũng nên biết phần này.

ĐườngthànhcôngcủaMidheaven này

Ma Kết cóthểnhưthế

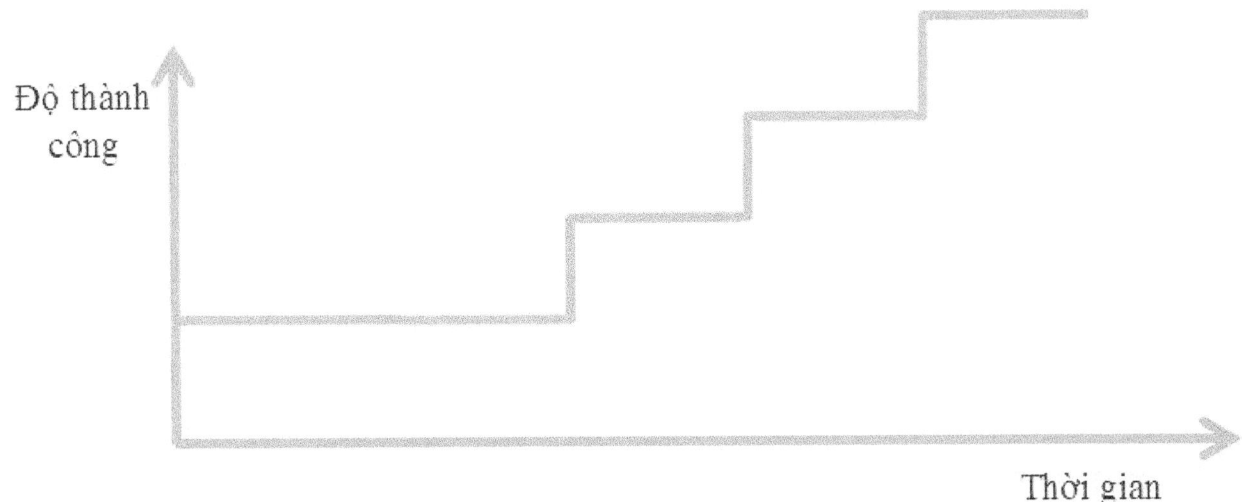

Ma Kết muốn có một sự nghiệp có độ khó tăng dần. Ma Kết chăm chỉ, đáng tin cậy, rất kiên nhẫn, hiếm khi vội vã, hành động rất tinh ý. Ma Kết làm tốt nhất khi di chuyển ở vị trí hiện tại đến vị trí họ mong muốn, từng bước, từng bước một.

Lời khuyên dành cho Ma Kết để có thêm những bước ngoặc trong sự nghiệp là Ma Kết nên tìm hiểu về Jupiter của mình để thu hút thêm sự may mắn.

Lưu ý: nếu các bạn đọc phần này thấy không đúng lắm, rất có thể bạn là cung lai chứ không phải cung thuần. Đọc kĩ đầu chương.

Midheaven Ma Kết ảnh hưởng đến hạnh phúc hôn nhân như thế nào

Ngày nay rất hiếm có chuyện "một túp lều tranh, hai trái tim vàng". Một người chỉ biết tiết kiệm còn một người chỉ biết tiêu thì dần dần sẽ dẫn đến ly hôn.

Tiền giao cho Ma Kết thì yên tâm. Nếu bạn là vợ, chồng của Ma Kết, bạn khỏi lo về Ma Kết.

Midheaven Bảo Bình

Midheaven Bảo Bình thích học hỏi. Họ sợ tỏ ra ngu ngốc trước mặt người khác, vì vậy họ sẽ nghiên cứu bất cứ thứ gì và mọi thứ để chứng minh với bản thân rằng họ biết những gì họ nghĩ là họ biết. Tất cả những nghiên cứu này giúp họ đưa ra những lựa chọn sáng tạo khi tình hình khó khăn. Mặt khác, họ có thể tỏ ra kiêu ngạo hoặc dành quá nhiều thời gian cho những việc tầm thường. Thông tin không tương thích với những gì họ biết có thể bị bỏ qua hoặc thậm chí bị từ chối.

Midheaven Bảo Bình có kỹ năng đánh giá những ý tưởng mới và biến chúng thành hành động. Kế hoạch dự phòng là đặc sản của họ. Họ biết rằng điều gì đó bất ngờ luôn có khả năng xảy ra. Khi mọi thứ đang diễn ra theo đúng ý mình, họ biết chính xác khi nào nên chờ đợi và khi nào nên nhảy vọt.

Những người có Midheaven Bảo Bình làm việc với người khác trên cơ sở hợp tác. Họ là những cầu thủ xuất sắc của đội. Họ thích cho đồng nghiệp không gian riêng để họ có thể làm hết sức mình thay vì giám sát họ. Họ linh hoạt và dễ chịu, mặc dù họ rất cảnh giác khi bị thao túng. Họ có thể suy nghĩ thấu đáo về những tình huống thao túng này và có thể biến mọi thứ chuyển biến theo chiều hướng tích cực. Họ sáng tạo, thường giúp ích cho mọi người và là người truyền năng lượng trực tiếp cho những người xung quanh. Họ tự tin vào trực giác của mình và không để sự thất vọng hay lo lắng đè nặng lên mình. Họ có tài sáng tạo ra thứ gì đó.

Những cá nhân Midheaven Bảo Bình phải có sự tự do trong công việc của mình. Họ thực sự thích một vị trí mà chỉ họ mới có thể thực hiện được. Họ cần một công việc cho phép họ thành công một cách bền vững. Họ là ứng cử viên sáng giá cho công việc tự kinh doanh nếu họ học cách tập trung và biết cái gì nên ưu tiên. Công việc mang tính nhân đạo là một niềm yêu thích của họ. Họ thường miễn cưỡng chấp nhận rủi ro trong sự nghiệp của mình, mặc dù để thành công, họ cần phải học cách nắm bắt cơ hội có lợi nhất. Không có gì lạ khi một người Midheaven Bảo Bình chuyển hướng giữa dòng và làm điều gì đó khác biệt. Họ có thể tìm việc làm trong lĩnh vực y học, tổ chức xã hội, gây quỹ, nghiên cứu, tài chính, thiên văn học, thời trang, kỹ thuật, thiết kế, nghệ thuật, âm nhạc, máy tính và truyền thông, nhưng không loại trừ điều gì đó hoàn toàn bất thường hoặc không chính thống. Trên thực tế, những người có Midheaven Bảo Bình nổi tiếng với việc đi ngược lại quy ước khi cần thiết. Họ theo kịp các xu hướng hiện tại và tìm cách làm mọi thứ tốt hơn cho nhân loại.

Một điều thú vị về những người có Midheaven Bảo Bình là họ có thể có hai quan điểm trái ngược nhau cùng một lúc; họ có thể rất bảo thủ và vẫn có những quan điểm phù hợp với thực tế. Họ có thể vừa thách thức vừa tuân thủ cùng một lúc.

Thử thách:

Bảo bình chỉ giới hạn bản thân ở một số bạn bè thân thiết, họ sợ rằng nếu họ có nhiều bạn bè hơn, họ sẽ giảm đi sự thân thiết. Lập trường này là một công cụ "sinh tồn" mà họ đã phát triển từ thời thơ ấu và không còn hữu ích họ khi trưởng thành. Nó làm họ thấy bất an, không hạnh phúc khi không tìm thấy sự trung thành từ người mà họ muốn tin tưởng.

Bảo bình muốn người xung quanh phải ngừng tranh cãi với Bảo Bình để chứng tỏ sự trung thành của họ với Bảo Bình. Bảo bình thích những biểu hiện đầy kịch tính như thế này. Nhưng điều này chỉ khiến Bảo Bình bị cô lập.

Bảo Bình thường hành động một cách đột ngột, kịch tính, buộc người khác phải ngừng tranh cãi để "chứng minh" lòng trung thành của họ, và điều này khiến Bảo Bình bị cô lập. Không ai muốn đến gần rồi bị "thổi bay" bởi sự kịch tính trong hành động của Bảo Bình. Bảo bình có thể xa cách người khác bởi vì những yêu cầu vô lý của mình, sau đó Bảo Bình lại tự hỏi vì sao người khác lại không thích họ, không trung thành với họ. Quá trình này dẫn đến bất hạnh do Bảo Bình không thể vượt qua được những bi kịch của bản thân, để có được tình yêu đích thực từ người xung quanh.

Bảo Bình có thể thất bại do: độc đoán trong cách tiếp cận vấn đề; thiên vị, không khoan dung; mất lương tâm.

Tự thao túng (Self-Gaslighting) để thành công. Midheaven Bảo Bình:

Thao túng chính mình ở đây là thôi miên chính mình, thay đổi bản thân, đưa bản thân vào trạng thái thành công. Bảo bình nên loại bỏ những kỳ vòng phi thực tế về "tình cảm", cũng như không nên yêu cầu người xung quanh chấp nhận tầm quan trọng của Bảo Bình. Thay vào đó Bảo Bình nên hướng đến thực tế khách quan về bản chất con người, về họ và người xung quanh. Khi Bảo Bình bắt đầu có các tiêu chuẩn khách quan, không thiên vị, đảm bảo dòng chảy tình cảm không đổi, trực giác của Bảo Bình sẽ cảm nhận được nhiều ý nghĩa lớn hơn, khi đó Bảo Bình có thể dễ dàng hợp tác với người khác và thành công hơn.

Khi Bảo Bình tiếp cận các mối quan hệ một cách khách quan, chấp nhận người khác một cách bình đẳng, khi đó Bảo Bình có thể thực hiện được những việc làm độc đáo và có thể đạt được ước mơ chung. Và khi đó Bảo Bình mới hạnh phúc.

Khi họ cống hiến cho mục đích của tập thể hơn là mục đích riêng của cá nhận họ, khi họ giảm bớt nhu cầu cái tôi của họ phải được chú ý, và tập trung hoàn thành những mục tiêu chung, họ sẽ thu hút những người cùng lý tưởng và bắt đầu vuivẻ khi tham gia bình đẳng vào nỗ lực của nhóm.

Bảo bình nên thừa nhận tài năng, khả năng đóng góp của người khác. Khi Bảo Bình công nhận tài năng của người khác, tự khắc Bảo Bình sẽ nhận lại sự công nhận mà họ luôn tìm kiếm. Cái Bảo Bình nhận được có khi còn nhiều hơn mong đợi. Khi họ mở rộng tình yêu thương với đồng loại, họ sẽ tạo ra sự tự do về mặt cảm xúc, và có thể thu hút các mối quan hệ để hỗ trợ họ.

Thử thách với Bảo Bình là loại bỏ những tiêu chuẩn phi thực tế về lòng trung thành trong các mối quan hệ, thay vào đó là mở rộng và thực hiện những lý tưởng yêu thương của riêng họ. Bằng cách nhìn người khác trên cơ sở hiểu biết, bao dung, từ bi, Bảo Bình sẽ cảm nhận được sự ổn định về cảm xúc và một tình yêu bền vững.

Bảo Bình thành công nhờ: đứng trên lập trường cá nhân vì đại nghiệp chung, chấp nhận sự khác biệt, dấn thân vào con đường ít người đi, có quan điểm độc đáo.

Nghề nghiệp:

Bảo bình hạnh phúc nhất khi làm việc với nhiều người trong một nhóm. Họ tìm kiếm sự bình đẳng trong công việc của mình, để thấy rằng mọi người đều có cùng quan điểm, làm việc vì cùng một mục tiêu.

Bảo bình thích những nghề nghiệp độc đáo. Họ muốn một nghề nghiệp mang lại cho họ sự sáng tạo. Họ thích làm việc trong những nghề mà họ có thể tùy ý hành động hoặc cư xử theo cách không phù hợp với tiêu chuẩn, chuẩn mực. Tình bạn là một phần trong công việc, và việc hoàn thành mục tiêu của nhóm sẽ truyền cảm hứng cho Bảo Bình học cách chịu trách nhiệm và thành công. Bảo bình hạnh phúc nhất ở những vị trí mang lại cho họ nhiều sự tự do, và họ có thể có những ý tưởng đổi mới. Bảo bình thích những việc làm giúp họ thúc đẩy niềm tin của họ vào sự bình đẳng của loài người.

Khi người xung quanh cảm nhận họ là người nhận đạo, yêu thương người khác, hài hước, thân thiện, khi đó Bảo Bình sẽ thấy hài lòng. Khi Bảo Bình tiếp cận công việc với tư cách một nhà tư tưởng độc đáo, có nhiều hiểu biết sâu sắc về bản chất con người, và có sự khoan dung với nhược điểm của người khác, khi đó Bảo Bình tiếp cận với thành công. Khi Bảo Bình có tinh thần trách nhiệm, từ bỏ những đòi hỏi của cái tôi, hành động vì lợi ích chung, đặc biệt khi phục vụ một lý tưởng, thì khi đó họ sẽ có cảm giác như có thể kiểm soát được vận mệnh của chính mình.

Làm sao để được cấp trên Midheaven Bảo Bình chiếu cố

Để được cấp trên chú ý và chiếu cố, bạn cần toả sáng. Tuy nhiên, nếu bạn toả sáng trong tập thể, nhiều khi bạn sẽ bị tập thể coi là trịch thượng, muốn chơi trội. Do đó, bạn chỉ cần toả sáng trước mặt cấp trên của bạn là đủ. Đối với cấp trên là Bảo Bình, bạn có thể tự do toả sáng. Bảo Bình rất muốn nghe những ý tưởng độc đáo từ bạn.

Bảo Bình thích sự tự do, nên bạn không nên quá lệ thuộc vào Bảo Bình. Bạn nên có chính kiến, ý tưởng riêng nhưng vẫn trình bày ý kiến, ý tưởng với Bảo Bình. Bạn nên thể hiện bạn tôn trọng Bảo Bình.

Bảo Bình thích những ý tưởng độc đáo, nên bạn nên mạnh dạn trình bày ý tưởng độc đáo của mình với Bảo Bình. Khi Bảo Bình làm được điều gì đó độc đáo, bạn nên công nhận, khen ngợi điều này. Họ rất cần được công nhận khi làm được điều gì độc đáo.

Hãy làm bạn với Bảo Bình. Mối quan hệ với Bảo Bình nên dựa trên tình bạn. Tuy nhiên bạn cũng nên biết Bảo Bình đang là sếp của bạn, và đừng đi quá đà trong nhiều trường hợp.

Bạn có thể bị lừa tiền bởi Midheaven Bảo Bình không

Thưa các bạn, nhiều người vay tiền, chưa chắc họ đã có ý định quịt tiền ngay từ thời điểm vay. Nhưng vấn đề nằm ở chỗ, có một số người chỉ dám vay trong phạm vi trả được, họ không có gan vay thêm. Nhưng cũng có một số người nói liều, làm ẩu, họ vay liều, vay ẩu mà chưa biết trả được hay không. Trong phần này chúng ta đo độ vay liều, vay ẩu của Bảo Bình thế nào.

Bảo Bình làm việc một cách sáng tạo, độc đáo. Họ thích công việc mang lại sự tự do, đổi mới. Họ có tinh thần hợp tác tốt, điều này là điểm cộng để được cho vay tiền.

Tuy nhiên họ thích làm việc tuỳ ý, không theo tiêu chuẩn, chuẩn mực nào. Với đặc điểm này, họ lại không đáng tin cậy để được cho vay tiền.

Phần này không chỉ nói về khả năng quịt tiền mà còn nói về khả năng lừa đảo, chiếm đoạt tài sản của một người. Khi hùn vốn làm ăn, cho vay, hay bất cứ giao dịch kinh tế nào, bạn cũng nên biết phần này.

Đường thành công của Midheaven Bảo Bình có thể như thế này

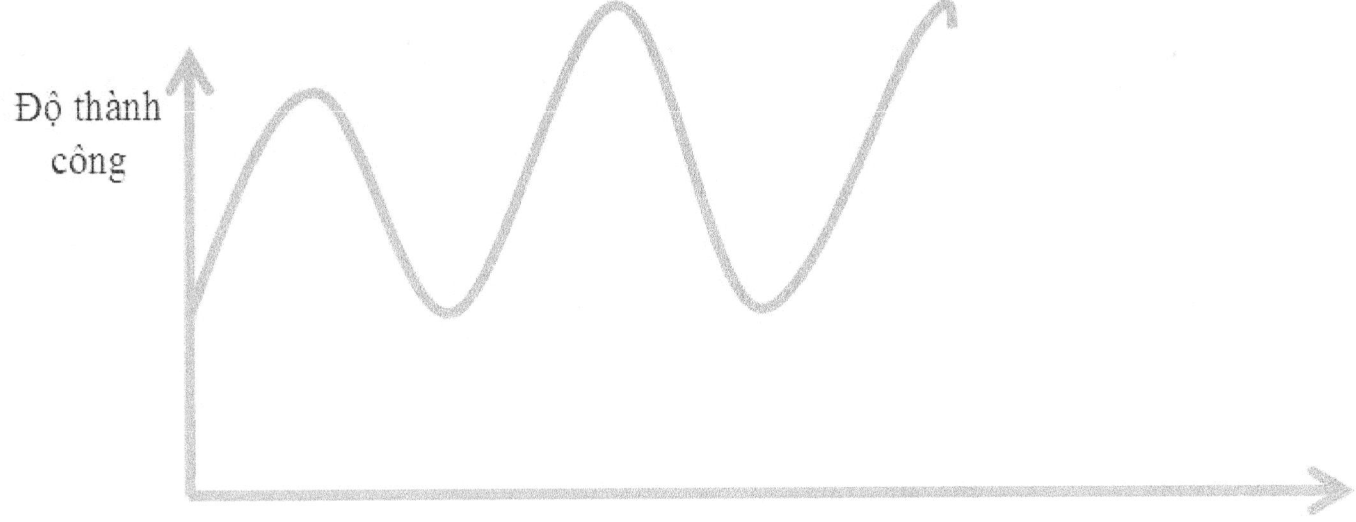

Đường sự nghiệp của có thể đi lên hoặc xuống. Nguyên nhân là Bảo Bình có khả năng tạo ra những đột phá. Bảo bình rất sáng tạo, có thể tạo ra những ý tưởng độc đáo. Tuy nhiên bảo bình làm việc tuỳ ý, không theo tiêu chuẩn, chuẩn mực nào.Do đó, có thể tạo ra những bước đi xuống như vậy.

Lời khuyên dành cho Bảo Bình để tránh tối đa thất bại là Bảo Bình nên tiếp thu những lời khuyên từ người xung quanh để hành động đúng đắn, tiếp thu sáng kiến của người khác gia tăng khả năng sáng tạo, đột phá của mình.

Lưu ý: nếu các bạn đọc phần này thấy không đúng lắm, rất có thể bạn là cung lai chứ không phải cung thuần. Đọc kĩ đầu chương.

Midheaven Bảo Bình ảnh hưởng đến hạnh phúc hôn nhân như thế nào

Ngày nay rất hiếm có chuyện "một túp lều tranh, hai trái tim vàng". Một người chỉ biết tiết kiệm còn một người chỉ biết tiêu thì dần dần sẽ dẫn đến ly hôn.

Midheaven Bọ Cạp là cung " có tất cả hoặc không có gì". Cuộc đời Bọ Cạp có những thành công, cũng có những thất bại. Nếu bạn là vợ, chồng của Bọ Cạp, bạn nên sát cánh cùng Bọ Cạp. Nhưng nếu Bọ Cạp ở trạng thái " không có gì" thì tốt nhất bạn nên là người giữ tiền.

Midheaven Song Ngư

Midheaven Song Ngư rất dễ bị ảnh hưởng từ bên ngoài. Họ thường sẽ chờ xem điều gì sẽ xảy ra. Một số người cho rằng họ không ổn định chỉ vì họ tuân theo thời gian biểu riêng của mình. Vì họ rất nhạy cảm với năng lượng tinh thần nên nó có thể gây hỗn loạn hoạt động của họ. Những năng lượng này có thể đến với họ thông qua dẫn truyền, trực giác hoặc cảm xúc. Nếu mọi việc suôn sẻ, khả năng tinh thần này sẽ mang lại cho cá nhân Song Ngư lòng trắc ẩn, nguồn cảm hứng và nhận thức về tinh thần. Nhưng điều này không có nghĩa là họ dễ dàng quyết định mình muốn trở thành gì khi lớn lên. Họ biết mình muốn đạt được điều gì nhưng lại thiếu tính thực tế. Họ hay lý tưởng hoá sự đời. Khi họ đưa ra quyết định, có thể nó sẽ được đưa ra dựa trên cảm xúc.

Người Midheaven Song Ngư hiểu rằng mọi thứ diễn biến liên tục, nên họ hiếm khi bị cuốn vào những việc cực đoan. Những triết lý sống hấp dẫn họ theo những cách thực tế. Điều quan trọng là họ phải trải nghiệm cả năng lượng tiêu cực và tích cực. Thay vì cân bằng, Song Ngư cần tìm hiểu về sự phân cực.

Những người Midheaven Song Ngư hiểu được nhu cầu của chính họ. Họ cần thời gian ở một mình để tập trung vào bản thân và sẵn sàng đối mặt với thử thách tiếp theo. Song Ngư rất giỏi trong việc giải quyết tình huống một cách nhanh chóng. Nếu họ khép mình lại để không cảm thấy, họ có thể trở nên quá thờ ơ trong việc giúp đỡ người khác. Trốn tránh nỗi sợ hãi và nỗi đau không giúp ích được gì cho họ.

Một điều họ phải làm là nhận ra rằng sự thay đổi đang diễn ra. Không có gì tồn tại mãi mãi. Trong khi họ nhận được nhiều suy nghĩ, cảm xúc và nhiều thứ hơn, họ cũng phải học cách buông bỏ một số thứ. Họ phải giữ cho dòng chảy chuyển động. Sự sáng tạo của họ thực sự phát huy khi họ phục vụ người khác bằng lòng trắc ẩn. Lý tưởng nhất là họ phải đi đến gốc rễ của việc thấu hiểu. Cả ảo tưởng và thực tế đều phải được tìm hiểu, khám phá. Trong khi vẫn đang khám phá các lựa chọn của mình, họ có thể thấy mình kiệt quệ về tài chính, thể chất, tình cảm và tinh thần. Một khi họ chạm tới đáy vực thẳm, con đường của họ có thể đột nhiên trở nên rõ ràng đối với họ. Điều khiến họ thành công không phải là khiến điều gì đó xảy ra mà là họ cho phép con người bên trong của họ bộc lộ.

Những nghề nghiệp khả thi đối với một người Midheaven trong Song Ngư là âm nhạc, sân khấu, điện ảnh, nghệ thuật chữa bệnh hoặc văn học. Họ có thể phải đối mặt với một vụ bê bối của chính họ hoặc của ai đó có quan hệ mật thiết với họ. Họ có thể xuất hiện trước công chúng với vẻ ngoài bí ẩn hoặc quyến rũ. Họ có thể thấy thất bại trong việc đạt được sự công nhận cho công việc của họ. Giống như sự nhạy cảm có thể là điểm mạnh thì nó cũng có thể là điểm yếu.

Thử thách:

Song ngư thường biểu hiện "tiếng nói của lý trí" ra bên ngoài, luôn thực tế và hợp lý. Họ có thể chỉ trích chính bản thân mình vì những sai lầm nhỏ nhất. Biểu hiện này là công cụ sinh tồn được Song Ngư phát triển từ nhỏ, nhưng không còn hữu ích khi trưởng thành. Nhưng Song ngư không muốn mất đi sự an toàn này. Nhưng việc cố giữ sự hoàn hảo như vậy chỉ dẫn đến bất hạnh, vì những người khác có thể xem Song Ngư là người nhỏ nhặt, hay phán xét, quan tâm quá mức đến những điều tầm thường của cuộc sống.

Việc có những hành động phân biệt đối xử có thể khiến họ bị cô lập một cách toàn diện. Họ có tiêu chuẩn riêng mà khó ai hiểu được. Và do đó, sự thất vọng của họ lại khiến họ chỉ trích quá nhiều, qua đó ảnh hưởng tiêu cực đến khả năng tương tác với những người xung quanh.

Sợ người khác chỉ trích sự thiếu hoàn hảo của mình, họ có xu hướng giữ khoảng cách về mặt cảm xúc với những người xung quanh. Điều này đẩy Song Ngư ra khỏi những người muốn tương tác mạnh mẽ với Song Ngư.

Trên thực tế, thái độ tự cho mình đúng cảnh báo cho tất cả những ai muốn tiếp cận Song Ngư rằng Song Ngư có thể phán xét họ gay gắt vì một số điểm không hoàn hảo(do Song Ngư nhận thấy hoặc tưởng tượng ra). Song ngư phản ứng một cách phản xạ là rút lui, điều này càng làm họ bị cô lập, và chu kì như vậy cứ tiếp diễn.

Song Ngư có thể thất bại do: trở nên không đáng tin cậy, sợ cam kết, không có mục đích; từ bỏ sức mạnh của bạn hoặc bỏ qua trực giác của mình.

Tự thao túng (Self-Gaslighting) để thành công. Midheaven Song Ngư

Thao túng chính mình ở đây là thôi miên chính mình, thay đổi bản thân, đưa bản thân vào trạng thái thành công. Khi tầm nhìn về sự hoàn hảo của Song Ngư chuyển trọng tâm từ thực tế sang mơ mộng một chút, hạnh phúc có thể bắt đầu đến. Nếu Song

Ngư tiến bước với thái độ bao dung, và có niềm tin rằng kết quả sẽ như mong đợi thì thành công sẽ đến như một hệ quả tất yếu.

Lời khuyên dành cho Song Ngư là hãy yêu thương và chấp nhận mọi thứ đúng như bản chất thật của chúng. Bằng cách tập trung vào trật tự tổng thể, họ sẽ có một góc nhìn mới về trật tự cá nhân và có thể làm thay đổi cuộc sống hằng ngày. Khi tầm nhìn của họ chứa đựng sự hoàn hảo về tinh thần làm cơ sở cho mọi biểu hiện vật chất, họ sẽ trải nghiệm niềm vui và hạnh phúc bền vững.

Song Ngư thành công nhờ: chia sẻ những hiểu biết sâu sắc, cảm xúc và những điều mặc khải thiêng liêng; thể hiện đức tin trôi chảy; kết hợp việc thực hành tâm linh với cuộc sống trần tục của bạn; từ bỏ những nỗ lực vật chất.

Nghề nghiệp:

Song Ngư phù hợp với những nghề nghiệp mà họ có thể thể hiện được tầm nhìn lý tưởng. Song Ngư có thể nổi bật ở những vị trí cho phép họ tập trung vào các hoạt động nhân đạo và giúp đỡ người khác. Họ rất thơ mộng, rất nghệ thuật và khi những phẩm chất này kết hợp với nhau trong nghề nghiệp của họ, họ biết rằng mình sẽ thành công. Ý tưởng chữa lành cho người khác và giải quyết vấn đề cho người khác là một khía cạnh quan trọng trong công việc của họ.

Họ có thể hướng đến những nghề mà họ có thể phát huy khả năng hướng dẫn và giảng dạy của mình. Song Ngư cũng có thể hướng đến những nghề mà sử dụng khả năng của mình để giúp cải thiện người khác. Dù sáng tạo nghệ thuật hay giảng dạy triết lý, họ đều hy vọng rằng lời nói và hành động của mình có thể giúp tạo ra tác động tích cực đến thế giới và thúc đẩy những thay đổi xã hội.

Song Ngư phát triển mạnh trong một nghề mà họ có thể bày tỏ nhận thức của mình về tình yêu và sự hiểu biết vô điều kiện đối với tất cả mọi người. Họ cần một nghề hỗ trợ sự nhạy cảm của họ và khả năng nhìn nhận những điều tinh tế của cuộc sống. Nếu họ có thể tạo ra sự khác biệt và giúp đỡ những người đau khổ thì công việc của họ thực sự là điều may mắn.

Nếu những người xung quanh nhìn nhận Song Ngư là người từ bi, không phán xét, chấp nhận tất cả, dịu dàng, yêu thương vô điều kiện, thì Song Ngư sẽ thấy thỏa mãn.

Làm sao để được cấp trên Midheaven Song Ngư chiếu cố

Để được cấp trên chú ý và chiếu cố, bạn cần tỏa sáng. Tuy nhiên, nếu bạn tỏa sáng trong tập thể, nhiều khi bạn sẽ bị tập thể coi là trịch thượng, muốn chơi trội. Do đó, bạn chỉ cần toả sáng trước mặt cấp trên của bạn là đủ. Đối với cấp trên là Song Ngư, bạn có thể toả sáng, nhưng đôi khi bạn cũng nên tỏ ra cần giúp đỡ một chút. Bạn sẽ nhận được sự hỗ trợ nhiệt tình từ Song Ngư.

Bạn nên hoà đồng với Song Ngư, Song Ngư luôn muốn truyền cảm hứng cho bạn. Song Ngư luôn luôn đồng cảm và giúp đỡ người khác, cho nên chỉ cần bạn không làm gì phạm đạo đức, nội quy, Song Ngư sẵn sàng giúp đỡ bạn khi bạn gặp khó khăn.

Bạn có thể bị lừa tiền bởi Midheaven Song Ngư không

Thưa các bạn, nhiều người vay tiền, chưa chắc họ đã có ý định quịt tiền ngay từ thời điểm vay. Nhưng vấn đề nằm ở chỗ, có một số người chỉ dám vay trong phạm vi trả được, họ không có gan vay thêm. Nhưng cũng có một số người nói liều, làm ẩu, họ vay liều, vay ẩu mà chưa biết trả được hay không. Trong phần này chúng ta đo độ vay liều, vay ẩu của Song Ngư thế nào.

Song Ngư là người dịu dàng, quan tâm đến những người xung quanh. Song Ngư rất giàu sáng tạo. Song Ngư rất đồng cảm và chăm lo cho người khác.

Xét về mặt tài chính và vay tiền, Song Ngư có thể biết mình muốn gì nhưng lại thiếu thực tế. Điều này đôi khi tốt cũng đôi khi không tốt vì đụng chạm đến tiền bạc, chúng ta cần phải thực tế.

Xét về mặt tiêu cực, Song Ngư có thể lạc lối, mất phương hướng và phân tâm. Ở trạng thái này, Song Ngư không hề đáng tin cậy để được cho vay tiền.

Phần này không chỉ nói về khả năng quịt tiền mà còn nói về khả năng lừa đảo, chiếm đoạt tài sản của một người. Khi hùn vốn làm ăn, cho vay, hay bất cứ giao dịch kinh tế nào, bạn cũng nên biết phần này.

Đường thành công của Midheaven Song Ngư có thể như thế này

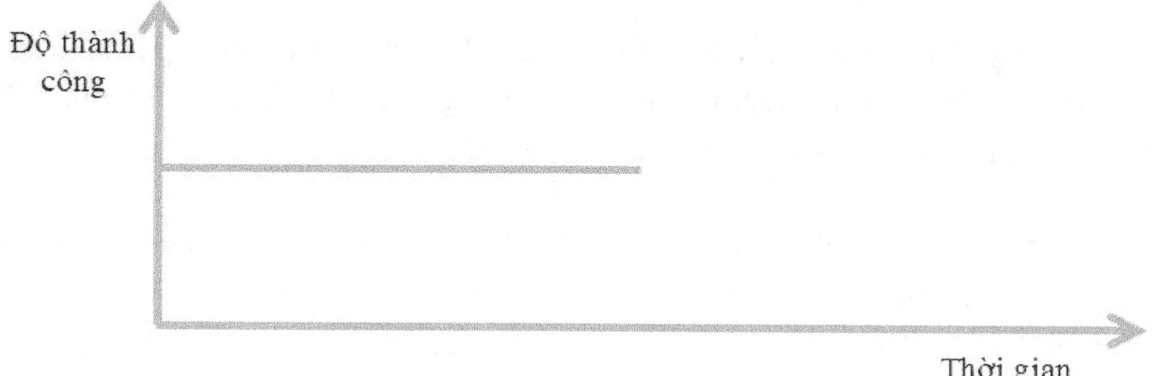

Hoặc bấp bênh như thế này:

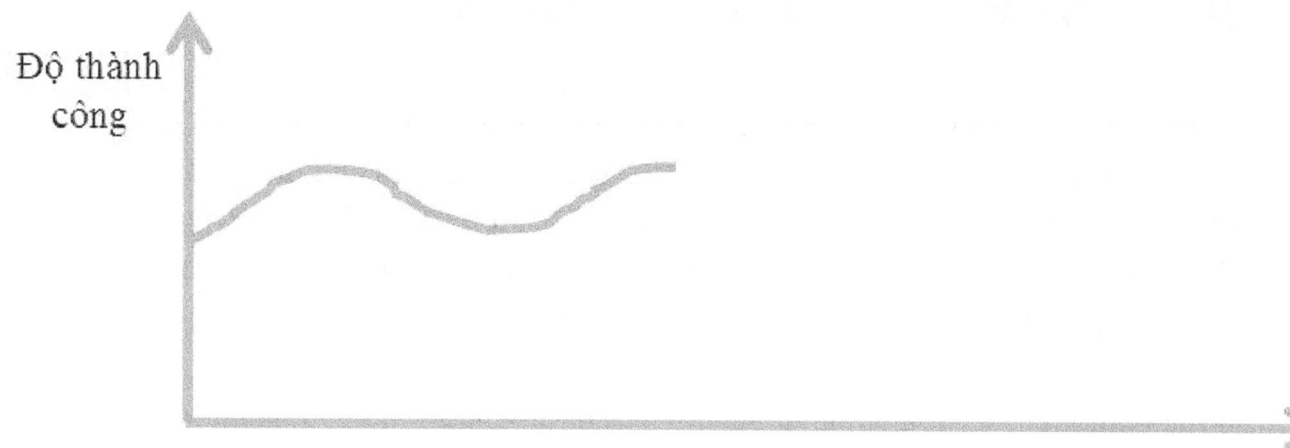

Hoặc thậm chí đi xuống đáy như thế này

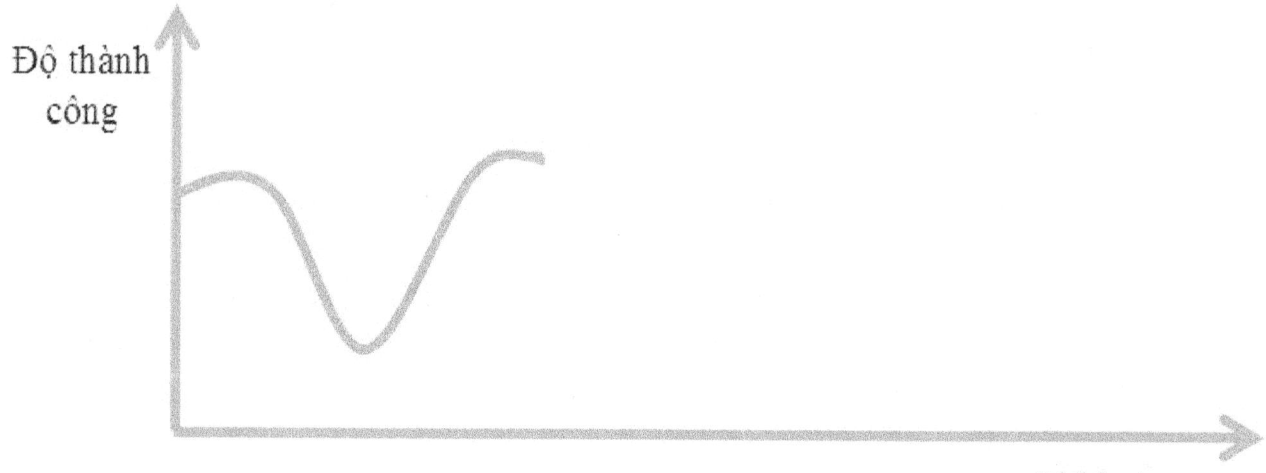

Nguyên nhân là do Song Ngư biết mình muốn gì nhưng thiếu thực tế trong quyết định của mình. Song Ngư nhiều lúc không đáng tin cậy, sợ cam kết. Trong quá trình khám phá những lựa chọn cho sự nghiệp của mình, Song Ngư có thể mất nhiều công sức và tiền bạc. Tuy nhiên, nếu Song Ngư tìm ra nghề nghiệp phù hợp, đường sự nghiệp của Song ngư sẽ thế này.

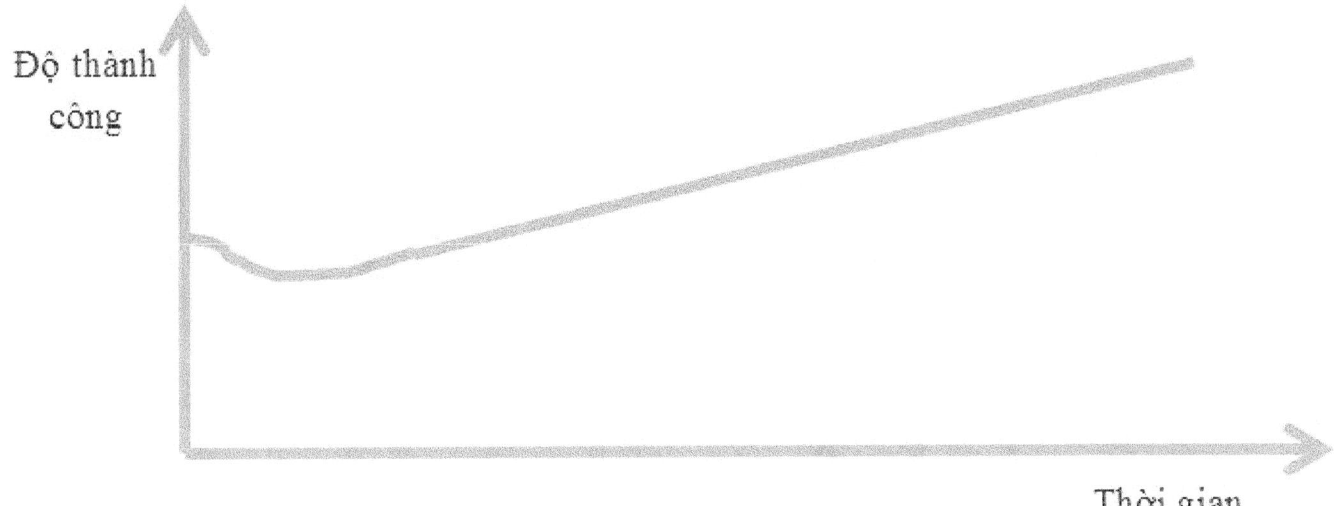

Nghề phù hợp với Song Ngư là nghề cho phép họ phát huy hết tố chất tưởng tượng, sáng tạo, thơ mộng, nghệ thuật của họ. Song Ngư cũng làm tốt trong những nghề mà họ có thể giúp đỡ người khác. Song Ngư là nên giúp đỡ nhiều người khác khi có cơ hội. Đổi lại, Song Ngư sẽ nhận được sự giúp đỡ và cơ hội từ những người này.

Lời khuyên dành cho Song Ngư để tạo nên những bước ngoặc trong sự nghiệp là Song Ngư nên xem cung Jupiter của mình để biết cách thu hút may mắn về phía mình.

Lưu ý: nếu các bạn đọc phần này thấy không đúng lắm, rất có thể bạn là cung lai chứ không phải cung thuần. Đọc kĩ đầu chương.

Midheaven Song Ngư ảnh hưởng đến hạnh phúc hôn nhân như thế nào

Ngày nay rất hiếm có chuyện "một túp lều tranh, hai trái tim vàng". Một người chỉ biết tiết kiệm còn một người chỉ biết tiêu thì dần dần sẽ dẫn đến ly hôn.

Nếu bạn là vợ, chồng của Song Ngư, thì tốt nhất bạn là người giữ tiền hoặc ít nhất bạn nên giữ một khoản an toàn nào đó cho gia đình. Khi Song Ngư ở trạng thái tích cực thì tốt. Nhưng khi ở trạng thái tiêu cực, Song Ngư chưa phát huy được điểm mạnh, sợ cam kết, thiếu thực tế, khi đó cách tiêu tiền của Song Ngư không chắc chắn cho lắm.

Chương 4
JUPITER SIGNS
Giải mã sự may mắn của bạn

Kính thưa quý đọc giả

Trong cuốn bí mật của may mắn, tác giả Alex Rovila và Fernando Trias De Bes viết " *sự may mắn do tình cờ mang đến sẽ không kéo dài bởi vì bạn sẽ có khuynh hướng ỷ lại và trông chờ vào may mắn tiếp theo mà không muốn làm gì hết. Sự may mắn do chúng ta tạo ra mới là may mắn thật sự, và nó sẽ ở với chúng ta lâu dài"*

May mắn ở đây là khả năng thu hút sự chú ý và khiến người khác trao cơ hội cho bạn. Ví dụ 2 người cùng phỏng vấn xin việc và đều trả lời xuất sắc như nhau. Nhưng có một người được nhận còn người kia thì không. Nguyên nhân vì người này có sắc đẹp nên được ưu ái và được nhận. Sắc đẹp chỉ là một trong nhiều yếu tố thu hút cơ hội đến với bạn. Jupiter sign là loại cung chuyên nói về cách các bạn tạo ra may mắn và thu hút may mắn cho chính mình. Trong phần này chúng ta có 12 cung, tức là sẽ có 12 yếu tố khác nhau giúp bạn thu hút may mắn.

Vậy để biết về Jupiter của bạn, mời bạn kích vào link sau:

https://cafeastrology.com/whats-my-jupiter-sign.html

Hoặc các bạn có thể vô Google gõ: **Jupiter calculator**, tra web tiếng Anh các bạn nhé. Nếu các bạn đọc về Jupiter của chính mình mà thấy chỉ đúng một phần, không đúng hoàn toàn, rất có thể cung Jupiter của bạn là cung lai, không phải cung thuần. Ví dụ như sau:

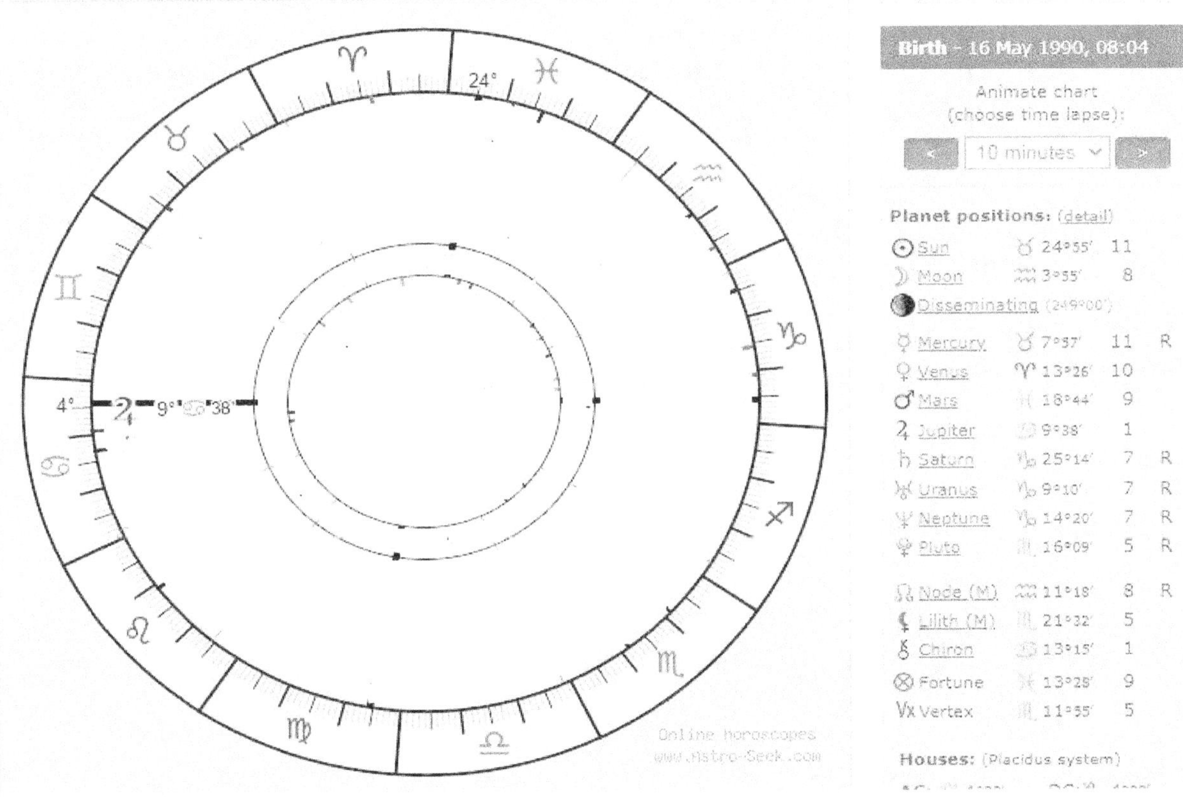

Các bạn có thể thấy biểu tượng Jupiter ♃ không nằm giữa cung cự giải mà nằm lệch lênh song tử. như vậy jupiter này lai giữa cự giải và song tử. vậy để biết jupiter của bạn là lai hay thuần, mời bạn tra vào link sau:

https:// horoscopes.astro-seek.com/birth-chart-horoscope-online

hoặc các bạn có thể vô Google gõ: **zodiac calculator**, vô web tiếng Anh nhé các bạn.

Biểu tượng các cung: ♈ Bạch Dương, ♉ Kim Ngưu, ♊ Song Tử, ♋ Cự Giải, ♌ Sư Tử, ♍ Xử Nữ, ♎ Thiên Bình, ♏ Bọ Cạp, ♐ Nhân Mã, ♑ Ma Kết, ♒ Bảo Bình, ♓ Song Ngư

Mời bạn kích vào các hình sau để đi đến cung của bạn

Jupiter Aries Bạch Dương - Trang 75	**Jupiter Taurus Kim Ngưu - Trang 77**	**Jupiter Gemini Song Tử - Trang 79**
Jupiter Cancer Cự Giải - Trang 81	**Jupiter Leo Sư Tử - Trang 83**	**Jupiter Virgo Xử Nữ - Trang 85**
Jupiter Libra Thiên Bình - Trang 87	**Jupiter Scorpio Bọ Cạp - Trang 89**	**Jupiter Sagittarius Nhân Mã - Trang 89**
Jupiter Capricorn Ma Kết - Trang 93	**Jupiter Aquarius Bảo Bình - Trang 95**	**Jupiter Pisces Song Ngư - Trang 97**

Jupiter Bạch Dương

Jupiter Bạch Dương thu hút vận may khi họ truyền cảm hứng cho người khác hoặc đảm nhận vị trí lãnh đạo. Họ có tài thu hút nhiều điều tốt đẹp trong cuộc sống khi còn trẻ. Họ là hình mẫu của lòng dũng cảm và nhiệt huyết. Họ làm tốt khi họ có thể tạo ra những cải tiến mới.

Ham muốn thúc đẩy họ theo đuổi những gì họ mong muốn. Họ coi mọi thứ đều là cánh cửa mở ra cơ hội. Họ có thể sử dụng một chút hung hăng để có được cơ hội. Khoan dung, rộng lượng và chủ nghĩa cơ hội là một phần trong hồ sơ của họ. Họ có niềm tin vào bản thân đến mức họ không ngại lao vào mục tiêu của mình. Họ có thể thu hút sự chú ý đặc biệt và có một chút liều lĩnh.

Họ đồng nhất với niềm tin và nhận thức của chính mình đến mức họ có thể cảm thấy bị xúc phạm nếu người khác không đồng ý với họ. Jupiter Bạch Dương rất giỏi tạo ra cơ hội cho riêng mình. Họ có thể chấp nhận rủi ro một cách có tính toán và nghĩ lớn. Đáng tin cậy và trung thực, họ lạc quan và không yêu gì hơn ngoài việc cải thiện bản thân. Khi họ tự nỗ lực, họ sẽ tăng thêm vận may. Điều này sẽ dẫn đến một cuộc sống tốt hơn. Họ là những người dám nghĩ dám làm, trực tiếp và đánh giá cao sự độc lập.

Jupiter ở Bạch Dương tạo thêm hứng thú ở bất cứ nơi nào họ đến và truyền cảm hứng cho những người khác làm theo. Họ thích đi du lịch và yêu thích những thử thách mới mà người khác cho là không thể. Họ năng động và mạnh mẽ. Họ là những sinh viên xuất sắc và những người thực hành triết học, tâm linh và giáo dục.

Jupiter ở Bạch Dương có thể hơi quá tự tin hoặc bất cẩn trong vấn đề tài chính hoặc công việc kinh doanh của họ. Họ bốc đồng và điều này có thể vượt qua ý thức chung của họ. Nếu mất kiểm soát, họ có thể tham lam hợm hĩnh khi lợi dụng hoàn cảnh và cảm thấy mình vượt trội hơn người khác. Nếu họ học được cách tự chủ, họ có thể gia tăng vận may của mình lên rất nhiều. Sự giàu có và quyền lực sẽ đến một cách tích cực khi họ học cách đối xử với những thứ này một cách khôn ngoan.

Bạch Dương có tinh thần cởi mở, thích phiêu lưu, truyền sự nhiệt huyết và niềm vui đi khắp nơi. Những thử thách khiến Bạch Dương phấn khích và Bạch Dương sẵn lòng giải quyết mọi thử thách, ngay cả khi những thử thách đó khiến Bạch Dương sợ hãi. Nhưng sự lạc quan có thể tăng cao và khiến Bạch Dương đảm nhận quá nhiều việc từ đó lãng phí thời gian, sức lực. Bạch Dương nên suy nghĩ về thực tế trước khi tiến về phía trước để khỏi tự đặt mình vào thất bại. Mặc dù đôi khi Bạch Dương có thể bốc đồng nhưng hành động nhanh chóng giúp Bạch Dương nắm bắt được cơ hội.

May mắn theo đuổi khi Bạch Dương làm những nghề mà họ có thể trở thành ông chủ của chính mình. Tự tin và nhiệt tình, Bạch Dương là những nhà lãnh đạo bẩm sinh có khả năng điều hành tổ chức, nhóm và doanh nghiệp. Bạch Dương sẽ có những ý tưởng tiến bộ nhanh hơn dựa vào ý kiến và khả năng của chính mình. Bạch Dương có thể hơi hung hăng một chút và đôi khi khá phung phí trong chi tiêu. Bạch Dương có khả năng thu phục những gì có ảnh hưởng và nhận sự giúp đỡ của họ trong sự nghiệp của mình.

Lưu ý: nếu các bạn đọc phần này thấy không đúng lắm, rất có thể bạn là cung lai chứ không phải cung thuần. Đọc kĩ đầu chương.

Tự thao túng (Self-Gaslighting) để thu hút vận may trong bán hàng. Jupiter Bạch Dương

Thao túng chính mình ở đây là thôi miên bản thân theo hướng tích cực, đưa bản thân về trạng thái cảm xúc cao độ để hút vận may. Nhiều người làm trong lĩnh vực tiếp thị, nhân viên bán hàng, nhân viên môi giới bất động sản được nhiều khách hàng chốt đơn, tiền hoa hồng vô số. Phải chăng họ may mắn hơn so với nhiều người khác.

Khi Bạch Dương là nhân viên bán hàng, nhân viên môi giới, Bạch Dương nên thể hiện sự đáng tin cậy và trung thực khi tư vấn cho khách hàng. Bạch Dương nên thể hiện thái độ tự tin, nhiệt huyết khi bán hàng cũng như tư vấn cho khách hàng. Thần thái này của Bạch Dương có thể truyền sự hứng thú cho khách hàng, từ đó khách hàng sẽ dần dần trao cơ hội cho bạch dương. Kết hợp những điều này dần dần sự nghiệp của bạch dương sẽ đi lên.

Jupiter Kim Ngưu

Jupiter ở Kim Ngưu thu hút may mắn khi họ đi theo đúng bản chất hào phóng và kiên nhẫn của họ. Họ thực tế và sáng suốt, họ thích lao vào làm ngay mọi việc. Họ không thích rủi ro nhưng đánh giá cao sự nỗ lực làm việc chăm chỉ. Họ làm tốt hơn nếu có định hướng và mục tiêu rõ ràng để phấn đấu. Kết quả mới là điều quan trọng đối với họ.

Jupiter của Kim Ngưu có nền tảng vững chắc và họ thích hòa mình vào thiên nhiên. Nó làm mới họ. Họ tốt với trẻ em và động vật. Họ có tài năng nghệ thuật và có thể sáng tạo ra những vẻ đẹp xung quanh mình. Họ thích môi trường xung quanh sang trọng và muốn sự thoải mái, sung túc và an toàn. Họ sử dụng mọi giác quan để tận hưởng cuộc sống. Họ có khiếu hài hước tuyệt vời và tận hưởng những điều tốt đẹp trong cuộc sống.

Jupiter Kim Ngưu ổn định và thường sử dụng tiền bạc và nguồn lực của mình để mang lại lợi ích cho người khác cũng như cho chính họ. Họ có thể hơi bướng bỉnh nhưng họ có khả năng nhìn thấy bức tranh toàn cảnh cũng như xây dựng được đế chế mà họ hình dung. Họ không thích bị thúc ép.

Kim Ngưu gặp may về tài chính và có ý thức về việc quản lý thành công các vấn đề liên quan đến tiền bạc. Kim Ngưu có được và gắn bó với nhiều tài sản của mình, hiếm khi buông bỏ bất cứ thứ gì, ngay cả khi nó không còn hữu dụng nữa. Tầm nhìn thực tế của Kim Ngưu rất tuyệt vời trong việc lập kế hoạch tổng thể. Nhiều KimNgưu tích luỹ được khối tài sản đáng kể, và với trình độ học vấn cao càng tăng thêm cơ hội cho họ.

Do đó Jupiter Kim Ngưu biết cách phát triển sự an toàn về tài chính. Họ giỏi kinh doanhvà biết khi nào nên tận dụng vận may vừa đủ để kiếm được nhiều tiền hơn. Họcàng cảm thấy an toàn thì họ may mắn hơn. Họ phải học cách không nuông chiềubản thân quá mức nếu muốn vận may luôn ở bên mình. Trên thực tế, khi Jupiter ở Kim Ngưu thu hút sự giàu có và thành công, họ cần sử dụng nó một cách khôn ngoan và hào phóng để tiếp tục thu hút nhiều hơn nữa. Kim Nguuthành công trong các lĩnh vực tài chính như ngân hàng, cổ phiếu, đầu tư . Kim Ngưu thận trọng trong cách xử lý tiền bạc, an toàn là cực kì quan trọng với Kim Ngưu.

Jupiter Kim Ngưu có tài làm vườn, không chỉ vì tiền. Ngay cả khi họ chưa bao giờ sống ở nông thôn, vẫn có điều gì đó đồng quê ở họ. Tính thực tế và trần tục của họ chỉ khiến họ có vẻ rất nông thôn… có lẽ địa chủ sẽ là một hình ảnh đẹp. Họ là những người thích ở nhà và đánh giá cao việc cắm rễ ở đó, đặc biệt nếu họ cảm thấy đất đủ màu mỡ để hỗ trợ tốt cho cây.

Lưu ý: nếu các bạn đọc phần này thấy không đúng lắm, rất có thể bạn là cung lai chứ không phải cung thuần. Đọc kĩ đầu chương.

Tự thao túng (Self-Gaslighting) để thu hút vận may trong bán hàng. Jupiter Kim Ngưu

Thao túng chính mình ở đây là thôi miên bản thân theo hướng tích cực, đưa bản thân về trạng thái cảm xúc cao độ để hút vận may. Nhiều người làm trong lĩnh vực tiếp thị, nhân viên bán hàng, nhân viên môi giới bất động sản được nhiều khách hàng chốt đơn, tiền hoa hồng vô số. Phải chăng họ may mắn hơn so với nhiều người khác.

Khi Kim Ngưu là nhân viên bán hàng, nhân viên môi giới, Kim Ngưu nên tỏ ra thực tế và sáng suốt khi tư vấn cho khách hàng. Có thể khách hàng muốn mua sản phẩm A nhưng bằng sự sáng suốt và thực tế của mình, kim ngưu thấy khách hàng nên mua sản phẩm B, mặc dù sản phẩm B giá rẻ hơn sản phẩm A. Khách hàng sẽ cảm thấy hài lòng nêu kim ngưu tỏ ra hào phóng, sẵn sàng giải đáp mọi thắc mắc của khách hàng bằng lời nói và hành động. Kim Ngưu sẽ làm hài lòng khách hàng hơn khi luôn tỏ ra kiên nhẫn dù khách hàng hỏi rất nhiều nhưng chưa chốt đơn. Làm được những điều này khách hàng dần dần sẽ trao cơ hội cho Kim Ngưu. Dần dần sự nghiệp của Kim Ngưu sẽ đi lên.

Jupiter Song Tử

Jupiter Song Tử tìm thấy may mắn khi họ sử dụng trí thông minh bẩm sinh và sự tò mò của mình. Họ là những người thích giao tiếp xã hội và điều này có thể mang lại lợi ích to lớn cho họ khi có những mối quan hệ mới và những người quen biết có ích. Họ rất linh hoạt và có thể làm được hầu hết mọi việc. Sự thân thiện của họ khiến người khác cảm thấy thoải mái ngay lập tức.

Song Tử thích vui vẻ, nói nhiều, và luôn tìm kiếm thông tin không ngừng. Song Tử biết rất nhiều thứ và có xu hướng phân tán sự tập trung vào nhiều thứ thay vì chỉ tập trung vào một lĩnh vực chuyên môn. Đó là kết quả của óc linh hoạt, thông minh và cả thèm chóng chán. Tuy nhiên Song Tử có thể biến điều này thành lợithế khi tập trung phấn đấu trong một lĩnh vực duy nhất nơi mà Song Tử thu lợi từviệc sử dụng tất cả dữ liệu linh tinh thu thập được từ nhiều nguồn. SongTử là cung của giao tiếp nên Song Tử có thể thu lợi trong những công việc kinh doanh cần có khả năng giao tiếp.

Song Tử rất dám mạo hiểm, và dó đó Song Tử có thể rơi vào những tình huống có lợi cho mình. Mặc dù không nhất thiết cần phải tìm kiếm cơ hội để kiếm tiền nhưng những cơ hội này lại tìm đến Song Tử thông qua bạn bè và các mối quan hệ. Song Tử đa tài, thông minh, tạo cho mình tên tuổi ở nhiều ngành nghề. Sự thay đổi nghề nghiệp ở một thời điểm trong đời bạn là chuyện gần như chắc chắn.

Jupiter Song Tử có tính phiêu lưu trí tuệ. Họ thích học hỏi và nhìn chung có tư duy cởi mở. Họ có khả năng nhìn thấy mọi khía cạnh của một cuộc tranh luận, điều này sau cùng cũng có thể mang lại may mắn cho họ. Họ có thể giữ thái độ trung lập. Họ phát triển mạnh trong môi trường có nhịp độ nhanh và luôn thay đổi. Khả năng tiếp thu nhiều thông tin giúp họ tạo dựng vận may cho riêng mình, vì thông tin có thể hữu ích bất cứ lúc nào. Họ muốn truyền bá ý tưởng của mình ra thế giới, vì vậy họ là những người hoàn hảo cho sự nghiệp viết lách, âm nhạc, biểu diễn, giảng dạy hoặc chăm sóc trẻ em. Ý tưởng là cổ phiếu của họ trong giao dịch.

Khả năng giao tiếp tốt của Jupiter Song Tử mở ra những cơ hội cho họ nhưng có thể sẽ khó khăn hơn đối với những người khác nếu họ không có tài ăn nói. Họ luôn là những người thú vị, mặc dù họ chỉ biết sơ sài về từng chủ đề. Họ bồn chồn và khó có thể tập trung vào bất kỳ nhiệm vụ nào trong thời gian dài, thậm chí là tích lũy tiền bạc. Trạng thái trí tuệ quan trọng hơn nhiều đối với họ.

Jupiter Song Tử có năng khiếu làm nhiều việc cùng một lúc. Họ cũng giỏi về ngôn ngữ. Sự thông minh của họ khó có thể bỏ qua. Họ có thể tìm thấy may mắn thông qua việc dạy người khác, trình bày ý tưởng thông qua bài giảng hoặc bài viết và học hỏi tất cả những gì có thể. Họ có thể tham gia vào lĩnh vực xuất bản, phát thanh truyền hình, viễn thông hoặc du lịch. Họ thực sự thích đi du lịch và học hỏi những điều mới. Để trở nên may mắn hơn nữa, họ nên học cách trân trọng những nhu cầu về thể chất và tinh thần của bản thân và những người xung quanh.

Vấn đề lớn nhất mà Jupiter Song Tử có thể gặp phải là tận dụng tất cả các cơ hội mà họ có… họ không muốn bỏ lỡ một cơ hội nào!

Lưu ý: nếu các bạn đọc phần này thấy không đúng lắm, rất có thể bạn là cung lai chứ không phải cung thuần. Đọc kĩ đầu chương.

Tự thao túng (Self-Gaslighting)để thu hút vận may trong bán hàng. Jupiter Song Tử

Thao túng chính mình ở đây là thôi miên bản thân theo hướng tích cực, đưa bản thân về trạng thái cảm xúc cao độ để hút vận may. Nhiều người làm trong lĩnh vực tiếp thị, nhân viên bán hàng, nhân viên môi giới bất động sản được nhiều khách hàng chốt đơn, tiền hoa hồng vô số. Phải chăng họ may mắn hơn so với nhiều người khác.

Khi Song Tử là nhân viên bán hàng, nhân viên môi giới, Song Tử nên sử dụng trí thông minh của mình để đưa ra những lời giải thích, những phân tích đúng đắn cho khách hàng. Song Tử biết rất nhiều thông tin và điều này giúp ích cho những phát ngôn của họ. Song Tử nên sử dụng khiếu giao tiếp bẩm sinh của mình để kết nối và thu hút khách hàng. Sự thân thiện của song tử có thể khiến khách hàng thoải mái. Làm được những điều này khách hàng dần dần sẽ trao cơ hội cho Song Tử. Dần dần sự nghiệp của Song Tử sẽ đi lên.

Jupiter Cự Giải

Jupiter ở cung Cự Giải thu hút may mắn khi họ có lòng từ thiện, thông cảm và an ủi người khác. Khi họ sử dụng năng lượng của mình để tiết kiệm, tích lũy, và họ sẽ nhận được nhiều hơn. Họ có trực giác và nếu họ để những cảm xúc này dẫn dắt họ, họ sẽ thu hút được nhiều may mắn. Họ nên luôn sử dụng trí tưởng tượng của mình; nó sẽ giúp họ thành công. Khi họ có lòng trắc ẩn với người khác, họ sẽ nhận lại những gì họ cho.

Cự Giải có tính cách tuyệt vời, hài hước, lạc quan. Cự Giải nổi tiếng ở bất cứ nơi nào Cự Giải đến và điều này mở ra cánh cửa cho Cự Giải. Cự Giải có thể có đủ của cải vật chất đến tuổi trung niên và điều này đảm bảo những năm tháng sau này của Cự Giải được bình yên, an toàn. Cự Giải có thể linh cảm được mục tiêu mình sẽ đạt được, đặc biệt về vấn đề tiền bạc.

Mối quan hệ gia đình thường hỗ trợ Cự Giải trong nhiều lĩnh vực. Cự Giải rất trân trọng những kỉ niệm đẹp, những khoảnh khắc đặc biệt bên bạn bè, người thân. Cuộc sống gia đình cũng rất quan trọng với Cự Giải, và Cự Giải cố gắng tạo ra môi trường thân thiện, ấm áp, quan tâm lẫn nhau. Nhiều cá nhân Cự Giải không bao giờ từ bỏ niềm tin của mình về gia đình, một phần vì sự trung thành. Cự Giải luôn cảm thong và tốt bụng, do đó Cự Giải là người đầu tiên giúp đỡ những người mà Cự Giải yêu thương, cũng như những người cần được giúp đỡ. Cự Giải là bậc cha mẹ tuyệt vời và con cái có xu hướng đem lại lợi ích cho Cự Giải.

Jupiter Cự Giải có năng khiếu khiến mọi người cảm thấy được quan tâm. Họ có thể tạo ra một môi trường như ở nhà ở bất cứ đâu. Bất cứ điều gì họ ra tay đều phát triển hoặc trở nên tốt đẹp. Họ thực sự biết cách tận dụng tối đa những gì họ có. Họ có tài cảm nhận những dòng cảm xúc xung quanh mình và cảm nhận được khi người khác cảm thấy dễ bị tổn thương.

Họ đầy tham vọng và được dẫn dắt bởi trực giác và cảm xúc của mình. Họ rất giỏi trong việc chữa lành và chăm sóc. Họ có thể rất nghệ thuật, cho dù đó là nghệ thuật truyền thống hay ẩm thực hay kinh doanh. Họ có trí nhớ tuyệt vời, đặc biệt là về gia đình và lịch sử. An toàn là rất quan trọng đối với họ. Họ có khả năng xây dựng được một số vốn thông qua việc chi tiêu cẩn thận.

Jupiter Cự Giải có thể gặp may mắn khi làm bất cứ việc gì liên quan đến nhà cửa hoặc đồ ăn, chẳng hạn như phục vụ ăn uống, bất động sản hoặc các lĩnh vực liên quan khác. Họ xuất sắc ở bất cứ lĩnh vực nào mà họ nuôi dưỡng người khác theo một cách nào đó. Họ có thể cần sự giúp đỡ nào đó để vượt qua tâm trạng ủ rũ hoặc bám vào những giá trị cũ không còn đúng nữa. Jupiter Cự Giải thường hòa đồng và thân thiện. Họ có mối quan hệ tốt với công chúng và không thực sự đạt được thành công cho đến khi bước vào tuổi trung niên. Họ thường không gặp khó khăn gì trong việc đạt được thành công về mặt vật chất. Khi họ chia sẻ ý tưởng của mình, đó thường là sự pha trộn giữa triết lý với kinh nghiệm cá nhân của họ.

Về mặt tiêu cực, Jupiter trong Cự Giải có thể trở nên sợ hãi bất cứ điều gì không quen thuộc. Họ cần phải vượt qua điều này và tiếp cận với những người xung quanh, cho dù những người này có biết họ hay không.

Lưu ý: nếu các bạn đọc phần này thấy không đúng lắm, rất có thể bạn là cung lai chứ không phải cung thuần. Đọc kĩ đầu chương.

Tự thao túng (Self-Gaslighting) để thu hút vận may trong bán hàng. Jupiter Cự Giải

Thao túng chính mình ở đây là thôi miên bản thân theo hướng tích cực, đưa bản thân về trạng thái cảm xúc cao độ để hút vận may. Nhiều người làm trong lĩnh vực tiếp thị, nhân viên bán hàng, nhân viên môi giới bất động sản được nhiều khách hàng chốt đơn, tiền hoa hồng vô số. Phải chăng họ may mắn hơn so với nhiều người khác.

Khi cự giải là nhân viên bán hàng, nhân viên môi giới, jupiter cự giải nên luôn tỏ thái độ đồng cảm với khách hàng. Cự giải có khiếu khiến cho khách hàng cảm thấy được chăm sóc như thể mình là người nhà của cự giải. Cự Giải có khả năng khiến khách hàng cảm thấy mình được quan tâm. Làm được những điều này khách hàng dần dần sẽ trao cơ hội cho cự giải. Dần dần sự nghiệp của cự giải sẽ đi lên.

Jupiter Sư Tử

Jupiter Sư Tử thu hút may mắn khi họ hào phóng và truyền cảm hứng cho những người xung quanh. Họ cần thể hiện bản thân một cách đàng hoàng và chân thành, đồng thời cố gắng hết sức để không để cái tôi của mình cản trở. Họ trở nên thịnh vượng khi họ có thể sáng tạo, chẳng hạn như trong lĩnh vực giải trí, hoặc làm việc với trẻ em hoặc hoạt động giải trí.

Sư Tử thích được chú ý và việc gì cũng ưa làm lớn. Sư tư rất rộng lượng và yêu thương người xung quanh, nhưng Sư Tử vẫn mong được ngưỡng mộ do đó có thể có xu hướng thổi phồng cái tôi. Điểm mạnh của Sư Tử là sự sáng tạo, lòng trung thành, khả năng lãnh đạo cũng như sự lạc quan và khả năng tiếp thêm động lực cho người khác.

Tiềm năng tối đa của Sư Tử đạt được thông qua khả năng lãnh đạo. Sư Tử sẽ rất khó chịu nếu buộc phải ở vị trí thấp hơn. Sư Tử thường nghĩ lớn, tham vọng, và có xu hướng thể hiện sự vĩ đại, xa hoa. Trong những ngành nghề mà Sư Tử phát huy được những điều này , ví dụ như ngành giải trí, những vị trí quyền lực, lương cao trong ngành bán hàng…, Sư Tử có thể thành công. Sư Tử có sự quyến rũ cá nhân và sức sống ấm áp. Người khác muốn làm việc cho Sư Tử và Sư Tử hưởng lợi từ những người có sức ảnh hưởng. Sở thích của Sư Tử về những về những nhãn hiệu nổi tiếng, những thứ xa hoa có thể trở thành những thú vui đắt giá.

Jupiter Sư Tử có chính kiến và niềm tin mạnh mẽ. Khi người khác không đồng ý với họ, họ có thể vẫn giữ chính kiến và niềm tin cho riêng mình. Họ giỏi tạo ra cơ hội cho mình và họ làm tốt nhất khi tự tin chấp nhận những rủi ro một cách có tính toán. Họ bị thu hút bởi những người thú vị và bản thân họ cũng rất thú vị.

Sư Tử nhất định phải biết cách chơi bời, tận hưởng. Những ngày lễ, sự lãng mạn và lễ kỷ niệm làm mới tinh thần của họ. Họ có thể có tài năng về nghệ thuật, kịch nghệ, giảng dạy hoặc lãnh đạo cộng đồng. Họ tỏa sáng khi là trung tâm của sự chú ý và tỏ ra tự tin, có học thức. Họ lạc quan và tận hưởng một thể chất khỏe mạnh. Họ thích thể hiện địa vị và sự giàu có của mình. Mọi người đều tin tưởng họ.

Jupiter Sư Tử có thể cảm thấy thua cuộc hoặc bị xúc phạm nếu họ không tự động nhận được sự tôn trọng và ngưỡng mộ mà họ cảm thấy xứng đáng. Họ có thể hơi khoa trương và gây ấn tượng với khán giả một chút, nhưng đây là lý do tại sao rất nhiều người yêu thích họ. Sức thu hút của họ mang lại cho họ may mắn. Sự nhiệt tình mà họ thể hiện thu hút sự thành công và sự chú ý ở bất cứ nơi nào họ đến. Sự từ chối chỉ đẩy họ xa. Họ có thể có xu hướng thổi phồng mọi việc.

Nghiêm túc và trung thực, Jupiter ở Sư Tử cần danh dự và địa vị xã hội để cảm thấy giá trị của bản thân. Tầm quan trọng xã hội có ý nghĩa rất lớn đối với họ. Họ có khiếu hài hước. Họ thường cởi mở để khám phá những điều mới. Họ là những người tự lực, dũng cảm và tràn đầy sức sống. Mặt khác, họ có thể trở nên ngông cuồng, phô trương và tự cho mình là trung tâm. Họ có thể đưa ra những đánh giá hấp tấp. Nếu họ không theo dõi cân nặng của mình, họ có thể có vấn đề về tim.

Lưu ý: nếu các bạn đọc phần này thấy không đúng lắm, rất có thể bạn là cung lai chứ không phải cung thuần. Đọc kĩ đầu chương.

Tự thao túng (Self-Gaslighting) để thu hút vận may trong bán hàng. Jupiter Sư Tử

Thao túng chính mình ở đây là thôi miên bản thân theo hướng tích cực, đưa bản thân về trạng thái cảm xúc cao độ để hút vận may. Nhiều người làm trong lĩnh vực tiếp thị, nhân viên bán hàng, nhân viên môi giới bất động sản được nhiều khách hàng chốt đơn, tiền hoa hồng vô số. Phải chăng họ may mắn hơn so với nhiều người khác.

Khi Sư Tử là nhân viên bán hàng, nhân viên môi giới, và khi tư vấn cho khách hàng, Sư Tử nên thể hiện sự chân thành, đàng hoàng của mình. Khách hàng sẽ cảm thấy hài lòng nêu Sư Tử tỏ ra hào phóng, sẵn sàng giải đáp mọi thắc mắc của khách hàng bằng lời nói và hành động. Phong cách sáng tạo, sự đáng tin cậy, tư tin, có học thức toát ra từ Sư Tử sẽ truyền cảm hứng cho khách hàng.

Sư Tử rất biết cách tận hưởng. Nếu Sư Tử bán những những thứ mà chính Sư Tử cũng ưa dùng thì khả năng truyền cảm hứng cho khách hàng càng cao. Ví dụ sư tử thích dùng Iphone và lại đi bán Iphone.

Sự quyến rũ cá nhân và sự ấm áp của Sư Tử có thể thu hút khách hàng. Làm được những điều này khách hàng dần dần sẽ trao cơ hội cho sư tử. Dần dần sự nghiệp của sư tử sẽ đi lên.

Jupiter Xử Nữ

Jupiter ở Xử Nữ may mắn nhất khi họ trung thực, đem lại lợi ích cho người khác, thực tế, ngăn nắp và chú ý đến mọi chi tiết. Họ làm tốt những việc phục vụ người khác, dinh dưỡng và sức khỏe.

Xử Nữ thông minh, có khả năng phân tích và kiên trì. Xử Nữ xuất sắc cả về chi tiết lẫn tổng thể, đem lại sự kết hợp tài năng độc đáo. Xử Nữ rất thực tế nên có thể thành công khi theo đuổi đam mê, sở thích của mình. Nhiều cá nhân Xử Nữ bắt đầu với số vốn eo hẹp và gầy dựng được cơ nghiệp của mình. Xử Nữ có hiểu biết nhiều hơn bình thường.

Xử Nữ xuất sắc khi xử lý chi tiết và thực hiện công việc tốt nhất khi làm từng bước một. Công việc có thể trở thành động lực sống của Xử Nữ, thậm chí có thể tiêu tốn gần như toàn bộ thời gian của Xử Nữ. Sự hài lòng và phần thưởng thúc đẩy nhiều hơn mong muốn của Xử Nữ nhưng Xử Nữ có thể làm việc quá sức. Đôi khi Xử Nữ có thể phân tích và phê phán quá nhiều.

Jupiter Xử Nữ là người thực tế. Họ cần hình dung ra kết quả để có động lực theo đuổi chúng. Họ không dễ bị dụ vào những trò lừa đảo. Họ không thích mạo hiểm. Mặc dù họ cần phương hướng, mục tiêu và kế hoạch rõ ràng nhưng họ đánh giá cao kết quả cuối cùng.

Jupiter Xử Nữ thích một thói quen cố định. Nó giúp họ cảm thấy làm việc có năng suất và hài hòa. Họ đặt ra những tiêu chuẩn cao cho chính mình. Kỷ luật và sáng suốt, Jupiter Xử Nữ có thể giúp người khác hoàn thiện cuộc sống và sống tốt hơn. Họ có một cảm giác như được ân sủng. Họ được biết đến là luôn giúp người khác một tay khi cần thiết. Họ giỏi phân tích các vấn đề và câu đố.

Jupiter Xử Nữ thiên về chi tiết, điều này có thể làm họ chậm lại trong các dự án lớn. Họ thận trọng, thực tế và khoa học. Đôi khi họ có thể khá hoài nghi. Tuy nhiên, đây chắc chắn là người bạn muốn ở bên bạn trong trường hợp khẩn cấp.

Jupiter Xử Nữ thích cuộc sống đơn giản. Giá trị của họ thúc đẩy những điều cơ bản của cuộc sống, chẳng hạn như sự trung thực và làm việc chăm chỉ. Họ đạt được tiến bộ lớn nhờ tuân thủ đạo đức và giá trị của mình. Cách nhanh nhất để Xử Nữ đánh mất vận may là gánh vác nhiều việc hơn mức họ có thể xử lý. Phong cách cầu toàn của họ giúp ích cho họ nhưng cũng có thể cản trở họ. Họ có thể bị choáng ngợp nếu không cẩn thận. Về mặt tiêu cực, họ cũng có thể trở nên nhỏ mọn, chỉ trích quá mức và cáu kỉnh.

Họ có tài về văn chương, khoa học và kỹ thuật. Những kỹ năng này giúp mở rộng thế giới của Jupiter Xử Nữ và mang đến cho họ nhiều cơ hội. Sự hiệu quả và sự tập trung của họ có thể khiến họ khó thích nghi trong một số trường hợp. Họ thích nghiên cứu và rất giỏi trong việc sưu tầm sách báo. Họ đánh giá cao giáo dục và muốn tất cả những gì họ có thể nhận được.

Lưu ý: nếu các bạn đọc phần này thấy không đúng lắm, rất có thể bạn là cung lai chứ không phải cung thuần. Đọc kĩ đầu chương.

Tự thao túng (Self-Gaslighting) để thu hút vận may trong bán hàng. Jupiter Xử Nữ

Thao túng chính mình ở đây là thôi miên bản thân theo hướng tích cực, đưa bản thân về trạng thái cảm xúc cao độ để hút vận may. Nhiều người làm trong lĩnh vực tiếp thị, nhân viên bán hàng, nhân viên môi giới bất động sản được nhiều khách hàng chốt đơn, tiền hoa hồng vô số. Phải chăng họ may mắn hơn so với nhiều người khác.

Khi Xử Nữ là nhân viên bán hàng, nhân viên môi giới, Xử Nữ nên tư vấn nhiệt tình, sao cho đem lại lợi ích tối ưu cho khách hàng. Xữ Nữ có khả năng tư vấn cho khách hàng một cách trung thực, thực tế. Ví dụ khách hàng muốn mua sản phẩm B nhưng có mắt thực tế của Xử Nữ lại thấy khách hàng nên mua sản phẩm A hơn, mặc dù sản phẩm B có thể đem lại doanh thu cao hơn. Với khả năng phân tích của mình xử nữ có thể giúp khách hàng hiểu rõ mọi chi tiết. Xử Nữ có khiếu phục vụ khách hàng. Xử Nữ để tâm đến mọi chi tiết, điều này khiến việc phục vụ khách hàng trở nên tốt hơn. Xử Nữ có nhiều sự hiểu biết, điều này cũng giúp ích cho xử nữ. Làm được những điều này khách hàng dần dần sẽ trao cơ hội cho xử nữ. Dần dần sự nghiệp của xử nữ sẽ đi lên.

Jupiter Thiên Bình

Jupiter Thiên Bình gặp nhiều may mắn nhất khi họ công bằng và đối xử bình đẳng với người khác. Sự duyên dáng tự nhiên và tài năng trong việc đề bạt hoặc hòa giải của họ thường mang lại cho họ nhiều cơ hội. Họ có trí tuệ phiêu lưu và sẵn sàng học hỏi. Họ có tư duy cởi mở và khách quan. Vì điều này, họ thường bị thuyết phục thay đổi quan điểm thông qua lý lẽ của người khác. Họ cũng có thể nhìn thấy tất cả các mặt của một vấn đề.

Thiên Bình rất lôi cuốn và quyến rũ. May mắn đến với Thiên Bình thông qua tài năng nghệ thuật, con mắt thẩm mỹ và sự hài hoà. Nhiều cá nhân Thiên Bình là những nhạc sĩ, hoạ sĩ, nhà trang trí nội thất, nhà thiết kế thời trang, nhà sưu tập nghệ thuật tài năng. Thiên Bình có thể thể hiện tài năng của mình và chinh phục được bạn bè ở vị trí cao. Thiên Bình thích sự vui tươi, giải trí và nhiều bạn bè của Thiên Bình bị thu hút bởi bầu không khí thoải mái, vui vẻ do Thiên Bình tạo ra.

Thiên Bình thân thiện, nhiệt tình, hay giúp đỡ, Thiên Bình thường khuyến khích, truyền cảm hứng cho người khác, khiến họ trở nên xuất sắc. Đổi lại, những người này đem lại may mắn cho Thiên Bình và Thiên Bình có thể được lợi thông qua việc kinh doanh với những người này hoặc thậm chí có quan hệ tình cảm. Thiên Bình hưởng lợi từ hôn nhân, điều này mang lại địa vị xã hội, sự giàu có và cơ hội bước vào thế giới kinh doanh.

Tuy nhiên, việc dựa dẫm vào người khác có thể lặp đi lặp lại sự tự lập lại giúp ích hơn cho Thiên Bình. Thiên Bình có thể quan sát một cách sắc sảo về bản chất con người và người xung quanh đánh giá cao lời khuyên của Thiên Bình. Mặc dù Thiên Bình tránh xung đột nhưng Thiên Bình sẽ có lập trường để bảo đảm công lý và công bằng, đồng thời đôi khi Thiên Bình đặt người khác và những nhu cầu, mong muốn của họ lên hàng đầu để duy trì sự hoà hợp.

Jupiter Thiên Bình hoạt động tốt nhất khi ở trong một nhóm hai người. Họ sẵn sáng làm việc trực tiếp. Họ muốn những thứ xung quanh họ mang tính thẩm mỹ. Họ có thể biến điều này thành một nghề nghiệp như thiết kế nội thất, thời trang hoặc các con đường nghệ thuật khác. Họ cũng giỏi giải trí, viết lách và quan hệ công chúng.

Jupiter Thiên Bình là người mang chủ nghĩa lý tưởng và họ bị thu hút bởi những người có cùng quan điểm với họ. Kết hợp với những người có cùng chí hướng có thể nâng cao cơ hội và vận may của họ. Họ rất chu đáo với người khác và biết cách thỏa hiệp. Họ có thể rất có sức thuyết phục. Họ có ý thức mạnh mẽ về công lý.

Jupiter Thiên Bình yêu thương mọi người và điều này sẽ mang lại cho họ nhiều may mắn. Khả năng ngoại giao tự nhiên của họ cho phép họ tương tác với người khác và giải quyết vấn đề. Nếu họ có thể phát triển ý thức mạnh mẽ về bản thân, vận may của họ sẽ mạnh mẽ hơn. Điều này cho phép họ ít quan tâm hơn đến những gì người khác nghĩ về họ.

Họ là những người nhân ái và họ có một cuộc sống trang nghiêm (có thể khiến người khác noi gương). Nếu họ có thể sáng tạo và đồng thời mang lại sự thay đổi có lợi cho xã hội thì Jupiter Thiên Bình sẽ càng tốt hơn. Sau đó họ có thể làm cho mọi thứ trở nên hài hòa.

Mặt khác, khi Jupiter ở Thiên Bình để cái tôi của họ quá lớn, họ có thể quá lạc quan, tham lam, hợm hĩnh và quá trịch thượng với những người xung quanh. Nếu họ có thể kiềm chế được bản thân thì họ là người hài hước, nhiệt tình và vui tính. Họ thích khám phá những địa điểm và cơ hội mới.

Lưu ý: nếu các bạn đọc phần này thấy không đúng lắm, rất có thể bạn là cung lai chứ không phải cung thuần. Đọc kĩ đầu chương.

Tự thao túng (Self-Gaslighting) để thu hút vận may trong bán hàng. Jupiter Thiên Bình

Thao túng chính mình ở đây là thôi miên bản thân theo hướng tích cực, đưa bản thân về trạng thái cảm xúc cao độ để hút vận may. Nhiều người làm trong lĩnh vực tiếp thị, nhân viên bán hàng, nhân viên môi giới bất động sản được nhiều khách hàng chốt đơn, tiền hoa hồng vô số. Phải chăng họ may mắn hơn so với nhiều người khác.

Khi Thiên Bình là nhân viên bán hàng, nhân viên môi giới, Thiên Bình nên tỏ ra công tâm, công bằng khi tư vấn cho khách hàng, không vì lợi nhuận mà để khách hàng chịu thiệt. Khi Thiên Bình đối xử một cách yêu thương với khách hàng, khách hàng sẽ đáp lại một cách tích cực. Thiên Bình rất có sức thuyết phục, do đó có thể sử dụng lợi thế này để thuyết phục khách hàng. Khả năng giao tiếp tự nhiên của Thiên Bình có thể giúp Thiên Bình giao tiếp tốt với khách hàng. Sự duyên dáng của thiên bình có khả năng thu hút khách hàng. Làm được điều này khách hàng dần dần sẽ trao cơ hội cho Thiên Bình. Dần dần sự nghiệp của Thiên Bình sẽ đi lên.

Jupiter Bọ Cạp

Jupiter ở Bọ Cạp thu hút may mắn khi họ cống hiến hết mình cho một dự án. Họ cần phát huy sức mạnh bên trong của mình và sử dụng sức mạnh từ tính đó của mình để chữa lành. Bằng cách sử dụng trực giác bẩm sinh, trí tưởng tượng và lòng trắc ẩn, họ có thể thu hút vận may và vô số trải nghiệm sống phong phú.

Bọ Cạp có ý chí mạnh và có sức hút cá nhân. Bọ Cạp đi sâu vào bất kì chủ đề nào mà Bọ Cạp quan tâm, nghiên cứu mọi khía cạnh cho đến khi bọ cạp nắm vững kiến thức hoặc tiếp thu đủ kiến thức phù hợp với nhu cầu của mình. Tuy nhiên họ có thể cường điệu hoá cảm xúc làm lệch lạc quan điểm của mình. Bọ Cạp đôi khi nên thoát khỏi tình huống để có cái nhìn khách quan hơn về vấn đề.

Đôi khi Bọ Cạp tỏ ra giấu giếm và nghi ngờ động cơ của người khác. Phẩm chất này có thể bảo vệ lợi ích của Bọ Cạp nhưng nó cũng có thể làm xói mòn mục tiêu về tài chính của họ. Nhiều người Bọ Cạp tích luỹ được khối tài sản lớn nhờ làm việc chăm chỉ và quyết tâm.

May mắn còn đến với Bọ Cạp thông qua sức hút mạnh mẽ của Bọ Cạp đối với người khác giới. Thường thì cánh cửa cơ hội nghề nghiệp và tài chính được mở ra nhờ những mối quan hệ tình cảm. Bọ Cạp sở hữu sự khôn ngoan trong tài chính, và nhiều cá nhân Bọ Cạp có khả năng kiếm tiền từ bất cứ điều gì họ đảm nhận.

Jupiter trong Bọ Cạp có thể nhìn thấy những gì đang ẩn giấu. Họ có khả năng kỳ lạ để đọc được ẩn ý và hiểu được thực tế của một tình huống. Điều này có thể trở thành lợi thế của họ và giúp họ thành công. Tài năng này cũng như sức hút tự nhiên của họ có thể được sử dụng để làm phong phú thêm cuộc sống của họ. Họ có thể xử lý năng lượng mãnh liệt và biến nó thành một phương pháp chữa lành hơn là một sức mạnh hủy diệt. Họ rất xuất sắc trong việc trao quyền cho người khác khi họ chọn làm như vậy.

Jupiter Bọ Cạp có bản năng về những điều bí ẩn, những điều thiêng liêng, siêu hình học, pháp sư và tình dục, và tất cả đều có thể biến thành một hình thức chữa bệnh. Họ hiểu thế nào là trải qua cái chết tâm hồn và trở nên hoàn toàn mới. Họ đặc biệt có năng khiếu giúp đỡ người khác vượt qua những chuyển đổi mạnh mẽ đó.

Jupiter trong Bọ Cạp có thể rất bí mật và nghiêm túc. Họ có óc phán đoán phê phán và óc kinh doanh sắc bén. Họ sẵn sàng đào sâu và đi vào trọng tâm của dự án, và điều này giúp họ thành công. Họ không khoan nhượng trong niềm tin và quan điểm của mình. Họ có niềm tin mãnh liệt vào bản thân và nếu không bị kiểm soát, họ có thể áp đặt ý muốn của mình với người khác. Họ có tầm nhìn xa và quyết tâm thành công.

Jupiter Bọ Cạp đầy đam mê và mãnh liệt. Họ hiểu rằng những dự án lớn cũng giống như những dự án nhỏ hơn, chỉ khác là số lượng nhiều hơn. Họ không bao giờ nông cạn. Họ thu hút vận may nhờ cường độ cảm xúc của mình, mặc dù họ sẽ còn may mắn hơn nếu học cách chấp nhận những lời chỉ trích và cởi mở hơn một chút thay vì hoài nghi.

Jupiter ở Bọ Cạp có một mức độ quyền lực xã hội nhất định. Họ thường thu hút những cơ hội học hỏi các kỹ năng kinh doanh và tiền bạc. Họ phải tìm hiểu sự thật về bất cứ điều gì họ quan tâm. Họ có thể trở nên triết học hoặc có liên quan đến những điều huyền bí.

Họ có thể thông minh, xảo quyệt và ranh ma. Họ có thể muốn kiểm soát người khác hoặc tích lũy quyền lực. Những đặc tính này cũng tạo nên những kỹ sư, nhà nghiên cứu, cảnh sát, nhà khoa học hoặc nhân viên y tế giỏi.

Lưu ý: nếu các bạn đọc phần này thấy không đúng lắm, rất có thể bạn là cung lai chứ không phải cung thuần. Đọc kĩ đầu chương.

Tự thao túng (Self-Gaslighting) để thu hút vận may trong bán hàng. Jupiter Bọ Cạp

Thao túng chính mình ở đây là thôi miên bản thân theo hướng tích cực, đưa bản thân về trạng thái cảm xúc cao độ để hút vận may. Nhiều người làm trong lĩnh vực tiếp thị, nhân viên bán hàng, nhân viên môi giới bất động sản được nhiều khách hàng chốt đơn, tiền hoa hồng vô số. Phải chăng họ may mắn hơn so với nhiều người khác.

Khi Bọ Cạp là nhân viên bán hàng, nhân viên môi giới, Bọ Cạp nên công hiến hết mình vì khách hàng, tận tâm tư vấn cho khách hàng. Trực giác của Bọ Cạp giúp Bọ Cạp biết được khách hàng muốn gì. Lòng trắc ẩn của Bọ Cạp có thể khiến Bọ Cạp luôn đem những điều tốt nhất cho khách hàng. Bọ Cạp có thể thu hút khách hàng khác phái. Làm được những điều này khách hàng dần dần sẽ trao cơ hội cho Bọ Cạp. Dần dần sự nghiệp của Bọ Cạp sẽ đi lên.

Jupiter Nhân Mã

Jupiter ở Nhân Mã thu hút may mắn miễn là họ hào phóng, bao dung và thực hành những gì họ rao giảng. Họ có thể rất truyền cảm hứng. Để làm được như vậy, họ chỉ cần tin vào bản thân và mục tiêu của mình. Sự nhiệt tình tự nhiên của họ sẽ thể hiện qua khi họ giảng dạy hoặc học những điều mới và họ sẽ có thể nhìn thấy bức tranh toàn cảnh. Họ thường quan tâm đến việc giảng dạy, thể thao, xuất bản, giáo dục, du lịch và văn hóa nước ngoài.

Nhân Mã rất hào phóng, cởi mở. Nhân Mã sống tốt, thoải mái trong việc chi tiêu. Nhân Mã thu hút những may mắn về tài chính và những rủi ro thường được Nhân Mã tính toán trước, do đó điều này có thể mang lại kết quả xứng đáng cho Nhân Mã. Nhân Mã có khả năng biến ý tưởng thành tiền mặt, Nhân Mã nghĩ lớn và tiền theo đó chạy đến. Nhân Mã thường kết hôn với người phụ hợp và nhiều cá nhân Nhân Mã có thể thừa hưởng tài sản. Nhân Mã có tư tưởng cao và có nhiều ý tưởng. Nếu một công việc không phù hợp với mong muốn của Nhân Mã, Nhân Mã sẵn sàng từ bỏ nó dù lương cao.

Lạc quan và nhiệt tình, Nhân Mã là người có tư tưởng sâu sắc. Nhân Mã thích các cuộc thảo luận triết học, những chuyến thám hiểm tinh thần. việc tìm kiếm kiến thức suốt đời khiến Nhân Mã trở thành người không ngừng học hỏi và sẵn sàng chia sẻ những gì họ biết để giúp đỡ người khác. Nhân Mã sẵn sàng dùng tài năng và thời gian của mình để giúp người mà không mong đợi được trả ơn. Nhân Mã nên cẩn thận, không nên tin quá nhiều người cũng như những lời hứa của họ. Nhân Mã nên cân bằng giữa sự lạc quan và thực tế.

Ý kiến và nhận thức riêng của họ rất quan trọng đối với họ và họ có thể cảm thấy bị xúc phạm nếu người khác không đồng ý với họ. Họ rất giỏi trong việc tạo ra cơ hội cho riêng mình. Khi họ ý thức được về bản thân, họ có thể trực cảm được bước tiếp theo sẽ là gì. Họ có thể thực hiện những bước nhảy vọt về niềm tin như thế này và thành công. Họ cần được thử thách để phát triển về trí tuệ và thể chất. Họ thích cạnh tranh. Thể thao là một giải pháp tốt cho họ.

Jupiter trong Nhân Mã nhận thấy rằng du lịch không chỉ mở rộng tâm trí mà còn mở ra những cánh cửa tri thức mà trước đó có thể họ chỉ mơ ước. Khi họ là Jupiter Nhân Mã, họ thực sự được rất may mắn. Có vẻ như họ chẳng thể làm gì sai… vì họ luôn có được thành công hoặc may mắn trong tình huống có thể thất bại hoặc bị tổn hại.

Vô tư và hướng ngoại, Jupiter Nhân Mã thích làm cho cuộc sống của người khác trở nên tốt đẹp hơn. Họ đánh giá cao triết học, tôn giáo và các vấn đề xã hội. Họ có niềm tin mạnh mẽ. Họ chi tiêu thoải mái, nhưng họ thường khá giả nên việc chi tiêu như vậy không phải là vấn đề lớn. Họ thích thuyết phục người khác theo niềm tin của họ. Họ dễ tính và tốt bụng. Thành công sẽ tìm thấy họ ở bất cứ nơi đâu. Họ không thích những thói quen.

Jupiter ở Nhân Mã có thể chấp nhận những quan điểm khác nhau. Vận may sẽ theo họ đến bất cứ nơi nào mà họ có thể phát triển cá nhân mình và chấp nhận rủi ro. Du lịch và giáo dục cũng mở ra cơ hội cho họ. Để gặp may mắn nhất, họ cần luôn cởi mở với người khác; cả về mặt cá nhân và niềm tin của họ. Trở nên quá giáo điều sẽ khiến vận may của họ mất đi. Họ có tiềm năng phát triển trí tuệ lớn lao.

Lưu ý: nếu các bạn đọc phần này thấy không đúng lắm, rất có thể bạn là cung lai chứ không phải cung thuần. Đọc kĩ đầu chương.

Tự thao túng (Self-Gaslighting) để thu hút vận may trong bán hàng. Jupiter Nhân Mã

Thao túng chính mình ở đây là thôi miên bản thân theo hướng tích cực, đưa bản thân về trạng thái cảm xúc cao độ để hút vận may. Nhiều người làm trong lĩnh vực tiếp thị, nhân viên bán hàng, nhân viên môi giới bất động sản được nhiều khách hàng chốt đơn, tiền hoa hồng vô số. Phải chăng họ may mắn hơn so với nhiều người khác.

Thực ra bản thân Jupiter Nhân Mã đã thu hút tiền bạc, may mắn khi Nhân Mã là nhân viên bán hàng, nhân viên môi giới rồi. Tuy nhiên Nhân Mã nên lưu ý thêm một số điều. Nhân Mã nên hào phóng, nhiệt tình, giải đáp mọi thắc mắc của khách hàng. Thái độ nhiệt tình, bao dung của Nhân Mã có thể khiến khách hàng hứng thú. Nhân Mã học hỏi nhiều thông tin và điều này có thể có ích trong việc nói chuyện, tư vấn cho khách hàng. Việc sẵn sàng dùng tài năng của mình để giúp ích cho khách hàng sẽ giúp nhân mã thu hút khách hàng hơn. Làm được những điều này khách hàng dần dần sẽ trao cơ hội cho Nhân Mã. Dần dần sự nghiệp của Nhân Mã sẽ đi lên.

Jupiter Ma Kết

Jupiter Ma Kết gặp may mắn khi họ có đạo đức, trưởng thành và hành động chính trực. Họ có tổ chức và kỷ luật, và cách tiếp cận từng bước của họ thường mang lại cho họ kết quả tốt. Họ thực tế và cần hình dung ra kết quả cuối cùng của sự việc để cố gắng đạt được chúng.

Ma Kết mạnh mẽ, thiên về vật chất và tham vọng. Ma Kết đạt được vị trí cao trong cuộc sống nhờ làm việc chăm chỉ và ý chí quyết tâm. Ma Kết rất có tầm nhìn thực tế. Nhiều cơ hội đến với Ma Kết và nhiều cơ hội khác do chính Ma Kết tạo ra. Ma Kết tỏ ra thận trọng nhưng cũng nhanh chóng theo đuổi bất cứ điều gì có tiềm năng để có thể thăng tiến trong sự nghiệp và địa vị.

Ma Kết có thể thể hiện bản năng kinh doanh của mình, và là một nhà giao dịch sáng suốt, có xu hướng xử lý tài chính một cách thận trọng. Nhiều người có thể nhận thấy sự pha trộn kì lạ giữa tiết kiệm và phung phí trong thói quen chi tiêu của Ma Kết. Ma Kết có thể tiết kiệm vài xu nhưng lại xa hoa với số tiền lớn. Điều này có thể hữu ích trong kinh doanh, tiết kiệm nhưng vẫn không ngại chi tiêu khi cần thiết.

Tham vọng và luôn có động cơ kiếm tiền, Ma Kết hiểu được rằng sự thăng tiến luôn đi kèm với làm việc chăm chỉ, có mục tiêu, từng bước một, có kế hoạch, cùng với đạo đức nghề nghiệp. Thành công không đến với Ma Kết một cách chớp nhoáng. Ma Kết đạt được thành công một cách từ từ có kỉ luật.

Jupiter Ma Kết có sự lạc quan tuyệt vời khi nhìn vào cuộc sống của mình. Họ có thể lạc quan vì họ hiểu điều gì hiệu quả và điều gì không. Họ có thể tạo ấn tượng lâu dài bằng cách sử dụng những nguyên tắc đã được thử thách qua thời gian. Họ có niềm tin vào sự chăm chỉ và tháo vát. Họ có rất nhiều sức chịu đựng. Họ có tiêu chuẩn cao và niềm tin vào sự truyền thống.

Jupiter Ma Kết làm tốt các lĩnh vực kiến trúc, quy hoạch, chính trị, tài chính, y tế và môi trường. Họ thích mang lại lợi ích cho xã hội thông qua các hành động của mình. Họ không đáng bị chê trách chỉ vì sự trang nghiêm và mạnh mẽ của họ. Thái độ bảo thủ của họ giúp mở đường cho sự thành công của họ trong nhiều trường hợp. Để đạt được nhiều may mắn hơn, họ cần đạt được sự cân bằng. Nếu họ để bản thân quá bận tâm đến lợi ích vật chất và nỗi sợ thất bại, vận may có thể vụt tắt ngay trước cửa.

Jupiter ở Ma Kết có động lực mạnh mẽ về quyền lực, địa vị, nhân phẩm và tầm quan trọng. Bằng cách làm việc chăm chỉ và quyết tâm, họ thường thấy mình ở đỉnh cao của sự thành công trong công nghiệp, thương mại hoặc chính trị. Sự giàu có đến với họ như một yếu tố phụ, mặc dù Jupiter Ma Kết có thể cảm thấy khó chịu khi giàu có. Họ tin vào việc được khen thưởng vì đã làm việc chăm chỉ, nhưng sự giàu có có thể làm băng hoại đạo đức. Mặc dù hầu hết thời gian họ tỏ ra nghiêm túc nhưng họ có thể có khiếu hài hước đen tối. Họ rất giỏi giải quyết những tình huống khó khăn.

Thận trọng và đầy tham vọng, Jupiter Ma Kết có thể khiến triết lý cá nhân của họ phù hợp với tham vọng của họ. Họ có thể có xu hướng keo kiệt, vì vậy học cách rộng lượng hơn có thể giúp họ trưởng thành.

Lưu ý: nếu các bạn đọc phần này thấy không đúng lắm, rất có thể bạn là cung lai chứ không phải cung thuần. Đọc kĩ đầu chương.

Tự thao túng (Self-Gaslighting) để thu hút vận may trong bán hàng. Jupiter Ma Kết

Thao túng chính mình ở đây là thôi miên bản thân theo hướng tích cực, đưa bản thân về trạng thái cảm xúc cao độ để hút vận may. Nhiều người làm trong lĩnh vực tiếp thị, nhân viên bán hàng, nhân viên môi giới bất động sản được nhiều khách hàng chốt đơn, tiền hoa hồng vô số. Phải chăng họ may mắn hơn so với nhiều người khác.

Khi Ma Kết là nhân viên bán hàng, nhân viên môi giới, Ma Kết nên hành động chính trực, có đạo đức, khi tư vấn cho khách hàng. Ma Kết rất có khiếu kinh doanh, và rất sáng suốt trong giao dịch, điều này có thể giúp ích cho Ma Kết. Làm được những điều này khách hàng dần dần sẽ trao cơ hội cho Ma Kết. Dần dần sự nghiệp của Ma Kết sẽ đi lên.

Jupiter Bảo Bình

Jupiter ở Bảo Bình thu hút may mắn khi họ hợp tác, vô tư và sáng tạo. Họ làm việc tốt nhất khi họ có quyền tự do lựa chọn phải làm gì và làm như thế nào. Họ giỏi phá vỡ các quy tắc và suy nghĩ của họ rất sáng tạo.

Bảo Bình là người bao dung nhưng đôi khi khó đoán, bướng bỉnh với triết lý sống của riêng họ. Họ đặt ra tiêu chuẩn cá nhân của riêng mình, và trung thành sống theo chúng. Bảo Bình rất ghét bất công và coi sự bình đẳng là chuẩn mực duy nhất được chấp nhận. Bảo Bình thu hút nhiều bạn bè. Bảo Bình coi trọng bạn bè và người xung quanh. Bảo Bình chấp nhận cá tính, con người thật của người xung quanh ngay cả khi Bảo Bình chưa chắc đồng ý với những quyết định của họ. Bảo Bình thường tìm thấy vận may thông qua bạn bè và những cơ hội bất ngờ.

Bảo Bình có thể cảm thấy nhàm chán trong công việc mà mục đích duy nhất là kiếm tiền, và Bảo Bình thấy nhiều cơ hội hơn trong những ngành nghề cần có tầm nhìn rộng lớn hơn. Bảo Bình có thể đem lại may mắn cho người khác. Bảo Bình có trực giác nhạy bén về bản chất con người. Các hoạt động nhân đạo thu hút Bảo Bình và nhiều người hưởng lợi từ sự tham gia và lãnh đạo của Bảo Bình. Một số cá nhân Bảo Bình có xu hướng trở thành nhà hoạt động và có thể thay đổi xã hội.

Jupiter trong Bảo Bình có thể tạo ra những bước đột phá mới trong bất kỳ nỗ lực nào vì họ sẵn sàng thử những điều mới. Họ không ngại rời xa truyền thống để có những khám phá mới. Một số người có thể gọi họ là thiên tài, số khác thì lập dị. Vấn đề là, Jupiter Bảo Bình không ngại khác biệt. Họ rất nghệ thuật có trí tuệ khác người. Họ hòa đồng và thích chia sẻ ý tưởng. Họ có thể trở thành một nhà hoạt động xã hội, nhạc sĩ, nghệ sĩ, nhà khoa học, nhà phát minh hoặc làm trong lĩnh vực huyền bí.

Jupiter Bảo Bình chấp nhận những người xung quanh theo đúng bề ngoài. Họ bao dung và thấu hiểu, điều này cho phép họ làm việc tốt như nhau với nhiều người khác nhau. Họ mới mẻ và độc đáo, mặc dù họ không thường xuyên hành xử có tinh thần trách nhiệm. Đôi khi họ cũng có thể thiếu kỷ luật. Họ không quan tâm đến của cải vật chất nên họ có thể khó phát triển hơn về mặt tài chính. Đôi khi họ có thể khá cách mạng.

Jupiter trong Bảo Bình muốn làm cho thế giới trở nên tốt đẹp hơn cho tất cả mọi người. Họ có thể thấy mình là lãnh đạo công đoàn, quản lý cửa hàng hoặc tình nguyện viên. Họ rất giỏi trong việc kết nối và có thể truyền cảm hứng cho những người xung quanh về những điều lớn lao hơn và tốt đẹp hơn. Họ không gặp khó khăn gì trong việc thu hút người theo dõi hoặc trở nên nổi tiếng. Họ có thể trở nên khác thường.

May mắn đến với Jupiter ở Bảo Bình thông qua việc họ sử dụng những lý tưởng có tầm nhìn xa và những ý tưởng sáng tạo. Họ có thể tìm kiếm nhiều may mắn hơn bằng cách đặt mình vào những tình huống coi trọng sự đổi mới và tư duy độc đáo. Để thu thập nhiều may mắn hơn nữa, Jupiter Bảo Bình cần học cách thỏa hiệp.

Họ là những nhà thiện nguyện độc lập, muốn tìm hiểu về những chủ đề giúp ích cho nhân loại. Họ có thể thành công trong lĩnh vực công nghệ, triết học, khoa học xã hội, tôn giáo hoặc điều huyền bí. Họ có tinh thần tiên phong mà nhiều người theo chủ nghĩa truyền thống không muốn khuyến khích. Họ thích giao lưu. Đối với họ, cải cách xã hội là quan trọng để giúp đỡ những người bị áp bức và người nghèo.

Lưu ý: nếu các bạn đọc phần này thấy không đúng lắm, rất có thể bạn là cung lai chứ không phải cung thuần. Đọc kĩ đầu chương.

Tự thao túng (Self-Gaslighting) để thu hút vận may trong bán hàng. Jupiter Bảo Bình

Thao túng chính mình ở đây là thôi miên bản thân theo hướng tích cực, đưa bản thân về trạng thái cảm xúc cao độ để hút vận may. Nhiều người làm trong lĩnh vực tiếp thị, nhân viên bán hàng, nhân viên môi giới bất động sản được nhiều khách hàng chốt đơn, tiền hoa hồng vô số. Phải chăng họ may mắn hơn so với nhiều người khác.

Khi Bảo Bình là nhân viên bán hàng, nhân viên môi giới, Bảo Bình nên áp dụng những ý tưởng sáng tạo của mình trong bán hàng. Tầm nhìn rộng của Bảo Bình giúp Bảo Bình có thể biết được thị hiếu của khách hàng, xu hướng của thị trường. Trực giác nhạy bén về bản chất con người giúp bảo bình hiểu được khách hàng và đưa ra những tư vấn phù hợp. Bảo Bình thích giúp đỡ người khác, và điều này hữu ích khi bảo bình luôn giúp đỡ khách hàng của mình. Làm được những điều này khách hàng dần dần sẽ trao cơ hội cho Bảo Bình. Dần dần sự nghiệp của Bảo Bình sẽ đi lên.

Jupiter Song Ngư

Jupiter trong Song Ngư thu hút may mắn khi họ dịu dàng, tận tâm, cho đi và giàu lòng nhân ái. Họ thích quan tâm đến những người kém may mắn hơn mình. Nhu cầu sâu sắc bên trong họ là được giúp đỡ người khác.

Song Ngư có khả năng thu hút cảm xúc. Song Ngư có lòng trắc ẩn và sự hào phóng. Những công việc đòi hỏi song ngư giao tiếp trực tiếp với người khác, đặc biệt những công việc có mức độ cảm xúc cao sẽ mang lại thành công cho Song Ngư. Giúp đỡ người khác mang lại sự hài lòng lớn cho Song Ngư và mọi người đánh giá cao sự tốt bụng và hiểu biết của Song Ngư. Điều này đặc biệt đúng khi Song Ngư làm nghề bác sĩ. Nhưng phẩm chất tốt đẹp này có thể thu hút những kẻ kém đạo đức lợi dụng Song Ngư. Không phải ai cũng đáng được thông cảm nên Song Ngư cần thực tế một chút.

Song Ngư thu hút vận may nhờ sự nổi tiếng và dễ mến của mình. Song Ngư đề cao trí tưởng tượng, sáng tạo, trí tuệ, lý tưởng cao đẹp. Song Ngư làm tốt trong những lĩnh vực giúp đỡ nhiều người. Song Ngư nên đề phòng sự buông thả bản thân dưới mọi hình thức.

Jupiter Song Ngư là người đồng cảm; họ có thể cảm nhận được nỗi đau của thế giới. Họ mong muốn làm tất cả những gì có thể để xoa dịu nỗi đau này và làm cho thế giới tốt hơn. Họ giàu trí tưởng tượng và sáng tạo; họ có thể thể hiện bản thân bằng cách sử dụng nghệ thuật. Họ có thể rất tài năng với các loại nghệ thuật chữa bệnh. Họ bị thu hút bởi sự tưởng tượng và huyền bí.

Jupiter Song Ngư sẵn lòng ở lại hậu trường để giúp đỡ. Họ không tìm kiếm sự chú ý. Họ rất nhạy cảm nhưng dễ gần. Họ có thể không có nhiều tham vọng. Họ không cần nhiều của cải vật chất để làm hài lòng cuộc sống của họ. Họ có thể theo sát một tôn giáo hoặc các thực hành thần bí. Họ có thể dễ bị lợi dụng do bản tính nhân hậu của mình. Họ thích sự tách biệt.

Nhiều người thích Jupiter Song Ngư. Có điều gì đó ở Song Ngư khiến người khác luôn đồng tình với họ. Họ rất tốt bụng, chu đáo và lý tưởng hóa cuộc sống. Họ là những người biết lắng nghe. Họ có tài kết nối với người khác. Họ cũng có thể có khả năng tâm linh.

Jupiter Song Ngư giỏi các công việc xã hội, tư vấn và những việc tôn giáo. Họ có thể tình nguyện tham gia các tổ chức giúp đỡ người vô gia cư hoặc người nghèo. Về mặt tiêu cực, họ có thể chìm sâu vào ảo tưởng đến mức dựa vào ma túy hoặc các phương pháp khác để đưa họ rời xa thực tế. Họ có thể không phân biệt được điều gì tốt hay xấu đối với bản thân. Họ gặp rắc rối với sự nhất quán. Trầm tư suy ngẫm có thể giúp họ giải quyết các vấn đề căng thẳng.

Để thu hút được nhiều vận may nhất, Jupiter Song Ngư cần tập trung sự nhạy cảm của mình theo những hướng lành mạnh. Họ cần ngừng lắng nghe giọng nói nhỏ bên trong bảo họ cần phải trốn thoát.

Lưu ý: nếu các bạn đọc phần này thấy không đúng lắm, rất có thể bạn là cung lai chứ không phải cung thuần. Đọc kĩ đầu chương.

Tự thao túng (Self-Gaslighting) để thu hút vận may trong bán hàng. Jupiter Song Ngư

Thao túng chính mình ở đây là thôi miên bản thân theo hướng tích cực, đưa bản thân về trạng thái cảm xúc cao độ để hút vận may. Nhiều người làm trong lĩnh vực tiếp thị, nhân viên bán hàng, nhân viên môi giới bất động sản được nhiều khách hàng chốt đơn, tiền hoa hồng vô số. Phải chăng họ may mắn hơn so với nhiều người khác.

Khi Song Ngư là nhân viên bán hàng, nhân viên môi giới, Song Ngư nên tỏ ra dịu dàng, tận tâm và giàu lòng nhân ái với khách hàng, đem lại lợi ích tối đa cho khách hàng. Với nhu cầu muốn được giúp đỡ người khác, Song Ngư sẽ làm tốt trong việc chăm sóc khách hàng. Sự dễ mến của Song Ngư thu hút khách hàng. Có điều gì đó khiến mọi người đồng tình với Song Ngư và điều này giúp ích cho Song Ngư trong việc thuyết phục khách hàng. Làm được những điều này khách hàng dần dần sẽ trao cơ hội cho Song Ngư. Dần dần sự nghiệp của Song Ngư sẽ đi lên.

Chương 5
Mercury Signs

Sự thật về khả năng chớp thời cơ của bạn

Victor Hugo nói "tương lai có rất nhiều tên: Với kẻ yếu, nó là điều không thể đạt được. Đối với người hay sợ hãi, nó là điều chưa biết. Với ai dũng cảm, nó là cơ hội". Trong quá trình thành công, chúng ta cần có một khả năng đó là quyết định và chớp thời cơ. Elbert Hubbard cũng từng nói: "không cần nhiều sức mạnh để thực hiện, nhưng cần nhiều sức mạnh để quyết định phải làm gì."

Trong chương này, chúng ta sẽ đo khả năng đưa ra quyết định của bạn đến đâu. Mercury Signs là loại cung liên quan đến khả năng ra quyết định và chớp thời cơ của bạn.

Vậy để biết Mercury của bạn là gì, mời bạn tra vào link sau:

https://cafeastrology.com/whats-my-mercury-sign.html

Hoặc bạn có thể vô Google gõ: **Mercury calculator**, và vô web tiếng Anh bạn nhé. Nếu bạn đọc về Mercury của mình và thấy không đúng hoàn toàn, chỉ đúng một phần, rất có thể bạn là cung lai, không phải cung thuần. Ví dụ như trường hợp sau:

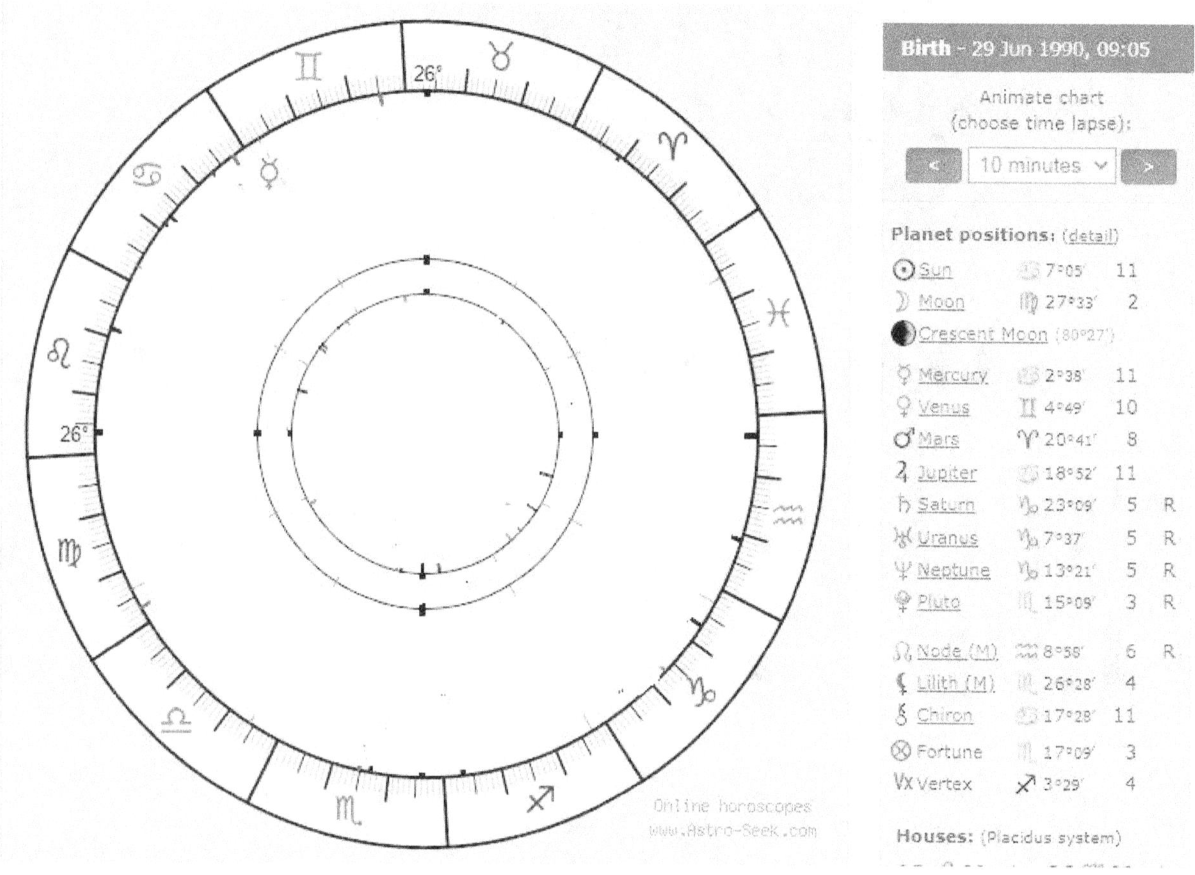

Các bạn có thể thấy ví dụ trên, biểu tượng Mercury ☿ không nằm chính giữa Cự Giải, mà nằm lệch lên Song Tử. Như vậy đây là lai giữa cự giải và song tử. Vậy để biết chính xác bạn là cung lai hay thuần, mời bạn tra trong link sau:

https://horoscopes.astro-seek.com/birth-chart-horoscope-online

Hoặc các bạn có thể vô google gõ: **zodiac calculator**

Biểu tượng các cung: ♈ Bạch Dương, ♉ Kim Ngưu, ♊ Song Tử, ♋ Cự Giải, ♌ Sư Tử, ♍ Xử Nữ, ♎ Thiên Bình, ♏ Bọ Cạp, ♐ Nhân Mã, ♑ Ma Kết, ♒ Bảo Bình, ♓ Song Ngư

Mời bạn kích vào các hình sau để đi đến cung của bạn

Mercury Bạch Dương

Mercury Bạch Dương là người suy nghĩ nhanh chóng. Họ không có nhiều kiên nhẫn để nghiên cứu mọi góc độ của mọi vấn đề… họ thà đưa ra quyết định và cho bạn biết. Thẳng thắn và trực tiếp, họ đi thẳng vào vấn đề. Mặc dù đôi khi họ có thể tỏ ra thô lỗ hoặc hung hăng, nhưng đó thường là do họ đang cố gắng vượt qua sự phản đối đối với những ý tưởng của mình. Nguyên nhân là vì họ giống như những đứa trẻ, họ không hề nghĩ rằng sẽ có người không đồng tình với họ và vì vậy họ có thể tỏ ra vì thất vọng. Mercury ở Bạch Dương rất gắn bó với ý tưởng của họ.

Họ có xu hướng sắp xếp hợp lý việc học của mình để không bị sa lầy vào chi tiết. Họ lấy những gì họ muốn và gạt bỏ bất cứ điều gì họ cảm thấy có thể không liên quan. Mercury Bạch Dương có một sức quyến rũ ngây thơ nhất định. Họ thích bắt đầu những điều mới và rất nhiệt tình. Mọi lời chỉ trích tiêu cực sẽ được coi chỉ là quan điểm cá nhân, ngay cả khi nó thực sự không phải như vậy. Họ không ngại đứng lên trước thử thách. Họ vừa theo chủ nghĩa lý tưởng, vừa lại rất thông minh.

Mercury Bạch Dương có thể nhanh chóng chuyển từ ý tưởng cũ sang ý tưởng mới nếu chúng có vẻ thú vị hơn. Họ rất giỏi trong việc thúc đẩy. Họ biết cách động viên mọi người và khiến mọi việc trở nên thú vị. Họ thích cạnh tranh với người khác và có thể tranh luận một quan điểm chỉ để cho vui.

Họ có tinh thần nhanh nhẹn và có thể tự mình suy nghĩ tốt mọi vấn đề. Những trở ngại trên đường đi khiến họ vô cùng khó chịu. Điều này có thể lan sang các lĩnh vực khác trong cuộc sống cũng như giao tiếp của họ. Mercury Bạch Dương nổi tiếng là người thiếu kiên nhẫn.

Sự tập trung trong thời gian dài có thể khó khăn. Họ rất dễ đi đến kết luận và có xu hướng bốc đồng. Hóm hỉnh và sáng tạo, họ là những người có khả năng giao tiếp tuyệt vời miễn là họ không cần đi sâu vào một chủ đề. Dù quyến rũ nhưng họ cũng có thể trung thực một cách tàn nhẫn.

Họ sẽ làm bất cứ điều gì để giành chiến thắng trong một cuộc tranh cãi, ngay cả với những người họ yêu thương. Mercury Bạch Dương có thể trở thành kẻ biết tuốt khủng khiếp nếu điều này không được kiểm soát. Mặt khác, họ có thể để sự tự tin của mình truyền cảm hứng phấn khích cho người khác. Họ có xu hướng độc đáo và nổi bật trong lĩnh vực chuyên môn của mình. Họ thấy khó khăn khi học cách tập trung vào các chi tiết và kiên trì thực hiện các dự án cho dù tẻ nhạt đến đâu.

Gần như cố chấp không nhận sai, Mercury Bạch Dương nhanh chóng đổ lỗi ngay cả khi không cần phải làm như vậy. Họ bẩm sinh không khéo léo. Họ bồn chồn và dường như tràn đầy năng lượng lo lắng. Họ cần phải bận rộn và dường như không có thời gian rảnh rỗi. Họ thích làm mọi việc theo cách riêng của họ; họ không thích bị bảo phải làm gì. Mercury Bạch Dương có thể là một nhà lãnh đạo tài ba, và ngay cả khi không ở vị trí như vậy, họ vẫn có thể có một số ít người đi theo. Sự phấn khích và nhiệt tình của họ có tính lan truyền.

Lưu ý: nếu các bạn đọc phần này thấy không đúng lắm, rất có thể bạn là cung lai chứ không phải cung thuần. Đọc kĩ đầu chương.

Thao túng, thuyết phục Mercury Bạch Dương đồng ý

Để thuyết phục bạch dương bạn nên nêu ra yêu cầu và lợi ích một cách thẳng thắn, đi thẳng trực tiếp vào vấn đề. Nếu Bạch Dương phản đối lời đề nghị của bạn một cách hung hăng, bạn nên giữ thái độ bình tĩnh. Bạn không nên phản bác những lời nói của bạch dương, thay vào đó nên tỏ thái độ đồng tình và nhìn xa hơn những gì họ nói. Ví dụ Bạch Dương đang làm nhân viên văn phòng, bạn thuyết phục bạch dương đi xuất khẩu lao động với bạn. Bạch Dương từ chối vì còn vướng bận gia đình. Bạn nên tỏ thái độ đồng tình và nói rằng: anh lo cho gia đình như vậy là đúng nhưng anh nghĩ xem 5 năm nữa con anh lớn, cần tiền cho nó vào đại học, gia đình anh cần một cái nhà to hơn… Tức là bạn nhìn xa hơn những gì họ nói và nêu ra lợi ích.

Mercury Kim Ngưu

Mercury ở Kim Ngưu cần có thời gian khi đưa ra quyết định. Cuối cùng họ cũng đạt được điều đó và sẽ cứng đầu một khi đã quyết định. Mặc dù một số người có thể cho rằng Mercury Kim Ngưu lười biếng, nhưng khi xem xét kỹ hơn, bạn sẽ thấy rằng họ thực sự đã suy nghĩ mọi việc rất cẩn thận.

Mặc dù có thể phải thực hiện một số việc để khiến Mercury trong Kim Ngưu bắt đầu một điều gì đó mới mẻ, nhưng một khi đã bắt đầu, họ sẽ theo đuổi nó đến cùng. Họ có đầy đủ ý thức chung. Họ xử lý thông tin thông qua việc sử dụng các giác quan của mình. Khi giao tiếp, họ có thể hơi chậm để đi vào vấn đề. Họ rất có chủ ý trong mọi việc họ làm.

Mọi người có xu hướng lắng nghe Mercury Kim Ngưu, và lắng nghe một cách nghiêm túc. Họ hài hước và có chút mỉa mai. Họ không dùng lời nói hoa mỹ; thay vào đó họ tỏ ra am hiểu tường tận và thực tế.

Mercury Kim Ngưu thích học hỏi thông qua các minh chứng, khái niệm cơ bản và câu trả lời cụ thể. Họ thích sự ứng dụng thực tế cho những gì họ học được. Họ có thể học một cách trừu tượng, nhưng những bài học sẽ có tác dụng mạnh mẽ hơn nhiều nếu họ đích thân vận dụng thông tin đó.

Họ rất gợi cảm và có sở thích rõ ràng. Mọi thứ họ có thể trải nghiệm qua các giác quan: màu sắc, mùi hương, xúc giác… đều ảnh hưởng đến phong cách giao tiếp của họ. Họ khôn ngoan trong kinh doanh và xuất sắc về tài chính.

Mercury ở Kim Ngưu có thể tỏ ra bướng bỉnh và cố chấp. Họ có một trí nhớ đáng kinh ngạc. Bất cứ điều gì họ nỗ lực đều cần phải tạo ra kết quả rõ ràng. Họ thực sự tin rằng chậm và ổn định sẽ thắng cuộc đua. Không giống như hầu hết các cung Mercury, họ không bồn chồn… họ có nền tảng vững chắc và ổn định. Điều này giữ cho họ luôn thực tế.

Mercury Kim Ngưu thường có giọng nói dễ chịu và tính kỷ luật để vượt qua những giai đoạn huấn luyện nghiêm ngặt khi học nghề. Họ có thể có tài năng trong nghệ thuật. Họ tìm cách tạo ra những thứ tồn tại lâu dài và phản ánh những giá trị sâu sắc của chính họ. Họ muốn thể hiện điều gì đó cho những nỗ lực của họ.

Mercury Kim Ngưu có thể làm việc theo thói quen và đôi khi có thể cần phải thoát ra khỏi lối mòn đó. Họ có thể tỏ ra bướng bỉnh và khó tính. Họ cần học cách thích nghi. Họ không thích bị buộc phải đưa ra quyết định nhanh chóng.

Họ thích xây dựng những thứ mới. Nó tạo ra thứ gì đó quan trọng mà họ có thể đo lường và coi đó là kết quả của những nỗ lực của mình. Mercury Kim Ngưu có thể kiếm sống tốt bằng nghề diễn giả. Giọng hát của họ du dương và chủ đề của họ được trình bày kỹ lưỡng. Ý tưởng của họ rất thực tế và hoạt động tốt. Những người nghe theo lời khuyên của họ hiếm khi hối tiếc.

Lưu ý: nếu các bạn đọc phần này thấy không đúng lắm, rất có thể bạn là cung lai chứ không phải cung thuần. Đọc kĩ đầu chương.

Thao túng, thuyết phục Mercury Kim Ngưu đồng ý

Bạn nên cho Kim Ngưu thấy lợi ích mà Kim Ngưu sẽ đạt được nếu Kim Ngưu làm theo lời bạn và lợi ích đó phải rõ ràng, có thể trong tầm tay. Ví dụ bạn muốn nhờ Kim Ngưu chở giùm bạn đi làm thì chưa chắc họ đã đồng ý nhưng nếu bạn nói ở chỗ làm có cố gai xinh chưa có người yêu, Kim Ngưu có thể làm quen thì khả năng Kim Ngưu đồng ý sẽ cao hơn.

Sau khi nêu ra lợi ích, bạn nên để cho Kim Ngưu thời gian quyết định. Bạn không nên hối thúc, nài nỉ ... vì Kim Ngưu rất cứng đầu, bạn càng hối thúc, nguy cơ Kim Ngưu từ chối càng cao.

Nếu Kim Ngưu là giáo viên, một người bạn thuyết phục Kim Ngưu chuyển nghề sang làm nhân viên văn phòng, một người bạn khác thuyết phục Kim Ngưu chuyển nghề sang làm hướng dẫn viên du lịch, thì khả năng Kim Ngưu đồng ý làm nhân viên văn phòng sẽ cao hơn. Vì khi chuyển từ làm giáo viên qua làm nhân viên văn phòng cần ít sự thay đổi hơn là chuyển sang làm hướng dẫn viên du lịch. Tuy nhiên, Kim Ngưu vẫn cần những thay đổi trong cuộc sống cho nên khả năng Kim Ngưu chuyển sang làm hướng dẫn viên du lịch không phải là không có. Vậy nếu muốn thuyết phục Kim Ngưu làm hướng dẫn viên du lịch bạn nên đưa ra lợi ích và những thứ quen thuộc khác, ví dụ Kim Ngưu sẽ gặp lại vài người bạn cũ nếu làm hướng dẫn viên du lịch. Bạn nên đưa ra những yếu tố quen thuộc như vậy để Kim Ngưu đỡ bỡ ngỡ.

Mercury Song Tử

Nhanh trí và hiểu rộng, Mercury Song Tử có thể có vẻ hơi phân tán. Họ có kiến thức rộng về nhiều môn học… nhưng không hiểu biết quá nhiều về bất kỳ môn học nào. Họ học nhanh, nhưng vì có quá nhiều sở thích khác nhau nên họ khó tập trung vào một môn học duy nhất. Họ cũng dễ dàng cảm thấy buồn chán. Hãy cho Mercury Song Tử một môi trường đầy hứng khởi và họ sẽ hạnh phúc.

Nói về môi trường của họ, Mercury Song Tử rất nhạy cảm với những gì đang diễn ra xung quanh họ. Họ rất mẫn cảm. Họ có xu hướng bồn chồn và tràn đầy năng lượng lo lắng. Mặc dù tư duy của họ phóng thoáng nhưng những câu trả lời hợp lý, logic lại rất thu hút họ. Trực giác không phải là một phần trong những sở trường của họ. Họ có thể bị coi là quá lý trí. Họ có thể tỏ ra tách biệt về mặt cảm xúc khi giao tiếp.

Đồng thời, Mercury Song Tử cũng có thể trở thành một diễn giả thú vị. Họ không bị ràng buộc bởi quan điểm hay ý tưởng của riêng mình như Mercury Bạch Dương. Họ thích nghi tốt và tò mò về mọi thứ. Không quá khó để thuyết phục họ thay đổi ý kiến. Họ có thể có tài ăn nói trôi chảy và thực sự có thể hơi lừa lọc một chút với chút hài hước. Họ thích phát hiện những điểm yếu xung quanh mình và tận dụng chúng chỉ vì họ có thể.

Mercury Song Tử đưa ra quyết định nhanh chóng và những quyết định đó thường tốt đẹp. Họ thích làm việc với ngôn ngữ và nói chuyện điện thoại rất tốt. Họ có thể dễ dàng giao tiếp với bất kỳ ai thuộc mọi tầng lớp xã hội. Hùng hồn và hấp dẫn, thật khó để cảm thấy nhàm chán khi có Mercury Song Tử ở bên cạnh!

Tuy nhiên, họ khó có thể ngăn chặn được sự kích thích bên ngoài vì chúng có thể tác động lên họ. Họ có thể bị choáng ngợp và kiệt sức. Họ có thể có dấu hiệu khó chịu hoặc rối loạn tâm thần. Dành một chút thời gian nghỉ ngơi sẽ giúp họ khắc phục vấn đề này.

Mercury Song Tử là một người có khiếu tán tỉnh hóm hỉnh bẩm sinh. Cuộc trò chuyện thông minh của họ thường khiến đối tác của họ say mê. Họ thích tham gia các sự kiện văn hóa và tận hưởng những tình huống mới. Đầu óc họ luôn quay cuồng. Họ phát triển đầy hứa hẹn trong một môi trường kích thích, nhịp độ nhanh.

Khi buồn chán, Mercury Song Tử có thể gây ra một số rắc rối hoặc tranh cãi chỉ để khiến mọi việc trở nên thú vị. Họ thích chơi những trò chơi trí óc và rất vui khi tìm được một người có thể phục hồi tinh thần. Họ có thể có xu hướng buôn chuyện. Một cách tự nhiên trong các cuộc tụ tập xã hội, họ bay từ nhóm này sang nhóm khác như một con bướm. Họ thường hấp dẫn và đầy hài hước. Mercury Song Tử thích đi du lịch, đọc sách, nói chuyện và gặp gỡ những người mới. Họ thường là tiên phong của tất cả các ngành nghề. Viết giúp họ tập trung tốt hơn và nhiều người có thể trở thành nhà báo hoặc nhà văn tự do.

Lưu ý: nếu các bạn đọc phần này thấy không đúng lắm, rất có thể bạn là cung lai chứ không phải cung thuần. Đọc kĩ đầu chương.

Thao túng, thuyết phục Mercury Song Tử đồng ý

Song Tử là người tò mò, ham hiểu biết nên bạn cứ nêu ra yêu cầu và lợi ích. Bạn càng nêu ra chi tiết về lợi ích và điều kiện càng tốt. Bạn có thể tranh luận cùng Song Tử về mặt tốt xấu của ý tưởng này vì Song Tử rất cởi mở. Không quá khó để thuyết phục Song Tử thay đổi ý kiến, nhưng họ cần được cấp nhiều thông tin để ra quyết định.

Song Tử luôn tràn đầy năng lượng, sẵn sàng làm theo những ý tưởng mới. Song Tử có thể đưa ra quyết định nhanh chóng nhưng như đã nói ở trên, Song Tử cần nhiều thông tin để đưa ra quyết định chính xác.

Mercury Cự Giải

Mercury trong cung Cự Giải rất nhạy cảm và thu mình. Họ rất biết quan tâm đến người khác. Họ nhút nhát và có thể chọn không nói gì cả. Họ có thể phản ứng chậm rãi, tạo ấn tượng cho người xung quanh thấy họ là người có tư duy sâu sắc, và rất có thể họ cũng đang như vậy. Họ thích suy ngẫm về một vấn đề và suy ngẫm về những trải nghiệm của mình.

Họ là những người biết lắng nghe và thực sự có thể đưa ra quyết định nhanh hơn vẻ ngoài của mình. Mercury Cự Giải cũng có một trí nhớ tuyệt vời... đặc biệt nếu đó là cảm xúc tự nhiên. Họ tỏ ra là những người hiền lành, trực quan và đa cảm. Họ tự mình làm mọi việc, điều này có thể khiến họ có vẻ phòng thủ. Đồng thời, họ còn có thể khiến bạn cảm thấy được bảo vệ và ấm áp. Họ có thể dường như đang che giấu điều gì đó ngay cả khi thực tế không phải vậy, điều này có thể gây ra một số rắc rối cho Mercury Cự Giải.

Mercury Cự Giải học tốt nhất khi họ cảm thấy cân bằng về mặt cảm xúc. Họ có thể nhớ rất nhiều thông tin, mặc dù họ thích tập trung vào một chủ đề và tiếp cận vấn đề của mình từng bước một. Họ là người đồng cảm và có thể nắm bắt được cảm xúc của người khác. Họ rất giỏi đặt mình vào vị trí của người khác.

Mercury Cự Giải không thích tranh luận. Họ sẽ cố gắng tránh nó nếu có thể. Đồng thời, họ rất giỏi trong việc bắt đầu một cuộc tranh luận. Họ làm điều này rất tinh tế và sau đó cảm thấy bị tổn thương khi người khác phản bác lại.

Họ bị thu hút bởi thơ ca và sự lãng mạn của quá khứ. Đừng khó chịu nếu họ rút lui một lúc khi đưa ra quyết định... điều đó giúp họ tìm ra quan điểm của riêng mình về một vấn đề thay vì bị ảnh hưởng bởi người khác. Họ không thích sự phiền nhiễu và cần tập trung vào các vấn đề trước mắt. Họ là những diễn giả và nhà văn rất giỏi. Mercury Cự Giải có tài năng cảm nhận được khán giả.

Mercury Cự Giải rất trực quan. Không dễ để họ có thể trở nên khách quan. Họ học hỏi tốt nhất thông qua trải nghiệm và rất dễ tiếp thu những thông điệp tiềm ẩn. Họ có sự đánh giá sâu sắc về quá khứ và các hiện vật lịch sử. Có lẽ họ sẽ thích làm việc trong viện bảo tàng. Mercury Cự Giải trung thành và rất yêu nước.

Họ là những người làm theo thói quen và việc thiếu thói quen sẽ khiến họ khó chịu. Mercury Cự Giải rất quan tâm đến người khác, điều này mang lại sự cảm thông và hỗ trợ khi họ cần. Họ rất giỏi đưa ra lời khuyên như một người mẹ. Khi khó chịu, họ có xu hướng hờn dỗi. Họ không thể tập trung đủ tại thời điểm đó để phản ứng bằng lập luận thực tế. Họ có thể ủ rũ và phòng thủ khi bị chỉ trích. Mercury Cự Giải có tài đọc ẩn ý nên không dễ bị lừa.

Lưu ý: nếu các bạn đọc phần này thấy không đúng lắm, rất có thể bạn là cung lai chứ không phải cung thuần. Đọc kĩ đầu chương.

Thao túng, thuyết phục Mercury Cự Giải đồng ý

Họ thường được mời phát biểu tại các buổi họp mặt gia đình vì họ cảm nhận được những ý nghĩa sâu sắc của cuộc sống. Mercury Cự Giải cũng biết cách kéo ai đó ra khỏi vỏ bọc của mình khi người đó cảm thấy khó xử hoặc gặp rắc rối.

Để thuyết phục Cự Giải, bạn nên nêu ra yêu cầu và lợi ích. Cự Giải nhút nhát, và rất có thể sẽ không làm theo đề nghị của bạn. Theo nghiên cứu tại đại học Stanford, mọi người cảm thấy khó khi liên tục từ chối một người. Do đó có một cách khác để thuyết phục Cự Giải là bạn nêu yêu cầu lớn hơn những gì bạn muốn. Rất có khả năng họ sẽ từ chối. Nhưng sau đó bạn sẽ đưa ra yêu cầu bạn thực sự muốn. Ví dụ, bạn muốn mượn Cự Giải 500 000, rất có khả năng Cự Giải sẽ từ chối. Sau đó bạn nói: thôi được rồi, tôi chỉ cần mượn 100 000 là đủ rồi, cảm ơn.

Mercury Sư Tử

Mercury trong Sư Tử nói chuyện theo kiểu đầy phong cách và uy quyền. Một số người có thể tỏ ra là người biết tuốt nhưng thực ra họ chỉ muốn chia sẻ kiến thức của mình với những người khác. Họ có tài nhìn thấy bức tranh toàn cảnh; nhưng có thể bỏ lỡ các chi tiết. Họ rất có sức thuyết phục, sử dụng sự ấm áp và thiện chí. Họ biết cách phát huy ý tưởng của mình và truyền tải thông điệp của mình đến với công chúng.

Họ rất trân trọng ý kiến của mình và tự hào về niềm tin của mình. Họ có xu hướng lý tưởng hóa sự đời. Mercury Sư Tử có trí tuệ tốt và họ thích thể hiện bản thân. Trên thực tế, sự sáng tạo rất quan trọng đối với họ. Họ xuất sắc trong việc thể hiện bản thân bằng sự kịch tính và phong cách. Đam mê và nhiệt tình khi nói chuyện, Mercury Sư Tử thường thành công trong việc truyền đạt quan điểm của mình.

Họ có thể quá nhạy cảm với những lời nói ít tán dương. Sự vô tư bẩm sinh của họ có thể khiến họ tỏ ra khá kiêu ngạo. Mercury Sư Tử có cái tôi gắn liền với trí tuệ của họ, điều này đôi khi khiến họ khó tách biệt sự thật khỏi hư cấu. Họ có thể được coi là khoe khoang.

Mercury Sư Tử rất giỏi kể chuyện vì họ rất nhạy cảm với những câu chuyện kịch tính. Biểu diễn hoặc diễn thuyết trước công chúng đều là những phương tiện tốt cho sự sáng tạo của họ. Họ có ý chí mạnh mẽ và kiên định với mục đích của mình.

Họ là những nhà lãnh đạo bẩm sinh và mọi người có xu hướng đi theo họ vì sức thu hút của họ. Sư Tử có thể bướng bỉnh, đặc biệt là khi tức giận. Họ theo đuổi đam mê của mình, hành động một cách tự phát khi theo đuổi đam mê.

Trong các tình huống xã hội, sự ấm áp của Sư Tử có tính lan tỏa và họ dễ dàng kết bạn. Khi Sư Tử quan tâm đến ai đó và tiềm năng của họ, Sư Tử sẽ chú ý phát triển tiềm năng đó. Nếu họ không tập trung vào một dự án, bạn sẽ thấy rõ điều đó. Họ nhanh trí và có những bước nhảy vọt về trực giác khi tự mình suy nghĩ. Họ có thể chấp nhận những bất đồng về mặt cá nhân vì mọi việc họ làm đều gắn liền với cái tôi của họ. Họ tìm kiếm sự công nhận cho ý tưởng của mình nên họ khó có thể tham gia bàn luận suy nghĩ hoặc các hoạt động nhóm khác.

Nếu nhận được sự chú ý, Mercury Sư Tử chính sẽ hỗ trợ bạn vô điều kiện. Họ vui vẻ đắm mình trong vinh quang. Họ không bao giờ nhàm chán và luôn "ở trên sân khấu". Đôi khi họ có thể tỏ ra phóng đại nhưng lại rất thuyết phục và thú vị. Họ là những giáo viên xuất sắc, khiến học sinh say mê bất kể tuổi tác. Ngoài biểu diễn, họ còn làm tốt lĩnh vực chính trị, huấn luyện hoặc các vai trò lãnh đạo khác. Họ không thích những công việc mà họ không hề có tiếng nói trong việc đưa ra quyết định hoặc bất kỳ ý kiến sáng tạo nào.

Mercury trong Sư Tử cần đề phòng sự kiêu ngạo sai lầm, sự không khoan dung, quá tự cao và cần được khen ngợi về mọi việc họ làm. Họ rõ ràng rất muốn được ngưỡng mộ, và họ vẫn xứng đáng nhận được điều đó trong một khoảng thời gian dài.

Lưu ý: nếu các bạn đọc phần này thấy không đúng lắm, rất có thể bạn là cung lai chứ không phải cung thuần. Đọc kĩ đầu chương.

Thao túng, thuyết phục Mercury Sư Tử đồng ý

Nếu muốn thuyết phục Sư Tử làm điều gì bạn nên nêu ra yêu cầu và lợi ích. Bạn nên nêu toàn cảnh về toàn bộ sự việc. Nếu có thể bạn nên tán dương Sư Tử vài câu rồi mới đưa ra yêu cầu. Ví dụ: tôi thấy bạn có tài lãnh đạo, nên tôi muốn mời bạn về làm quản lý cho công ty tôi. Lời tán dương này tốt nhất là càng chân thật càng tốt, chứ không nên nịnh hót, giả tạo.

Nếu Sư Tử phản đối lời đề nghị của bạn, bạn không nên đánh giá thấp quyết định của họ mà ngược lại, nên khen họ làm đúng, tuy nhiên bạn có thể nhìn xa hơn những quyết định đó. Ví dụ bạn muốn mời Sư Tử làm quản lý cho công ty của bạn, Sư Tử từ chối và nói rằng: "tôi đang muốn mở một công ty cho riêng mình. Bạn có thể nói: anh quyết định như vậy cũng đúng, nhưng anh thử nghĩ xem, anh có thể làm quản lý cho công ty tôi để có kinh nghiệm. Kinh nghiệm đó sẽ giúp anh trong việc mở công ty sau này của anh". Tức là bạn không phản bác lại lời từ chối của Sư Tử mà nhìn xa hơn lời từ chối đó.

Mercury Xử Nữ

Mercury ở Xử Nữ có thể hơi căng thẳng khi mọi thứ dường như nằm ngoài tầm kiểm soát, nhưng họ rất giỏi xử lý những việc thực tế. Họ đánh giá cao việc người khác khen ngợi thông minh của họ. Họ giỏi tổ chức, lập kế hoạch và quản lý công việc kinh doanh. Họ làm tốt nhất khi họ biết chính xác những gì được mong đợi và thường sẵn sàng giúp một tay.

Vì họ là người chú ý đến tất cả những chi tiết nhỏ khi thực hiện một nhiệm vụ hay dự án, nên bạn bè và đồng nghiệp đánh giá cao họ. Mercury Xử Nữ cần một môi trường học tập khép kín, cung cấp kỹ năng chuyên sâu, hỗ trợ và an toàn cho học sinh và cần các phương pháp học tập hợp lý, có hiệu quả. Họ có thể học được nhiều điều về nghề nghiệp họ đang làm nhưng có thể gặp khó khăn trong việc tiếp thu tất cả kiến thức ở mức độ sâu. Họ không thấy có ích gì khi học một thứ gì đó trừ khi nó có ứng dụng thực tế. Họ tháo vát. Mercury Xử Nữ che giấu cách họ xử lý những công việc hàng ngày. Họ có thể mất kiên nhẫn với người khác, thấy khó nói không với người khác và phàn nàn rằng họ phải làm tất cả những phần thô của công việc.

Mercury trong Xử Nữ rất logic và có thể chỉ trích người khác. Họ có ý thức chung tốt. Họ có thể tỏ ra thiếu tự tin vào bản thân, nhưng điều này có thể đúng hoặc không. Không có gì lạ khi Mercury Xử Nữ do dự trước khi hành động… không phải vì họ sợ hãi hay không chắc chắn, mà vì họ đang kiểm tra lại mọi thứ trong đầu mình lần cuối. Họ được cho là kén chọn nhưng thực tế, họ chỉ quan tâm đến sự chính xác của công việc. Họ có khiếu về ngôn ngữ và toán học, nhưng có thể tỏ ra nhút nhát và e dè. Họ có khả năng phân tích và đưa ra phán đoán tốt. Xử nữ thường hài lòng khi ở phía sau hậu trường và sắp xếp mọi việc.

Họ thiên về chi tiết đến mức có thể đánh mất bức tranh toàn cảnh. Mặc dù vậy, họ vẫn có mặt trong những lúc khủng hoảng vì họ luôn bình tĩnh. Họ sẽ không mất bình tĩnh và để cảm xúc chi phối. Họ rất là khép kín. Xử nữ rất có tính chính trực. Họ có thể mất hứng thú với những dự án không rõ ràng về mục đích. Họ thường gắn liền với công việc hằng ngày một cách sáng tạo. Những người khác cảm thấy có thể hiểu, chấp nhận và liên kết tốt với những gì Xử nữ sáng tạo ra.

Họ có khiếu thể hiện sự hài hước một cách tinh tế thông minh, và có thể nhớ những gì người khác không để ý. Họ không dễ dàng bị phân tâm khỏi nhiệm vụ của mình. Xử nữ thường hành xử một cách chân thành và đạo đức. Những người khác thường tin tưởng ý kiến của họ. Họ thích giải quyết những thử thách theo kiểu dần dần tìm ra giải pháp. Đọc sách là một trong những hoạt động họ yêu thích.

Lưu ý: nếu các bạn đọc phần này thấy không đúng lắm, rất có thể bạn là cung lai chứ không phải cung thuần. Đọc kĩ đầu chương.

Thao túng, thuyết phục Mercury Xử Nữ đồng ý

Nếu muốn thuyết phục Xử Nữ, bạn nên nêu ra yêu cầu và lợi ích đạt được nếu làm theo yêu cầu. Những yêu cầu đó không nên vượt quá tầm tay của Xử Nữ. Xử Nữ sẽ ra quyết định chính xác khi biết chính xác kết quả công việc như thế nào. Nếu có thể, bạn nên khen sự thông minh của Xử Nữ trước khi nêu ra yêu cầu. Ví dụ: tôi thấy anh ăn nói rất thông minh, tôi có thể mời anh về làm người phát biểu trong đám cưới của tôi được không.

Xử Nữ sẵn sàng giúp đỡ bạn nhưng như đã nói ở trên, mọi thứ phải có mục đích rõ ràng, thực tế và nằm trong tầm tay của Xử Nữ.

Mercury Thiên Bình

Thiên bình tính tình rất dễ chịu. Họ bẩm sinh rất giỏi ngoại giao, hoặc không thì cũng rất cố gắng trong khả năng ngoại giao. Họ mong muốn mọi người đều bình đẳng trong sự kết nối về trí thức. Điều quan trọng đối với họ là có được sự kết nối tinh thần với những người họ thấy thân thiết. Rất có thể, nếu họ không thể kết nối thì là do Thiên Bình đang cố gắng qua mức để thể hiện sự trí tuệ thay vì tập trung vào tình cảm, tập trung vào mối quan hệ. Họ cần sự công bằng nhưng thay vào đó, việc so sánh liên tục có thể tỏ ra không công bằng.

Trong khi họ cố gắng hướng tới sự hoàn hảo và không ngừng chỉ trích, họ vẫn cố gắng cư xử khéo léo. Họ luôn tìm kiếm sự thỏa hiệp nên mọi người đều vui vẻ. Những ý kiến từ nhiều thái cực có thể khiến họ không thoải mái, nhưng nếu họ thiên về quan điểm trung gian thì Thiên Bình sẽ vui vẻ. cho nên họ rất giỏi làm người hòa giải hoặc cố vấn. Nó cũng có thể khiến họ thiếu quyết đoán. Họ không thể nhìn thấy cả hai mặt của mọi việc. Điều này đôi khi khiến họ đánh mất cơ hội vì mất quá nhiều thời gian.

Thiên bình có thể khách quan vì họ có khả năng suy nghĩ trừu tượng. Họ thông minh nhưng tinh tế. Họ không bắt buộc ai phải chấp nhận bất cứ điều gì. Họ không thích đóng vai kẻ xấu, và sẽ khiến bản thân phát điên khi cố gắng làm người khác vui vẻ.

Thiên bình rất giỏi kết nối với mọi người, nhưng thường không sẵn lòng có các hoạt động tinh thần, nên không phải lúc nào họ cũng dõi theo và duy trì các mối quan hệ đó. Họ thường tìm đến người khác để xin ý kiến khi cần đưa ra quyết định. Họ có thể bày tỏ quan điểm gây tranh cãi nhằm kích động tranh luận. Họ thường hợp lý và cân bằng. Họ không thích tranh luận mà chỉ thích những cuộc thảo luận hòa bình.

Thiên bình thân thiện và cởi mở nhưng họ có thể vẫn tuân thủ những nguyên tắc của riêng mình khi cần thiết. Họ không thích xung đột và cũng không thích những khi mọi người cư xử thô lỗ với nhau. Các tình huống thay đổi nhanh chóng có thể gây khó khăn cho Thiên Bình, vì họ không giỏi thích nghi cho lắm. Họ thích nghiên cứu một vấn đề rồi từ từ đi đến quyết định.

Thiên bình thích nghệ thuật và yêu thích văn học. Văn hóa rất quan trọng với họ. Nếu họ không thể bộc lộ khả năng về nghệ thuật, họ sẽ hỗ trợ người khác về nghệ thuật. Họ có thể không thích nhìn thấy mặt tối của cuộc sống, và như thế họ chưa mấy sâu sắc.

Thiên bình rất vui vẻ trong các bữa tiệc. Họ dễ gần, ấm áp và quyến rũ. Họ có thể có tài năng diễn thuyết hoặc biểu diễn ở một lĩnh vực nào đó. Họ cần phải học cách từ chối, không đồng ý. Một khi hiểu được điều này, cuộc sống sẽ dễ dàng hơn rất nhiều. Việc viết lách đến với họ một cách tự nhiên và họ rất giỏi trong việc kết hợp các ý tưởng. Nhìn chung, họ có thể kết hợp tốt với hầu hết tất cả mọi người.

Lưu ý: nếu các bạn đọc phần này thấy không đúng lắm, rất có thể bạn là cung lai chứ không phải cung thuần. Đọc kĩ đầu chương.

Thao túng, thuyết phục Mercury Thiên Bình đồng ý

Nếu muốn thuyết phục Thiên Bình, bạn nên nêu ra yêu cầu và lợi ích đạt được nếu làm theo yêu cầu. Bạn nên nêu ra 2 mặt của vấn đề, lợi và hại của nó, càng rõ ràng, chi tiết càng tốt. Thiên Bình có thể mất thời gian để quyết định, nhưng bạn càng đưa ra thông tin chi tiết, Thiên Bình càng tốn ít thời gian hơn.

Các tình huống thay đổi nhanh chóng có thể khó với Thiên Bình khó khăn trong quyết định. Ví dụ Thiên Bình đang làm nhân viên văn phòng, bạn đột ngột mời Thiên Bình chung vốn mở công ty. Những quyết định cần phải có sự thay đổi lớn như thế này, Thiên Bình cần thời gian để quyết định. Do đó bạn cần cung cấp thật nhiều thông tin, lợi và hại để Thiên Bình quyết định.

Mercury Bọ Cạp

Bọ cạp thích đào sâu vào mọi thứ…và họ cũng giỏi làm điều đó. Họ có tài nhìn ra sự thật và không ngại đi đến nơi mà người khác ngại bước chân đến. Bọ cạp thích quan sát và có thể nhìn xuyên thấu nhiều người. Họ ghét sự hời hợt. Họ có thể tỏ vẻ nghi ngờ và bất an.

Bọ cạp tỏ ra rất nồng nàn và điều này thể hiện rõ khi họ giao tiếp. Họ thường muốn giúp đỡ người khác, thậm chí có thể chia sẻ một số kiến thức sâu sắc mà họ có… miễn là nói về người khác chứ không phải bản thân họ. kĩ năng quan sát của họ là vượt trội và thường nhìn thấy những điều mà người khác bỏ lỡ.

Bọ cạp giỏi về chiến lược. Họ thông minh và có thể làm việc theo bản năng. Mặc dù họ có thể nghĩ rằng họ đang giúp đỡ mang tính xây dựng, nhưng thay vào đó, những lời chỉ trích của họ có thể bị coi là tiêu cực. Đừng cố giành chiến thắng trong cuộc tranh cãi với Bọ Cạp. Họ có nhu cầu phải chiến thắng, trong tư tưởng lẫn thực tế.

Họ rất trung thành và sẽ bảo vệ bất kì ai họ quan tâm đến cùng. Họ là những nhân tố thúc đẩy vô cùng hiệu quả. Họ giỏi giữ bí mật, đặc biệt là những bí mật của riêng họ. Họ cũng rất giỏi trong việc tìm ra bí mật của người khác. Họ là những thám tử, điều tra viên hoặc nhà nghiên cứu xuất sắc. Họ yêu thích sự bí ẩn và hấp dẫn. Khoa học rất hấp dẫn đối với họ. Bất cứ thứ gì thách thức bộ não của họ sẽ khiến họ động não rất nhiều. Bọ cạp thích tìm hiểu những gì mà mọi người đều chú ý.

Họ không khéo ăn nói lắm, và thường nói ra những gì họ đang nghĩ. Họ có thể có một cái lưỡi rất sắc bén. Bướng bỉnh và ngoan cường, Bọ Cạp sẽ theo đuổi một chủ đề nào đó cho đến khi họ hài lòng. Họ có cách tiếp xúc động mạnh và cư xử theo kiểu thành kiến. Điều này có thể khiến họ khó khách quan.

Nếu họ không hứng thú với một chủ đề nào đó, họ sẽ tìm mọi cách để tránh nó. Điều này có thể khiến họ khó khăn trên trường học hoặc khi phải giải quyết một số môn học mà họ không hứng thú.

Bọ cạp có sự hiểu biết sâu sắc về bản chất con người. Có một số điều Bọ Cạp thấy là bình thường nhưng người khác lại thấy bối rối, không hiểu. Bọ cạp có sự mãnh liệt về cảm xúc mà người khác không thể không chú ý. Không có gì là lạ khi mọi người yêu thích Bọ Cạp hoặc ghét họ. Họ có thể bị cuốn hút vào nghệ thuật, hoặc thể hiện mặt tối của bản chất con người thông qua công việc của họ. Đôi khi họ có thể lôi kéo, kiểm soát những người xung quanh, người mà họ quan tâm, và họ cũng thích sở hữu những người này. Họ cảm thấy đó là cách để bảo vệ những người họ yêu thương. Trong khi họ không ngần ngại khám phá bí mật đen tối của người khác, họ có xu hướng né tránh làm điều đó với chính mình. Có thể họ tìm kiếm câu trả lời ở người khác như một cách để đối mặt với những gì sâu thẳm bên trong họ.

Lưu ý: nếu các bạn đọc phần này thấy không đúng lắm, rất có thể bạn là cung lai chứ không phải cung thuần. Đọc kĩ đầu chương.

Thao túng, thuyết phục Mercury Thiên Bình đồng ý

Nếu bạn muốn thuyết phục Bọ Cạp, bạn nên nêu ra yêu cầu và lợi ích. Bạn nên nêu ra thông tin chi tiết, đừng tỏ ra hời hợt. Bọ Cạp sẵn sàng làm điều chưa ai từng làm nhưng bạn cần cung cấp cho Bọ Cạp những thông tin cần thiết. Do đó nếu bạn có những lời đề nghị khiến Bọ Cạp có thể mạo hiểm, dấn thân vào những cái mới thì cứ mạnh dạn nói.

Nếu Bọ Cạp từ chối, bạn không nên phản bác Bọ Cạp. Bạn nên đồng tình thay vì phản bác lại Bọ Cạp. tuy nhiên bạn nên nhìn xa hơn sự từ chối đó để giải thích. Ví dụ bạn muốn mời Bọ Cạp cùng đi xuất khẩu lao động, Bọ Cạp từ chối vì còn vướng bận gia đình. Bạn có thể nói rằng: tôi hoàn toàn đồng ý với anh, gia đình là trên hết nhưng anh thử nghĩ xem, con anh 5 năm nữa học đại học, gia đình anh cần cái nhà to hơn… anh cần tiền để tạo ra điều kiện sống tốt hơn cho gia đình chứ. Bạn không nên phản bác lời từ chối của Bọ Cạp mà nên nhìn xa hơn sự từ chối đó và lựa lời nói cho phù hợp.

Mercury Nhân Mã

Nhân mã luôn ủng hộ quyền tự do tư tưởng, hoặc ít nhất họ cũng cố gắng làm được điều đó. Họ lạc quan nhìn về tương lai. Họ có những ý tưởng mới và thường có ý tốt. Họ giỏi về tầm nhìn nhưng không giỏi về chi tiết.

Họ khao khát sự hiểu biết nhưng lại ít thời gian dành cho những sự kiện và những văn bản khô khan. Họ học tốt nhất khi tự do suy nghĩ và lựa chọn cho mình. Họ thích những chủ đề mà họ thực sự quan tâm và khi họ vui vẻ.

Nhân mã bảo vệ công lý và tự do mặc dù khái niệm về công lý đối với họ là hơi khó hiểu. Họ đề cao một số nguyên tắc và luôn sẵn lòng thảo luận về chúng. Sự lạc quan của họ tỏa sáng bất cứ điều gì. Đó vừa là điểm mạnh vừa là điểm yếu của họ. Họ có vẻ bề ngoài tươi sáng và rất giỏi trong việc tiếp thêm sinh lực cho người khác với vẻ bề ngoài này, nhưng họ có thể hơi mù quáng khi nhìn nhận sự thật.

Nhân mã cũng không giỏi tổ chức cho lắm. dồn thành một đống hoặc vứt rác là phương án Nhân Mã ưa giải quyết sự lộn xộn. Họ thích ảo giác về không gian nếu họ không có không gian thật.

Sự nhiệt tình của họ thật đáng ngưỡng mộ và họ thích một cuộc tranh luận thú vị. Nhân mã có thể nghĩ mình rất cởi mở. mặc dù điều này có thể đúng một phần nào đó nhưng họ cũng rất hay phán xét. Họ có thể nhanh chóng nhận ra thành kiến của người khác nhưng lại khá mù quáng khi nhìn vào thành kiến của chính mình. Họ thường liên tục nói với bạn về những gì họ nghĩ là quan trọng nhưng lại không giỏi lắng nghe và không giỏi nhận định những tín hiệu tế nhị (như nét mặt, gật đầu…)

Mercury ở Nhân Mã thẳng thắn và chính xác. Khi ai đó đang chần chừ, họ sẽ mất kiên nhẫn. Họ không hiểu nó. Họ coi thường những trò chơi trí óc. Họ thích cười và vui vẻ. Họ độc lập và dễ thích nghi. Họ thích hòa đồng và sẽ nói chuyện với bất kỳ ai chịu lắng nghe. Họ có thể khó tập trung vào bất kỳ chủ đề nào trong thời gian dài. Họ thích lý thuyết hơn bằng chứng cụ thể.

Nhân mã thích triết học, văn hóa nước ngoài, tâm lý học. Họ có thể nghiên cứu bất kì lĩnh vực gì trong số những lĩnh vực này trong suốt cuộc đời của mình. Họ bồn chồn, có trí thức, khao khát kích thích trí tuệ. Họ là những giáo viên giỏi, họ thích thể thao và thích đi du lịch.

Nhược điểm của Nhân Mã là hay mỉa mai, khoe khoang, và thô lỗ. Mặc khác,họ thực sự muốn nhìn thấy bức tranh toàn cảnh và sẽ làm những gì có thể để có được tất cả các mảnh ghép. Họ mô tả mọi thứ một cách tổng quát và bỏ qua những chi tiết nhỏ. Họ thường có tính nghệ thuật và mang lại sức sống cho cuộc sống hằng ngày. Họ cũng là những chính trị gia, nhà hoạt động, nhà thám hiểm giỏi.

Lưu ý: nếu các bạn đọc phần này thấy không đúng lắm, rất có thể bạn là cung lai chứ không phải cung thuần. Đọc kĩ đầu chương.

Thao túng, thuyết phục Mercury Nhân Mã đồng ý

Nếu bạn muốn thuyết phục Nhân Mã, bạn tỏ thái độ cởi mở. Ví dụ bạn muốn mời Nhân Mã làm MC cho đám cưới của bạn, bạn có thể nói: tôi muốn mời anh làm MC cho đám cưới của tôi, nhưng nếu anh không đồng ý cũng không sao. Các nhà nghiên cứu Pháp đã chứng minh rằng nếu bạn thuyết phục ai đó mà nói rằng: bạn có thể đồng ý hoặc từ chối thì khả năng người ta đồng ý sẽ cao hơn. Tư tưởng của Nhân Mã rất phóng thoáng, do đó, bạn nên áp dụng phương pháp này.

Nếu bạn thuyết phục Nhân Mã, bạn cần đưa ra yêu cầu và lợi ích. Bạn nên nói chuyện một cách thẳng thắn, chính xác.

Mercury Ma Kết

Ma kết tìm hiểu thế giới xung quanh bằng cách phân loại mọi thứ. Họ có thể chậm rãi, có phương pháp, đồng thời đánh giá cao cơ cấu và tổ chức trong cuộc sống của họ. Họ là người tháo vát nhưng lại dễ dàng bị choáng ngợp nếu có quá nhiều thông tin đến với họ cùng một lúc. Họ cần chia thông tin thành những phần có thể quản lý được để tận dụng chúng.

Tinh thần làm việc của họ rất hăng hái, tích cực, đồng thời họ thích kết thúc nhiệm vụ bằng một kết quả rõ ràng. Họ có thể khá hách dịch và không thích sự bất ngờ. Ma Kết không thích những người không giữ lời hứa. Ma kết có thể khá phán xét, nghiêm khắc và thiếu kiên nhẫn đối với những người không hiểu về những gì mà Ma Kết đã thấy và hiểu rõ.

Họ không nhẹ dạ, phù phiếm mà cũng không thích sự nhẹ dạ, phù phiếm của người khác. Họ rất thực tế về mọi mặt. Họ thường hoài nghi khi đối mặt với cái gì đó mới mẻ. Họ có thể tỏ ra bảo thủ hơn so với thường thấy. Họ không muốn lãng phí thời gian hay bất cứ điều gì khác. Tuy nhiên việc lập kế hoạch rất quan trọng đối với họ. Họ sẽ cần nhiều thời gian để đảm bảo kế hoạch hoàn hảo.

Ma kết rất cẩn thận trong lời nói. Họ không muốn tỏ ra ngốc nghếch nên có vẻ hơi cứng nhắc. Những người bộc lộ bản thân một cách tự nhiên có lẽ lo lắng khi thấy họ xuất hiện.

Họ là những người suy nghĩ rõ ràng hoặc có thể tỏ ra khá cứng nhắc hoặc hẹp hòi. Họ thận trọng trước khi cam kết bất cứ điều gì. Họ rất hiếm khi có điều gì phải hối tiếc. Mặc dù họ không học quá nhanh nhưng họ vẫn giữ được kiến thức trong thời gian dài. Họ thường cảm thấy cần phải chứng tỏ bản thân.

Ma kết có thể tỏ ra ủ rũ hoặc hờn dỗi, và có thể cần một chút thời gian để lấy lại sự hăng hái. Họ có khả năng tập trung và sự nghiêm túc tuyệt vời khiến họ có vẻ rất nghiêm túc. Họ đáng tin cậy và có trách nhiệm, và trong những tình huống xấu, họ có thể trở nên bi quan, chán nản.

Ma kết chắc chắn là người mà bạn có thể tin tưởng để mà sống theo niềm tin của họ. Họ thường là chuyên gia trong lĩnh vực của mình vì họ tận tâm tìm hiểu tất cả những gì có thể về chủ đề đã chọn. Họ thường tự chủ và có thể gặp khó khăn khi hòa nhập với người khác.

Ma kết nhận thấy lịch sử và truyền thống rất hấp dẫn. Họ có cách kết hợp cái cũ và cái mới thành một thứ gì đó thiết thực và hữu ích. Họ thực sự muốn để lại dấu ấn của mình trên thế giới và đứng vững trước thử thách của thời gian. Họ là những quản trụ viên, kỹ sư giỏi ở bất cứ lĩnh vực nào mang tính thực tế và đòi hỏi phải chi tiết.

Lưu ý: nếu các bạn đọc phần này thấy không đúng lắm, rất có thể bạn là cung lai chứ không phải cung thuần. Đọc kĩ đầu chương.

Thao túng, thuyết phục Mercury Ma Kết đồng ý

Để thuyết phục Ma Kết làm việc gì, bạn nên nêu ra đề nghị và lợi ích. Bạn nên mô tả thông tin về đề nghị của bạn một cách từng bước, có hệ thống. Bạn nên chứng minh những đề nghị của bạn được thực hiện một cách giảm thiểu rủi ro, và từng bước. Ví dụ bạn muốn mời Ma Kết góp vốn thành lập công ty, bạn nên chứng minh cho Ma Kết thấy là việc này có rủi ro được giảm thiểu đến mức tối đa, và bạn có kế hoạch từng bước.

Đừng nên cố nài nỉ Ma Kết vì Ma Kết chỉ làm theo ý bạn khi họ cảm thấy muốn làm. Ma Kết có thể bảo thủ và hoài nghi với những cái mới. Do đó cần cho Ma Kết thời gian để suy nghĩ.

Mercury Bảo Bình

Bảo bình thích phá vỡ các quy tắc để thể hiện bản thân. Mặc dù không thực sự lòe loẹt nhưng họ có sở trường khuấy động mọi thứ. Họ rất vui khi vạch trần thành kiến của người khác. Bảo bình là những người đầu tiên mâu thuẫn với ai đó và đưa ra quan điểm khác riêng của Bảo Bình. Họ thích những cuộc tranh luận mang tính trí tuệ. Họ nhanh nhẹn, tỉnh táo và rất tinh ý.

Họ thường tách biệt và dường như có động cơ riêng để hành động. Họ có thể khiến người khác sợ hãi vì sự vượt trội bẩm sinh của họ. Đồng thời, bạn sẽ thấy Bảo Bình rất thú vị khi lại gần Bảo Bình. Họ thú vị, kì quặc và sáng suốt.

Khi nói đến việc học họ có thói quen học tập khác thường. Họ không thích thời gian biểu nhưng lại giỏi sắp xếp một cách đáng ngạc nhiên, mặc dù hệ thống lịch trình của họ có thể không thích hợp với người khác. Họ thích khoa học và siêu hình học, cũng như bất cứ thứ gì liên quan đến sự tiến bộ. Họ có khiếu hài hước và thích những trò đùa thực tế.

Bảo bình thường được cho là lập dị. Họ thích tranh cãi, thích những thứ lộn xộn, và ít tôn trọng truyền thống. Họ có trực giác và có thể đánh giá tính cách của một người rất chính xác. Họ có tư tưởng công bằng và tin vào sự bình đẳng. Họ có tính nhân đạo, thích giúp đỡ những người kém may mắn hơn mình. Họ thường tham gia cải cách xã hội.

Bảo bình rất hóm hỉnh và cởi mở, nhưng họ cũng có thể rất bướng bỉnh. Họ thường là những diễn giả, nhà văn giỏi. Họ thường rất độc đáo và những ý tưởng của họ có thể đi trước thời đại. Các ý tưởng thường tự nhiên xuất hiện với họ. Họ trung thành với các khái niệm hơn là với con người. Họ có thể bày tỏ quan điểm gây tranh cãi chỉ để kích động tranh luận.

Họ có thể nhìn thấy bức tranh toàn cảnh và sẽ trình bày các sự kiện chi tiết khi cần thiết. Họ thường thích khám phá từng ý tưởng kỳ lạ và sâu rộng hơn. Khoa học viễn tưởng là điều bình thường với Bảo Bình. Là một người tháo vát, họ có thể sử dụng sức mạnh của mình vào mục đích tốt hoặc khiến người khác mất tập trung. Họ thường có tính kỉ luật tốt khi theo đuổi trí tuệ. Họ linh hoạt, thức tế và có phần mang tính cách mạng.

Lưu ý: nếu các bạn đọc phần này thấy không đúng lắm, rất có thể bạn là cung lai chứ không phải cung thuần. Đọc kĩ đầu chương.

Thao túng, thuyết phục Mercury Bảo Bình đồng ý

Bảo Bình rất sẵn sàng với những ý tưởng mới, nên bạn cứ mạnh dạn đưa ra những đề nghị về những điều mới mẻ và lợi ích của nó. Bạn cứ mạnh dạn mô tả về đề nghị của bạn và sẵn sàng tranh luận với Bảo Bình. Bảo Bình rất tháo vát, muốn đề nghị Bảo Bình làm điều gì, bạn cần chứng minh cái hay của nó.

Bảo Bình thích giúp đỡ người khác, nếu bạn nhờ Bảo Bình làm điều gì, Bảo Bình cũng có thể giúp bạn.

Mercury Song Ngư

Nhẹ nhàng trong giao tiếp, Song Ngư tạo cảm giác dễ chịu trong giao tiếp. Họ là những người đầy chất thơ. Họ không để tâm đến tiểu tiết.., thay vào đó họ bị cuốn vào những cảm xúc, cảm giác, tâm trạng xung quanh mình. Họ có thể thấy được bức tranh toàn cảnh rõ rang từ môi trường xung quanh.

Song ngư là người biết lắng nghe và là người rất biết cách trò chuyện. Họ có thể ủ rũ và điều này có thể ảnh hưởng đến khả năng viết lách của họ. Họ rất khó đoán và rất khó để xác định tâm trạng của họ sẽ như thế nào tại mọi thời điểm. Họ có thể cho bạn biết những gì họ muốn bạn nghe thấy. Họ làm điều này để giúp bạn thoải mái nhất có thể.

Họ thường không thẳng thắn và hay mơ mộng, nên rất khó để hiểu rõ Song Ngư. Họ tiếp nhận quá nhiều thông tin đến nỗi họ không thể duy trì một quan điểm nhất quán lâu dài. Họ không thích những sự thật phũ phàng và không thích đưa ra những quyết định khó khăn. Họ thích làm theo trực giác của mình, điều này mang lại cho họ những hiểu biết khá chính xác. Họ có thể tỏ ra vô tổ chức đối với người khác. Họ không đặt nặng chi tiết và có thể suy nghĩ lệch lạc.

Song ngư nắm bắt được mọi dấu hiệu tinh tế trong môi trường của mình. Mặc dù không thẳng thắn trong giao tiếp, nhưng họ có thể cải thiện điều này nếu như nỗ lực. Họ thường có thiên hướng nghệ thuật, và có thể có tài năng sân khấu, điện ảnh, âm nhạc. Tâm linh, thiền định, cầu nguyện là chuyện bình thường với Song Ngư.

Họ khá ngây thơ và dễ tin người. Điều này có thể khiến họ bị lợi dụng hoặc bị lừa. Họ có thể rất dễ bị tổn thương. Chủ nghĩa lý tưởng của họ không cho phép họ trở nên bi quan. Họ thường nhút nhát và thể hiện thiếu tự tin. Họ có thể lạc mình trong thế giới tưởng tượng của họ. Nhưng khi họ thể hiện bản thân một cách sáng tạo, họ sẽ có được sự tự tin và tìm thấy chính mình.

Song ngư giàu lòng nhân ái, có tầm nhìn xa trông rộng. Họ cũng có thể lười biếng, nhạy cảm, thiếu thực tế. Khi họ cảm thấy bị choáng ngợp, điều quan trọng là họ phải tìm một nơi an toàn nào đó để rút lui, bình tĩnh lại. Họ rất giàu trí tưởng tượng, và có thể chuyển tải suy nghĩ thành những ý tưởng cụ thể. Họ tin rằng mọi thứ để có thể xảy ra và họ sẵn sàng suy xét bất cứ điều gì mà không thành kiến nên đôi khi hơi khó đưa ra quyết định.

Lưu ý: nếu các bạn đọc phần này thấy không đúng lắm, rất có thể bạn là cung lai chứ không phải cung thuần. Đọc kĩ đầu chương.

Thao túng, thuyết phục Mercury Song Ngư đồng ý

Để thuyết phục Song Ngư làm điều gì, bạn nên nêu ra đề nghị và lợi ích. Bạn không cần phải quá thẳng thắn nêu ra đề nghị. Bạn có thể chia sẻ một cách từ từ, đi vào lòng người.

Song Ngư giàu lòng nhân ái. Theo nghiên cứu tại đại học Stanford, mọi người cảm thấy khó khi liên tục từ chối một người. Cho nên có một cách khác để thuyết phục Song Ngư là bạn nêu yêu cầu lớn hơn những gì bạn muốn. Có khả năng họ sẽ từ chối. Nhưng sau đó bạn sẽ đưa ra yêu cầu bạn thực sự muốn. Ví dụ, bạn muốn mượn Song Ngư 500 000, có thể Song Ngư sẽ từ chối. Sau đó bạn nói: thôi được rồi, tôi chỉ cần mượn 100 000 là đủ rồi, cảm ơn.

CHƯƠNG 6

URANUS SIGNS. LIỆU BẠN CÓ THỂ ĐỔI ĐỜI TRONG TƯƠNG LAI

Kính thưa quý độc giả

Hôm nay các bạn có thể là công nhân, ngày mai các bạn là giám đốc. Hôm nay bạn là người bình thường, ngày mai bạn là doanh nhân. Không ai sinh ra là có mọi thứ nhưng các bạn sẽ thay đổi những gì bạn có. Muốn làm được như vậy bạn cần có khả năng phá vỡ mọi quy tắc, tạo ra sự đột phá và năng động. Uranus sign sẽ nói về sự nổi loạn, đổi mới, và cách mạng của riêng cuộc đời bạn. Uranus sign cũng nói về khả năng tạo ra những điều ngạc nhiên, khả năng gây sốc của bạn, khiến bạn có thể thay đổi cuộc đời.

Harvey MacKay nói: Cuộc đời ta thay đổi theo hai cách: qua những người ta gặp và qua những cuốn sách ta đọc. Tuy nhiên đây chỉ là yếu tố bên ngoài, còn khả năng bên trong của bạn đến đâu, mời bạn tra trong:

https://www.birthchart.net/calculator/uranus

hoặc bạn có thể vô google gõ: **Uranus calculator,** vô web tiếng anh các bạn nhé. Nếu các bạn đọc về Uranus của mình mà thấy chỉ đúng một phần, không đúng hoàn toàn, rất có thể Uranus của bạn là lai chứ không phải thuần. Như ví dụ sau:

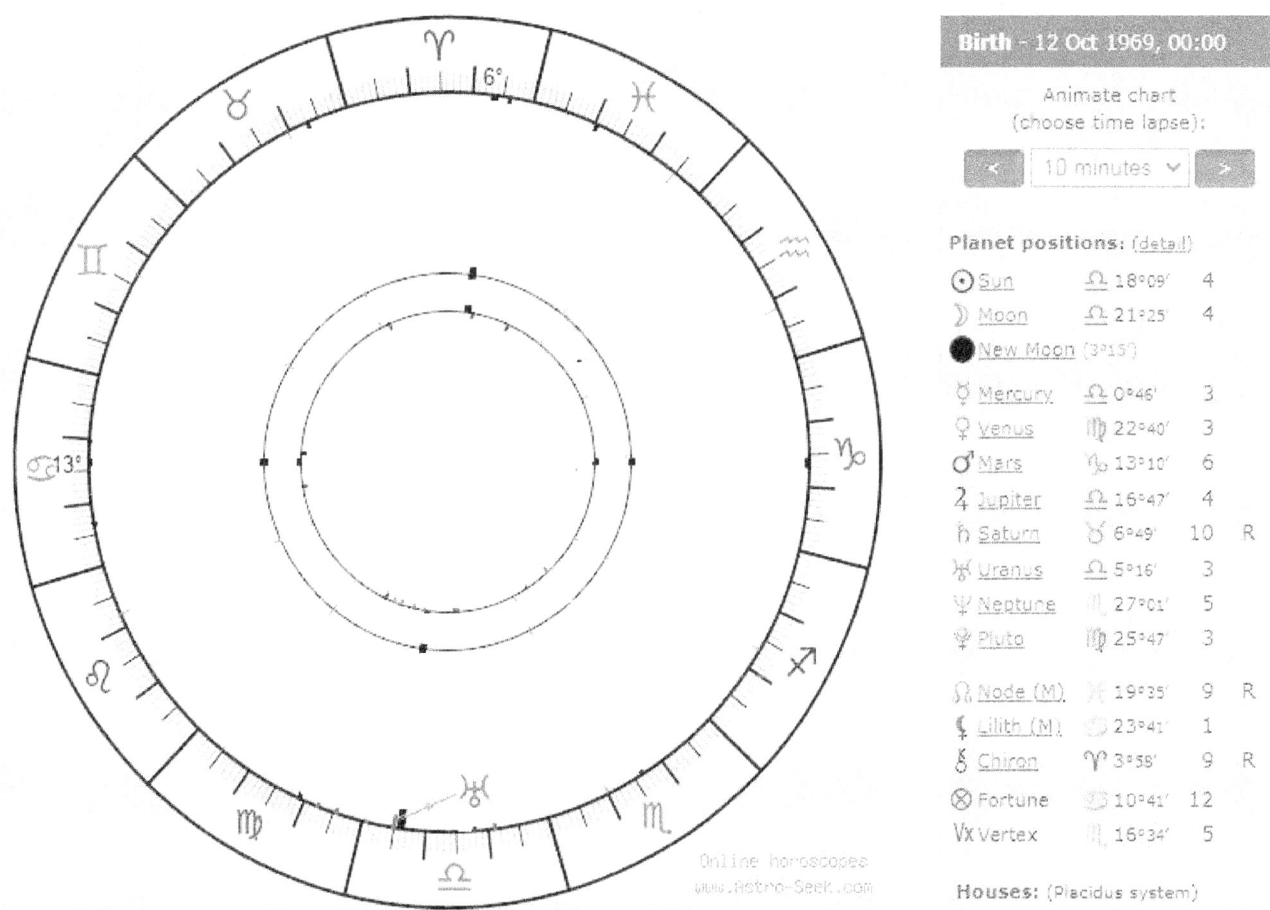

Các bạn có thể thấy biểu tượng Uranus ⛢ không nằm giữa thiên bình mà nằm lệch lên xử nữ. Vậy để biết bạn là lai hay thuần, mời bạn vào web sau:

https://horoscopes.astro-seek.com/birth-chart-horoscope-online

Hoặc các bạn có thể vô google gõ: **zodiac calculator**

Biểu tượng các cung: ♈ Bạch Dương, ♉ Kim Ngưu, ♊ Song Tử, ♋ Cự Giải, ♌ Sư Tử, ♍ Xử Nữ, ♎ Thiên Bình, ♏ Bọ Cạp, ♐ Nhân Mã, ♑ Ma Kết, ♒ Bảo Bình, ♓ Song Ngư

Mời bạn kích vào các hình sau để đi đến cung của bạn

Uranus Aries Bạch Dương - Trang 129	**Uranus Taurus Kim Ngưu - Trang 131**	**Uranus Gemini Song Tử - Trang 133**
Uranus Cancer Cự Giải - Trang 135	**Uranus Leo Sư Tử - Trang 137**	**Uranus Virgo Xử Nữ - Trang 139**
Uranus Libra Thiên Bình - Trang 141	**Uranus Scorpio Bọ Cạp - Trang 143**	**Uranus Sagittarius Nhân Mã - Trang 145**
Uranus Capricorn Ma Kết - Trang 146	**Uranus Aquarius Bảo Bình - Trang 148**	**Uranus Pisces Song Ngư - Trang 150**

Uranus Bạch Dương

Từ khóa: Độc đáo, năng lượng, hành động đột ngột, di chuyển thường xuyên, sáng tạo, tiên phong

Uranus Bạch Dương rất độc đáo và độc lập. Đầy tham vọng và năng lượng, họ rất tháo vát. Đầy tham vọng và năng lượng, họ là những người rất tháo vát. Những thử thách khiến hầu hết mọi người phải bỏ chạy, nhưng họ Bạch Dương đều có thể xử lý một cách dễ dàng. Họ có thể bốc đồng, hành động đột ngột, điều này có thể khiến họ hơi khó hòa đồng, mặc dù họ không cố ý làm khó chịu ai. Họ thích môi trường xung quanh của họ thay đổi nên họ di chuyển thường xuyên. Họ có thể bị buộc phải thay đổi công việc hoặc chỗ ở do tính cách cư xử thô lỗ của họ.

Bạch Dương muốn lãnh trách nhiệm khi có cơ hội, thậm chí điều khiển cuộc sống của người khác. Bạch Dương muốn nhìn mọi thứ rõ ràng, chứ không phải lộn xộn vô tổ chức.

Bạch dương có thể thấy rằng họ không còn gì để học hỏi, họ biết mọi thứ cần thiết. Họ có thể thiếu kiên nhẫn với ý tưởng của người khác. Họ dễ tranh cãi về những chi tiết không quan trọng và có thể mất bạn bè vì điều này. Những ý tưởng mang tính khoa học và thực tiễn của họ về cách giáo dục trẻ em rất có ý nghĩa trong việc bảo vệ những đứa trẻ khỏi sự lộn xộn của xã hội.

Bạch dương có ý thức thực tiễn về kinh doanh, tài chính, và những điều này rất hữu ích. Kết hợp với khả năng sáng tạo và sự độc đáo của mình, họ có thể không thể bị đánh bại. Tràn đầy nhiệt huyết, trí tuệ và nghị lực, thật khó để họ kìm nén sự tự do vốn có của họ. Họ bao giờ cũng sẵn sàng quay lại trường để học thêm kiến thức, bất kể ở độ tuổi nào. Bạch dương muốn nhìn mọi việc một cách rõ ràng, không muốn lối suy nghĩ lộn xộn, vô tổ chức làm vướng chân. Khi được trao cơ hội, Bạch Dương cần thể hiện tinh thần trách nhiệm, khi đó Bạch Dương có thể điều khiển cuộc sống của người khác.

Bạch dương có khả năng trực cảm hóa một hướng đi mới, cũng như cách để thực hiện nó. Thật không may, nó nhiều khả năng có thể là một hướng đi xấu hoặc cũng có thể tốt. Họ không ngại đi tiên phong trong việc đưa ra ý tưởng mới. Một số trong số họ có thể có tài năng chưa bệnh.

Bạch Dương thường lập tức biến ý tưởng của mình thành hành động. Bạch dương tin rằng những người hành động quá an toàn thường sẽ tiếc nuối. Bạch dương có thể hơi liều lĩnh, thiếu nhất quán va hơi nổi loạn. Với tính cách của mình, họ có thể trở nên nổi tiếng. Bạch dương thường có phong cách ăn mặc rất riêng, không giống ai. Để thành công họ nên học cách kiểm soát nó và sống chậm lại. Họ có thể bị đau đầu nếu không học cách thư giãn. Họ có thể đột ngột gặp chuyện không hay do tính cách của mình. Nếu không cẩn thận, họ có thể gặp tai nạn do sự nóng vội.

Tóm lại

Những người có Uranus ở Bạch Dương là những người tiên phong táo bạo. Họ sở hữu tính cách độc lập và quyết đoán, không ngại thách thức những quy ước. Tính tự phát và tư duy nhanh chóng của họ khiến họ trở thành những nhà lãnh đạo bẩm sinh, những người không ngừng tìm kiếm những cách thức mới để bắt đầu thay đổi và truyền cảm hứng cho những người xung quanh.

Lưu ý: nếu các bạn đọc phần này thấy không đúng lắm, rất có thể bạn là cung lai chứ không phải cung thuần. Đọc kĩ đầu chương.

Uranus Kim Ngưu

Từ khóa: Kiên quyết, may mắn về tài chính, thích đối tác thúc đẩy sự đổi mới, độc đáo, có phương pháp sáng tạo nhiyu đổi mới

Kim ngưu rất trực quan. Họ cũng có thể rất bướng bỉnh. Một khi đã quyết định, họ kiên quyết và bền bỉ đến mức không một lời thuyết phục hay đe dọa nào có thể làm họ thay đổi ý định. Kim ngưu có xu hướng gặp may mắn về tài chính, đặc biệt là những tài sản có giá trị. Họ có thể đạt được thành công về tài chính hoặc bất ngờ mất rất nhiều tiền. Đôi khi họ có thể ghen tị, điều này khiến họ gặp nhiều rắc rối.

Kim Ngưu có nhu cầu xây dựng và đạt được thành tựu. Kim Ngưu rất giỏi trong lĩnh vực bất động sản và hùn vốn kinh doanh. Họ thích các đối tác và tổ chức thúc đẩy sự đổi mới và trí tưởng tượng. Họ rất thông minh và sáng tạo. Sự độc đáo và tháo vát giúp họ vượt qua mọi nghịch cảnh. Họ rất cứng đầu, khi đặt ra mục tiêu, họ cố gắng đạt được chúng đến cùng.

Kim ngưu có thể là người dễ gần, rộng lượng rồi đột nhiên họ trở nên cứng nhắc, bướng bỉnh. Nếu họ có thể học cách tiền về phía trước với tốc độ đều đặn và có chủ ý, họ sẽ thành công hơn so với việc làm việc dồn dập. Bằng cách tiến về phía trước một cách vững chắc, họ sẽ để cho tính thực tiễn ảnh hưởng hiệu quả đến các quyết định của mình.

Kim Ngưu thường có một cuộc hôn nhân hạnh phúc và thịnh vượng. Kim ngưu thường có mối quan hệ hạnh phúc với bạn đời nhưng cũng có thể có những tranh cãi vì ghen tuông. Sở thích về màu sắc tươi sáng và hoa văn sống động thể hiện rõ trong cách họ ăn mặc và trang trí. Họ có thể rất quyến rũ, với tính cách đầy nam tính (nếu họ là nam) thu hút nhiều người. Họ có thể bảo thủ, thiên về tiền bạc, mặc dù những điều này có thể bị thách thức rất nhiều. Họ thường có sở thích sở hữu những đồ vật mới và khác biệt. Họ có thể có những phương pháp sáng tạo, nhiều đổi mới để kiếm sống. Họ cũng có thể thấy trước được những gì sắp diễn ra và lên kế hoạch phù hợp.

Thực tế và cụ thể, Kim Ngưu rất giỏi trong việc xây dựng bất cứ thứ gì cần thiết. Họ thích nhìn thấy kết quả rõ ràng. Mặc dù khó có thể bắt Kim Ngưu bắt đầu nhưng một khi đã bắt đầu thì gần như họ không thể dừng lại. Sự độc đáo của họ phát huy tác dụng lớn khi Kim Ngưu vận dụng nó vào công việc.

Tóm lại

Những người có Uranus ở cung Kim Ngưu sở hữu những tính cách nghịch lý. Họ nổi tiếng với mong muốn ổn định và an toàn nhưng cũng dễ có những thay đổi đột ngột và bất ngờ. Những người có vị trí này trong biểu đồ của họ có thể vừa sáng tạo vừa truyền thống, đang tìm cách cách mạng hóa cách họ xử lý các nguồn lực và tài sản. Mặc dù đánh giá cao sự ổn định, nhưng những người thuộc cung Kim Ngưu-Uranus lại sẵn sàng thay đổi, đặc biệt là khi liên quan đến các giá trị và nguồn lực của họ. Họ thường vật lộn với việc đạt được sự cân bằng giữa mong muốn ổn định và nhu cầu thay đổi và đổi mới.

Lưu ý: nếu các bạn đọc phần này thấy không đúng lắm, rất có thể bạn là cung lai chứ không phải cung thuần. Đọc kĩ đầu chương.

Uranus Song Tử

Từ khóa: độc đáo, linh hoạt, cầu tiến, thay đổi, chuyển động thường xuyên, thích du lịch.

Song tử là người độc đáo, linh hoạt trực quan. Họ thích khoa học, đặc biệt nếu nó liên quan đến hàng không, điện hoặc các lĩnh vực liên quan. Cầu tiến và có tư duy rộng rãi, họ thích đi tiên phong trong các phương pháp hiện đại.

Song tử có thể nổi tiếng, được nhiều người yêu mến hoặc lập dị, gây phiền toái. Họ có thể dễ bị tai nạn, có thể bị một số người coi như của nợ. Họ có khiếu về ngôn ngữ và có thể thu hút những người bạn cá biệt tham gia vào lĩnh vực nghệt thuật và khoa học. Họ có thể gặp một số rắc rối trong quá trình học tập dẫn đến việc không hoàn thành bằng cấp, điều này có thể gây ra những đánh giá không thuận lợi về công việc và cuộc sống sau này.

Song tử là người logic, thích học tập. Song Tử tạo ra sự thôi thúc mạnh mẽ để thể hiện bản thân bằng cách viết và nói cũng như tạo ra điều gì đó nổi bật và đáng kinh ngạc. Họ có thể là người truyền đạt thông tin, nhà văn xuất sắc về các chủ đề khoa học, logic học hoặc chuyên gia điện tử. Những hiện tượng và chủ đề bất thường rất thu hút họ. Ngay cả trong giao tiếp thông thường, ví dụ như điện thoại, viết thư, Song Tử vẫn thể hiện sự độc đáo, quyến rũ bằng cách dùng những từ ngữ thú vị. Họ có thể thay đổi chỉ đơn giản vì họ muốn thay đổi. Họ biết cách thúc đẩy sự thay đổi đối với mọi người, mặc dù nếu họ cố gắng duy trì tính logic và lý trí, điều này có thể gây phản tác dụng. Họ cần tạo ra một hình thức giao tiếp trực quan hơn.

Song tử có thể bồn chồn hoặc chuyển động thường xuyên. Họ thích những câu đố và những cuộc trò chuyện bình thường khi họ cảm thấy thư giãn. Họ có khả năng nắm bắt các khái niệm mới, một cách dễ dàng và sau đó truyền đạt chúng với người khác. Họ không ngại ồn ào để thể hiện quan điểm của mình. Họ thích nghiên cứu khoa học về giao tiếp, cho dù đó là tâm lý học hay xã hội học. Song tử thích đi du lịch, dễ dàng tiếp thu ngoại ngữ và có khiếu về âm nhạc.

Song tử có thể gây sốc với người khác khi đưa ra những ý tưởng kì lạ mà những người khác cho là không thể chấp nhận được. Song tử thể hiện sức mạnh của mình thông qua các ý tưởng. Họ biểu hiện là người trí tuệ và giàu trí tưởng tượng. Họ sở hữu trí tuệ thu hút mọi người và họ có khả năng thu hút người khác theo quan điểm của mình. Năng lượng của họ mạnh mẽ khi theo đuổi những vấn đề về tinh thần.

Tóm lại

Vị trí này được cho là mang lại cho một người bản chất nhanh trí và sáng tạo.
Những người như vậy tạo nên những cá nhân có khả năng thích ứng đặc biệt,
những người có thể đón nhận sự thay đổi một cách dễ dàng. Tâm trí của họ không
ngừng sôi sục với những ý tưởng mới và những kế hoạch độc đáo. Xu hướng suy
nghĩ sâu sắc, khao khát kiến thức và kỹ năng giao tiếp xuất sắc đều là những đặc
điểm nổi bật của sự liên kết này. Mặt khác, sự bồn chồn có thể là gót chân
Achilles của họ. những người có Uranus Song Tử sẵn sàng đón nhận những thay
đổi và đổi mới nghề nghiệp, điều này có thể tạo ra những thay đổi không lường
trước được.

Lưu ý: nếu các bạn đọc phần này thấy không đúng lắm, rất có thể bạn là cung
lai chứ không phải cung thuần. Đọc kĩ đầu chương.

Uranus Cự Giải

Từ khóa: Thương xót, Nuôi dưỡng, Gặp cơ hội qua những cuộc gặp gỡ tình cờ

Cự giải có tài năng như một nhà ngoại cảm hoặc ít nhất nhạy cảm với những nguồn năng lượng khác nhau. Họ có cách độc đáo để thể hiện bản thân, đặc biệt trong các vấn đề dân sự. Họ rất yêu nước và có có thể tham gia chính trị. Họ có thể làm những công việc nội trợ xung quanh nhà, gia đình. Cuối cùng họ có thể tạo ra những nền tảng mới về xã hội mà không nhận ra điều đó, giải phóng các thế hệ khỏi những truyền thống hạn chế.

Họ có thể gặp rắc rối với chứng khó tiêu, nếu không được phát hiện, có thể dẫn đến vấn đề thực sự. Họ có thể không hòa hợp với gia đình do tính cách cáu kỉnh, thiếu kiên nhẫn. Họ thật sự muốn tận hưởng hạnh phúc gia đình của mình nhưng họ khó có thể làm được. Họ có thể gặp phải những thách thức với các vấn đề pháp lý về nhà, đất đai dẫn đến các vấn đề về tài chính và y tế.

Họ nhận được cơ hội thông qua sự can thiệp của người khác, thường là những cuộc gặp gỡ tình cờ. Nhiều người Cự Giai nổi tiếng về sự lập dị, khó đoán và có khiếu nghệ thuật.

Cự giải có thể căng thẳng và họ bị ảnh hưởng bởi những sự kiện mà người khác sẽ bỏ qua một cách đơn giản. Sự nhạy cảm này là nguyên nhân khiến họ thiếu kiên nhẫn và cáu gắt. Họ bồn chồn và có thể bị coi là lập dị. Đôi khi họ phải tự mình đi xa để nạp lại năng lượng, làm mới bản thân để lấy lại sự tỉnh táo. Đời sống tình cảm của họ có thể khiến họ khó chịu, và cuối cùng có thể bị tổn thương hoặc thay đổi, tùy thuộc vào cách họ phản ứng với tình huống đó. Những bất an thời thơ ấu có thể dẫn đến những vấn đề trong cuộc sống sau này.

Cự giải nhạy cảm cao độ với người khác. Cự giải có thể gặp chứng cuồng loạn vì họ quá dễ xúc động. Đôi khi họ có thể gặp khó khăn trong việc cam kết với một mối quan hệ. Họ thà bỏ chạy hơn là đối mặt với thử thách. Cho dù họ có cam kết với một cuộc hôn nhân, việc họ li hôn cũng không phải chuyện lạ. Họ có thể rời xa gia đình để bắt đầu cuộc sống riêng, và thoát khỏi những rắc rối do gia đình tạo ra. Họ có thể gặp thử thách trong việc giải quyết tiềm thức và cảm xúc của mình dù muốn hay không.

Tóm lại

Những người có Uranus Cự Giải có bản chất nghịch lý. Họ nhạy cảm về mặt cảm xúc nhưng cũng cởi mở với sự thay đổi và đổi mới. Bản năng nuôi dưỡng của họ vượt ra ngoài phạm vi gia đình để bao trùm các mục tiêu xã hội rộng lớn hơn. Họ thường được coi là những kẻ nổi loạn với trái tim nhân hậu, thách thức các truyền thống và tìm kiếm những cách thức mới để chăm sóc người khác. Họ có thể thách thức động lực gia đình truyền thống nhưng thường xác định lại chúng theo những cách sáng tạo phù hợp với nhu cầu tình cảm của họ.

Lưu ý: nếu các bạn đọc phần này thấy không đúng lắm, rất có thể bạn là cung lai chứ không phải cung thuần. Đọc kĩ đầu chương.

Uranus Sư Tử

Từ khóa: Ý tưởng độc đáo, sáng tạo, bắt gặp cơ hội thông qua các mối quan hệ, thích phiêu lưu bất chấp nguy hiểm

Sư tử là những người kiên quyết, thiếu kiên nhẫn và nổi loạn. Họ không quan tâm đến truyền thống. Họ là người mạnh mẽ, tính cách quyết đoán và đôi khi chà đạp người khác một cách sai lầm. Họ có những ý tưởng độc đáo và rất sáng tạo. Họ có tài năng trong lĩnh vực giáo dục, báo chí cũng như lĩnh vực giải trí.

Sư tử có thể có các cơ hội bất ngờ thông qua những mối quan hệ lãng mạn. Sư tử có thể không chung thủy mấy trong tình yêu, họ thường tìm người yêu mới trước khi chia tay người yêu cũ. Việc tán tỉnh thường vui vẻ và diễn ra suôn sẻ. Họ có thể có kết thúc đột ngột cho mối quan hệ của mình, đó có thể là kết quả của những định kiến của chính họ. Họ có thể phải chịu mất mát, đau buồn vì những người họ quan tâm.

Sư tử có mong muốn trở thành anh hùng hoặc nữ anh hùng. Sư tử muốn nổi bật trong sự nghiệp và được biết đến là một cá nhân xuất sắc. Họ là những nhà lãnh đạo bẩm sinh, mặc dù họ cần học cách kiểm soát tính khí nóng nảy của mình. Họ thường lao vào các cuộc phiêu lưu mới, bất chấp nguy hiểm có thể tồn tại. Họ có thể hơi kiêu ngạo, tâm trí họ luôn làm việc với những kế hoạch, ý tưởng mới. Họ cần cẩn thận đừng để cái tôi của mình phát triển quá mức. Quá coi trọng sự sang tạo của bản thân có thể làm gián đoạn kế hoạch của họ. Tìm kiếm sự chú ý có thể làm phức tạp mọi thứ.

Sư tử có thể tràn đầy tinh thần vui vẻ hoặc có ý chí mạnh mẽ. Một số cần phải đi theo con đường riêng của mình bằng mọi giá cho đến khi họ học được bài học về khả năng làm chủ bản thân và bắt đầu phục vụ cho những mục đích cao hơn. Họ rất dồi dào sức sống, đam mê và sáng suốt. Họ thích sự độc đáo và thẳng thắn. Họ có thể hơi kịch tính một chút nhưng đó là bản chất của họ. Đôi khi họ tạo ấn tượng là người độc lập, và thách thức. Họ thường đưa ra những cách tiếp cận độc đáo trong việc nuôi dạy con cái, chăn gối, và chăn nuôi.

Khả năng sáng tạo của Sư Tử luôn đưa ra những ý tưởng mới, nhưng việc ý tưởng đó được thực hiện chưa làm họ hài lòng mấy. Họ muốn được phô trương, tin tưởng và được chú ý.

Sư tử có khả năng khiến những người xung quanh quay cuồng nếu mọi chuyện diễn ra đúng theo ý họ. Họ trở nên nổi bật, thể hiện tài năng bẩm sinh của mình và sử dụng nó để tạo ra sự khác biệt lớn. Sư tử cũng có thể có cuộc sống yên tĩnh hơn trong vùng của riêng họ, sử dụng niềm đam mê của mình vào những vấn đề nhỏ hơn. Sư tử sẽ đi rất xa trong việc tìm những thú vui mới và sự khác biệt

Tóm lại

Những người có vị trí Uranus này có xu hướng sở hữu tính cách từ tính và năng động. Họ là những nhà lãnh đạo bẩm sinh luôn tìm kiếm sự công nhận cho những ý tưởng và tài năng độc đáo của mình. Sự tự tin và nhu cầu thể hiện bản thân thúc đẩy họ vượt qua các ranh giới và thách thức hiện trạng. Những người có Uranus Sư Tử thường tìm kiếm sự công nhận, nhưng đối với họ điều này thiên về thể hiện khả năng sáng tạo độc đáo của họ hơn là chỉ đơn thuần là thu hút sự nổi tiếng.

Lưu ý: nếu các bạn đọc phần này thấy không đúng lắm, rất có thể bạn là cung lai chứ không phải cung thuần. Đọc kĩ đầu chương.

Uranus Xử Nữ

Từ khóa: Độc đáo, làm chủ ý tưởng của mình, sôi sục tò mò, thay đổi đột ngột trong công việc, thích công nghệ mới nhất

Xử nữ có thể rất độc đáo, có tài năng về khoa học và máy móc. Họ có thể có trực giác mạnh mẽ. Xử nữ thể hiện sức mạnh ở khả năng phân tích và sử dụng những điều thực tế. Xử nữ mang lại sự kết hợp tuyệt vời giữa trực giác và thực tế. Nhiều người có khả năng kinh doanh tốt, điều này sẽ giúp họ thành công về mặt tài chính. Họ cũng có thể bị ảnh hưởng bởi bệnh tật. Họ có thể gặp khó khăn khi làm việc cho ông chủ hoặc phải chịu đựng những giới hạn khác, ảnh hưởng đến tham vọng của họ.

Xử nữ có thể có một sự nghiệp tuyệt vời trong chính phủ hoặc trong mắt công chúng. Họ quan tâm đến các kỹ thuật mới về sức khỏe, môi trường và vệ sinh. Họ có thể biết cách cải tạo đất, nước, không khí. Họ có thể dễ dàng giảng dạy, học ngành kĩ thuật hoặc trở thành CEO trong lĩnh vực họ quan tâm. Những điều kì lạ về khoa học rất thú vị đối với họ, họ cũng tò mò về lịch sử.

Xử nữ tìm kiếm quyền tự quản khi thực hiện ý tưởng của mình và chống lại những thói quen cũng như những hạn chế từ người khác. Xử nữ có vẻ bề ngoài trầm lặng nhưng họ có thể gây ấn tượng với người khác bằng khả năng kiểm soát của mình. Bên trong họ có thể đang sôi sục vì tò mò theo đúng nghĩa đen. Sự độc lập của họ đôi khi bị người khác coi là lập dị. Năng lực trí tuệ của họ rất xuất sắc. Xử nữ có thể gặp may mắn thông qua những thay đổi đột ngột trong tình huống công việc, thường là cải tổ lại nhân sự, hoặc chuyển địa điểm hoàn toàn đến nơi mới.

Xử nữ quan tâm đến sức mạnh chữa lành của thiên nhiên và sức mạnh của tâm trí. Xử nữ được biết đến với những ý tưởng khác thường về sức khỏe và thực phẩm. Họ có thể tham gia vào phong trào hữu cơ, ngay cả khi chỉ vì họ có khu vườn nhỏ trong sân sau nhà. Họ có khả năng phân tích tốt, và là những nhà nghiên cứu, nhà khoa học giỏi. Họ muốn giúp đỡ những người bình thường đang vật lộn để kiếm sống. Những lối sống khác thường có thể hấp dẫn đối với họ, và họ có tài năng cứu vớt mọi thứ. Họ dành thời gian để chăm sóc người khác và thư giãn bằng cách làm việc.

Xử nữ tìm cách cải thiện công việc của mình từng chi tiết một. Họ bị thu hút bởi những công nghệ mới nhất, những gì tự nhiên nhất. Điều này có thể tạo ra xung đột đối với chính họ, một phần trong họ tin những điều mới là tốt nhất, một phần khác tin những điều tự nhiên là tốt nhất.

Tóm lại

Những người có Uranus ở Xử Nữ là những người có óc phân tích, định hướng chi tiết và có tư duy đổi mới. Họ tìm kiếm những giải pháp độc đáo cho các vấn đề hàng ngày và không ngại thách thức những chuẩn mực đã được thiết lập. Mong muốn hoàn hảo của họ đôi khi có thể dẫn đến xu hướng bồn chồn và không hài lòng với những điều thông thường.

Lưu ý: nếu các bạn đọc phần này thấy không đúng lắm, rất có thể bạn là cung lai chứ không phải cung thuần. Đọc kĩ đầu chương.

Uranus Thiên Bình

Từ khóa: Tưởng tượng, khác biệt, may mắn thông qua các mối quan hệ, mang đến thay đổi trong hợp tác làm ăn, làm việc khác thường gây sốc

Thiên bình có thể có năng khiếu về nghệ thuật, âm nhạc, văn học. Họ có cách thể hiện mình độc đáo. Thiên bình là người phong cách và có khả năng tưởng tượng. Họ khác biệt dù về vẻ bề ngoài, tính cách hay lĩnh vực chuyên môn. Họ có trực giác nhạy bén. Họ có trí tưởng tượng sống động và nhiều người bị thu hút bởi tính cách của họ. Họ có thể trở thành nghệ sĩ, nhạc sĩ, nhà văn, nhà khoa học, trọng tài giỏi. Họ có ý thức mạnh mẽ về công lý, đặc biệt với những người yếu thế. Họ có khả năng làm luật để bảo vệ người yếu thế và giải quyết các vấn đề của xã hội.

Thiên bình gặp may mắn thông qua các mối quan hệ. Thiên bình thể hiện sức mạnh của mình thông qua việc hợp tác, hùn vốn làm ăn.

Thiên bình có thể chọ bạn tình một cách khác thường. Do đó, Thiên Bình có thể gặp rắc rối trong gia đình, đau buồn, chia ly với bạn đời do tai nạn hoặc bệnh tật. Ly hôn cũng có thể lờ mờ trong tương lai của họ. Họ có thể gặp khó khăn trong việc chung thủy với đối tác của mình. Nếu hôn nhân muốn thành công, họ cần không gian riêng. Họ có thể có những mối quan hệ bắt đầu hoặc kết thúc đột ngột. Họ có thể có những hành động theo kiểu vô chính phủ hoặc nổi tiếng với tính cách lập dị.

Thiên bình thường có tầm nhìn xa và có khả năng suy luận rõ ràng. Họ có thể đầy tham vọng. Họ bồn chồn và không thích người khác can thiệp vào công việc kinh doanh của họ. Đầy sức hút cá nhân, họ có thể thấy mình có một số mối quan hệ khác thường. Họ có tính khí nóng nảy. Thiên bình có khả năng tạo ấn tượng đáng nhớ ngay trong lần đầu gặp.

Thiên bình mang đến những thay đổi trong việc hợp tác làm ăn, nghệ thuật, pháp luật. Họ làm mọi việc theo cách khác thường, đôi khi gây sốc. Họ có những sở thích khác thường, và kì lạ trong nghệ thuật và trang trí. Họ thích mọi thứ được định rõ một cách lỏng lẻo hơn là cứng nhắc. Họ thích sự độc lập, tự do trong mọi việc. Họ tỏ ra khoan dung với những những người có hệ thống niềm tin khác nhau, hoặc có những thói quen khác nhau. Họ sẵn sàng hỗ trợ người khác và rất công bằng. Họ có những tư tưởng tiến bộ, không tuân theo những quy tắc truyền thống. Họ có năng lực logic và theo đuổi những thứ trí tuệ.

Tóm lại

Những người có Uranus ở Thiên Bình có sự bình tĩnh và sở hữu tính cách duyên dáng và giỏi ngoại giao. Họ là những người hòa bình bẩm sinh, luôn tìm kiếm sự công bằng và bình đẳng trong mọi khía cạnh của cuộc sống. Tư duy đổi mới của họ thường xoay quanh việc tìm ra những cách mới để thúc đẩy niềm vui, sự hòa hợp và công lý. Họ tìm kiếm sự cân bằng và công bằng nhưng có thể đưa ra những quyết định sáng tạo phù hợp với giá trị của họ. Mặc dù họ thích sự hòa hợp nhưng họ có thể đối đầu trực diện với những xung đột nhằm tìm ra giải pháp sáng tạo có lợi cho tất cả các bên.

Lưu ý: nếu các bạn đọc phần này thấy không đúng lắm, rất có thể bạn là cung lai chứ không phải cung thuần. Đọc kĩ đầu chương.

Uranus Bọ Cạp

Từ khóa: Quyết tâm, năng lượng sáng tạo, dũng cảm, hưởng lợi thông qua tiyn bạc của đối tác

Bọ cạp thường mạnh mẽ và quyết đoán. Bọ cạp có một phẩm chất thống trị ở bên trong. Họ có thể vượt qua hầu hết mọi trở ngại trước mắt để đạt được mục tiêu. Họ kiên trì, sắc sảo, hay giấu giếm, và để tâm đến tiểu tiết. Họ là những nhà tư tưởng độc đáo, và có năng khiếu về máy móc. Họ rất thích khoa học, về duy tâm lẫn duy vật.

Bọ cạp cũng có thể dễ gặp tai nạn, gây tử vong. Họ có khả năng tuyệt vời để tập trung. Họ rất quyết tâm, tinh thần của họ là không thể bị phá vỡ. Họ có nguồn năng lượng sáng tạo bùng nổ đáng kinh ngạc và sẽ đưa họ tiến xa. Họ có thể sử dụng những phương pháp không chính thống để đạt được điều mình muốn.

Bọ cạp thường xung đột với những người quá truyền thống. Họ không ngại bộc lộ một cách thẳng thắn và nổi tiếng là khá bướng bỉnh, thậm chí nổi loạn. Họ có thể dũng cảm, hay giấu giếm, thẳng thừng và hung hãn với người khác. Họ rất sáng tạo và có tầm nhìn sâu rộng. Họ có thể đạt được nhiều thành tựu thông qua việc sử dụng công nghệ và trí óc. Bọ cạp rất sâu sắc. Trực giác của Bọ Cạp có thể lóe lên đem lại những kiến thức về con người, tình huống, điều này đem lại may mắn cho Bọ Cạp.

Các mối quan hệ của Bọ Cạp có thể không ổn định hoặc không thể kiểm soát được. Một tình bạn đơn giản có thể trở nên nồng nàn mà chả biết nguyên nhân. Hoặc cũng có thể theo hướng khác, một cuộc tình nồng nàn bỗng trở nên nguội lạnh. Họ rất có chiều sâu tâm hồn. Dù chuyện gì xảy ra, họ cũng sẽ bày tỏ quan điểm của mình. Họ có thể trở thành một bác sĩ phẫu thuật, nhà tâm lý học, người chữa bệnh giỏi. Họ có khả năng đào sâu và tìm nguyên nhân gây bệnh, đau đớn.

Bọ cạp có sức hút với mọi người, đôi khi cũng có thể coi là ngôi sao. Bọ cạp có thể đối mặt với sự đố kị, ghen tuông và tính chiếm hữu trong cuộc sống của họ. Họ có thể muốn tránh sự phát triển cá nhân, đây có thể là một sai lầm. Họ có thể rất cao thượng. Nếu họ nuôi dưỡng sự oán giận, tốt nhất họ nên học cách hiểu những ý nghĩa tiềm ẩn của nó và làm hòa trở lại.

Những sự thay đổ về tiền bạc hoặc những sự tăng trưởng hoặc giảm xuống đột ngột về tiền bạc có thể xảy ra trong cuộc đời Bọ Cạp. Thường thị Bọ Cạp hưởng lợi thông qua tiền bạc của đối tác hoặc tài sản thừa kế.

Tóm lại

Uranus Bọ Cạp sở hữu tính cách phức tạp và mãnh liệt. Họ không ngại đi sâu vào tâm hồn và thường tìm cách biến đổi bản thân và môi trường xung quanh. Họ đón nhận sự thay đổi và bị thu hút bởi những điều bí ẩn và độc đáo. Họ thường đón nhận và thậm chí tìm kiếm những biến đổi căn bản trong nhiều khía cạnh khác nhau của cuộc sống.

Lưu ý: nếu các bạn đọc phần này thấy không đúng lắm, rất có thể bạn là cung lai chứ không phải cung thuần. Đọc kĩ đầu chương.

Uranus Nhân Mã

Từ khóa: **Nhìn xa trông rộng, tưởng tượng, thích phiêu lưu, bắt kịp những khám phá mới nhất, tạo ra lối suy nghĩ mới, cởi mở thử những điyu mới**

Nhân mã rất mạnh về trực giác. Họ có năng khiếu về tầm nhìn xa trông rộng, đoán trước tương lai, và tưởng tượng. Những linh cảm của họ có thể kỳ lạ. Nếu họ có thể phát triển những năng khiếu này thì nó có thể giúp ích cho họ. Họ có thể bị thu hút bởi những nghệ thuật huyền bí. Họ có thể rất ngoan đạo, và có hiểu biết về những lý luận giáo dục. Họ có thể muốn giúp đỡ nhân loại nói chung. Họ thích đi du lịch và học hỏi từ những môi trường mới.

Nhân mã có thể rất lập dị, thất thường trong hành vi. Họ có thể giữ những quan điểm của riêng mình về pháp luật, tôn giáo. Họ có thể nổi loạn và điều này có thể khiến họ gặp rắc rối về pháp lý. Họ có thể để ý đến những khía cạnh mà người khác không để ý. Họ thích gây sốc cho người khác bằng những gì họ nói và làm. Họ thích phiêu lưu và tìm kiếm sự độc lập.

Nhân mã yêu thích khoa học và triết học. Họ thích bắt kịp những khám phá mới nhất. Họ không thích lối suy nghĩ thông thường, họ thích tự tạo ra lối suy nghĩ mới. Họ không ngại đặt mình vào nguy hiểm để tìm kiếm hiểu biết mới. Họ thích được tự do nói ra những gì họ muốn và đi đến nơi họ muốn. Hào phóng, cởi mở, cầu tiến, họ có thể khiến người khác choáng váng vì cách làm của họ.

Nhân mã không thích sự cứng nhắc của lý thuyết nhưng họ hiểu sự cần thiết của nó. Họ lạc quan. Họ rất thú vị khi nói chuyện và họ rất thẳng thắn. Nhân mã rất cởi mở để thử những điều mới. Họ có thể xung đột với những người có quan điểm khoa học, tôn giáo truyền thống.

Nhân mã có sự may mắn về tài chính thông qua đầu tư và đầu cơ. Khi đi du lịch và đi xa, những sự kiện bất ngờ, những con người mới sẽ mang đến cơ hội cho Nhân mã. Nhân mã rất sáng suốt và biết điều gì đó quan trọng sẽ xảy ra.

Tóm lại

Những người có Uranus ở Nhân Mã có xu hướng cởi mở, dễ thích nghi và tìm kiếm kiến thức. Họ có khuynh hướng tự nhiên hướng tới những niềm tin và triết lý độc đáo, khiến họ trở thành những nhà tư tưởng tiến bộ.

Lưu ý: nếu các bạn đọc phần này thấy không đúng lắm, rất có thể bạn là cung lai chứ không phải cung thuần. Đọc kĩ đầu chương.

Uranus Ma Kết

Từ khóa: quyết tâm, dám nghĩ dám làm, sẵn sàng thay đổi so với truyyn thống.

Ma kết đầy tham vọng, dám nghĩ dám làm. Họ có thể có đầu óc rất nghiêm túc, có tinh thần trách nhiệm cao. Những ý tưởng kinh doanh ban đầu có thể mang lại thành công cho họ, đặc biệt khi họ làm trong lĩnh vực điện hoặc hàng không. Họ cũng có thể thất thường, lập dị. Họ có tính cách bướng bỉnh mạnh mẽ và có thể gây gỗ. Họ có thể phải chịu đau khổ hoặc rắc rối lớn nếu không thận trọng. Họ có xu hướng thay đổi đột ngột trong công việc cũng như môi trường xung quanh.

Ma kết có thể bồn chồn hoặc bốc đồng. Họ có thể hành động trước khi kịp suy nghĩ. Họ có thể bướng bỉnh, lập dị, cấp tiến. Họ giỏi cân bằng giữa tham vọng, sự độc lập và khả năng trí tuệ của mình. Họ không sợ thử thách. Họ khoan dung với những khác biệt ở mọi người và không gặp vấn đề gì khi đối xử bình đẳng với tất cả mọi người. Họ thậm chí còn nóng nảy. Ma kết có khả năng nhận ra xu hướng trong tương lai và đi theo xu hướng có lợi hơn.

Họ cần có một số uy quyền nhất định và khó khăn trong việc nằm hoàn toàn dưới quyền của người khác. Họ là người có trách nhiệm và điều khiển quyền lực của mình một cách dễ dàng. Họ là người giỏi đảm nhiệm những công việc cần sự tin tưởng của công chúng. Họ có tài năng nhìn thấy trước những xu hướng sắp tới. Họ không ngại thay đổi thủ tục để đạt được mục tiêu. Ma kết có thể có những thay đổi bất ngờ trong sự nghiệp hoặc điều kiện làm việc. Họ logic và có một tâm trí tuyệt vời. Họ có thể trở thành những chính trị gia xuất sắc hoặc những nhà lãnh đạo doanh nghiệp. Họ sẽ có khả năng đạt được những điều vĩ đại cho nhân loại và có thể đạt được những tiến bộ lớn về thực tế.

Ma kết có thể tỏ ra cực kì bảo thủ và chống đối. Ma kết cũng có thể độc tài, độc đoán, tinh thần chiến đấu luôn nằm trong Ma Kết. Ma kết cần có quyền hạn và gặp khó khăn trong việc làm dưới quyền người khác. Ma kết chu đáo, mạnh mẽ, có khả năng tổ chức mọi người. Họ chấp nhận các chính sách được đưa ra để giữ cho xã hội an toàn và bảo mật. Họ thích mọi thứ được cấu trúc cẩn thận với cảm giác bảo thủ, mặc dù họ sẵn sàng thay đổi so với truyền thống. Ma kết thường tự tin vượt qua những ý tưởng cũ.

Tóm lại

Những cá nhân có cung Ma Kết là Uranus, được biết đến với tham vọng mạnh mẽ và mong muốn tạo ra tác động lâu dài đến thế giới. Họ sở hữu một khả năng độc đáo để thách thức các chuẩn mực và hệ thống truyền thống, đồng thời duy trì tinh thần trách nhiệm và quyết tâm cao độ.

Lưu ý: nếu các bạn đọc phần này thấy không đúng lắm, rất có thể bạn là cung lai chứ không phải cung thuần. Đọc kĩ đầu chương.

Uranus Bảo Bình

Từ khóa: Sáng tạo, độc đáo, bạn bè đem lại may mắn, cấp tiến, thành công theo cách không ngờ tới

Bảo bình rất mạnh về sự sáng tạo và độc đáo. Bảo bình là người có tư duy tiến bộ. Bảo bình có kỹ năng trực quan tuyệt vời và những ý tưởng độc đáo. Họ có xu hướng làm việc hướng tới việc cải thiện nhân loại. Họ là những người bạn tận tụy và thực sự muốn giúp đỡ những người gặp khó khăn. Sự không ích kỉ này giúp họ đạt được những gì họ mong muốn trong cuộc sống. Họ cũng có thể có năng khiếu về cơ khí.

Bảo bình có thể thất thường. Họ có thể gặp khó khăn trong việc chọn bạn bè, những người có thể lợi dụng họ. Bảo bình còn có khả năng ảnh hưởng đến nhiều người. Bảo bình được chú ý nhờ khiếu hài hước, dĩ dỏm.

Bảo bình thích đảo lộn thế giới, cuộc cải cách nàycó thể ồn ào hoặc hòa bình. Vốn có tính cách dễ chịu, Bảo Bình luôn nổi tiếng ở bất cứ nơi nào họ đến. Một số niềm tin cốt lõi của họ có thể hơi lập dị. Họ có thể thành công trong lĩnh vực điện tử, máy tính hậu cần, công nghệ vũ trụ hoặc bất cứ lĩnh vực nào có tính chất khoa học. Bảo bình có thể làm nhiều năm để hướng tới mục tiêu nhưng thành công sẽ đến với họ theo một cách nào đó mà họ không hề nghĩ tới.

Bạn bè, cộng sự mang đến cho Bảo Bình nhiều may mắn trong sự nghiệp. Bảo bình thích giao tiếp xã hội và họ là người có năng khiếu kết nối. Trong Bảo Bình có một sự trái ngược: họ tin vào quyền tự do suy nghĩ và phát ngôn nhưng cũng tin chắc rằng mình đúng. Họ thích ở những nơi đang diễn ra các hoạt động. Có tính sáng tạo cao, họ có thể hình dung được điều gì sẽ xảy ra sau này. Họ có thể hiểu được những vấn đề xã hội phức tạp và đưa ra những ý tưởng để giải quyết chúng. Họ có tài truyền đạt những ý tưởng phức tạp cho người khác. Bảo bình rất tháo vát, và là người bạn tốt bạn nên có.

Bảo bình giúp mang lại công nghệ mới hoặc bảo vệ danh tiếng doanh nghiệp. Họ rất thông minh nhưng vô cảm và hơi tách biệt. Một số ít thậm chí có thể còn nhân ái hơn, hiểu được những gì người khác đang trải qua. Có ý chí mạnh mẽ, Bảo Bình thích làm việc một mình, nhưng sống cô độc cũng không tệ nếu họ thích điều đó. Họ có thể tiếp cận với cộng đồng theo kiểu cùng nhau tiến lên hoặc họ biết cách khiến mọi người đoàn kết hướng tới mục đích chung. Khả năng tạo ra một tổng thể thống nhất có thể giúp nhân loại hướng về phía trước. Làm việc với các hệ thống xã hội lỗi thời khiến họ thất vọng.

Tóm lại

Những người có Uranus ở Bảo Bình được biết đến với bản chất cầu tiến, sáng tạo và có tầm nhìn. Họ có ý thức cá nhân mạnh mẽ và thường nổi bật như những người tiên phong trong lĩnh vực của mình. Tính cách của họ được đánh dấu bằng sự khao khát kiến thức và mong muốn thách thức các chuẩn mực truyền thống.

Lưu ý: nếu các bạn đọc phần này thấy không đúng lắm, rất có thể bạn là cung lai chứ không phải cung thuần. Đọc kĩ đầu chương.

Uranus Song Ngư

Từ khóa: **Đồng cảm, Độc đáo, Giàu cảm xúc, khám phá những điều chưa ai biết**

Sức mạnh của Song Ngư nằm ở sự tinh tế, giàu cảm xúc và nhạy cảm. Song ngư có thể gặp những người khác có cùng sở thích. Và điều này có thể giúp hướng dẫn họ trong cuộc sống hoặc tạo ra nỗi ám ảnh. Họ có thể bay bổng, khó đoán và thất thường. Họ có thể thu hút sự bất hạnh hoặc tai tiếng. Họ có thể khó thoát khỏi cảm giác rằng tai họa đang đến ngay cả khi mọi việc diễn ra tốt đẹp.

Song ngư có tài đặc biệt trong việc thể hiện cảm xúc, điều này thường thể hiện trong việc sáng tạo. Song ngư có trí tưởng tượng tuyệt vời. Họ có thể thu hút những hiện tượng bất thường, có thể gây lo lắng. Họ có khả năng cảm nhận được điều gì sẽ xảy ra trước khi nó xảy ra. Thật khó để họ duy trì sự tích cực…. Họ có xu hướng tiêu cực. Họ có khả năng chữa bệnh và có thể nghĩ ra những phương pháp điều trị độc đáo cho những căn bệnh tưởng chừng như không thể chữa khỏi. Nếu họ tập trung vào khả năng chữa bệnh, họ có thể trở nên tích cực hơn. Nếu họ sẵn sàng học hỏi và làm việc theo quan điểm của mình thì cuối cùng, vận may có thể đảo ngược.

Trong sự nghiệp kinh doanh, trực giác của bạn cho biết khi nào nên hành động và cảnh báo khi nào người khác dễ tiếp thu ý tưởng của bạn nhất. Song ngư gặp may mắn nhờ những hiểu biết sâu sắc về tâm lý, và khả năng khám phá những điều bí mật, chưa ai biết đến.

Song ngư thích sự ảo tưởng. Họ có thể chịu trách nhiệm trong tôn giáo, tín ngưỡng, đạo đức. Họ có một sự hướng dẫn bên trong mình nếu họ thực sự lắng nghe nó. Họ có thể từ bỏ thói quen xấu mà không gặp quá nhiều khó khăn. Họ thích giúp đỡ và phục vụ người khác mà ít khi nghĩ đến lợi ích của bản thân. Họ nhạy cảm với những người xung quanh và môi trường xung quanh. Họ hơi nhạy cảm và phải tự chăm sóc bản thân. Họ có thể có những hiểu biết sâu sắc về tôn giáo, tâm lý học, kịch nghệ, âm nhạc.

Tuy nhiên, Song Ngư không thể hiện là người có ý chí mạnh mẽ. Một số trong số họ có thể có xu hướng muốn thoát khỏi thực tế và cố gắng làm điều đó bằng cách sử dụng chất cấm, rượu để quên đi thực tế. Để vượt qua điều này, họ phải sẵn sàng tạo ra ảnh hưởng tích cực cho cuộc sống và tập trung vào việc phục vụ người khác thay vì tưởng tượng.

Tóm lại

Những cá nhân sở hữu Uranus Song Ngư trong biểu đồ bẩm sinh của họ thường thể hiện ý thức sâu sắc trực giác và sự đồng cảm. Họ có tính sáng tạo cao. Tính cách của họ được đánh dấu bằng mong muốn mạnh mẽ về sự phát triển tinh thần và chủ nghĩa nhân đạo.

Lưu ý: nếu các bạn đọc phần này thấy không đúng lắm, rất có thể bạn là cung lai chứ không phải cung thuần. Đọc kĩ đầu chương.

CHƯƠNG 7
RISING SIGNS
Cung mọc nói gì về cách bạn giao tiếp
Làm ơn chia sẻ sách này cho 20 người... Thôi được rồi! Chỉ cần 1 người là tác giả vui rồi. Cảm ơn

Cung mọc, là nói về tính cách xã hội của bạn. Cung mọc miêu tả chiếc mặt nạ của chúng ta nơi công cộng, đó là ấn tượng đầu tiên chúng ta tạo ra khi gặp người mới. Cung mọc nói về ngoại hình ăn mặc, tính cách bộc lộ ra bên ngoài, đôi khi còn nói về thể chất của bạn. Dấu hiệu này miêu tả hình ảnh, phong cách của bạn.

Cung mọc nói về tính cách đầu đời của bạn. Một số người cho rằng, tính cách theo kiểu cung mọc này dần trở nên yếu hơn sau khi một người bước sang tuổi 30, khi sự tự tin ngày càng tăng. Thay vào đó, cung sun sign lại dần xuất hiện và rõ nét.

Vậy để biết cung mọc của bạn là cung nào, mời bạn tra trong link sau. Lưu ý là gõ chính xác ngay giờ sinh cũng phải chính xác, vì cung mọc khác với những cung khác, đòi hỏi phải **chính xác giờ sinh**. Nếu không chính xác đến tận giờ sinh thì sẽ không ra chính xác đâu bạn nhé:

https://cafeastrology.com/whats-my-ascendant-sign.html

Hoặc các bạn có thể vô google gõ: **rising signs calculator**, tìm web tiếng anh và nhớ gõ chính xác giờ sinh. Nếu bạn xem Rising sign của mình mà thấy đúng chỉ một phần, không đúng hoàn toàn, thì rất có thể bạn là cung lai, không phải cung thuần. Như ví dụ sau:

Các bạn có thể thấy biểu tượng Rising sign **ASC** không nằm chính giữa cự giải mà nằm lệch qua sư tử. vậy để biết bạn là Risning sign lai hay thuần, mời bạn tra trong link sau:

https://astro-charts.com/tools/new/birth-chart/

hoặc các bạn có thể vô google gõ: **zodiac calculator,** vô web tiếng anh nhé.

Rising Aries Bạch Dương - Trang 155	**Rising Taurus Kim Ngưu - Trang157**	**Rising Gemini Song Tử - Trang159**
Rising Cancer Cự Gỉai - Trang161	**Rising Leo Sư Tử - Trang 163**	**Rising Virgo Xử Nữ - Trang 165**
Rising Libra Thiên Bình - Trang 167	**Rising Scorpio Bọ Cạp - 169**	**Rising Sagittarius Nhân Mã - Trang171**
Rising Capricorn Ma Kết - Trang173	**Rising Aquarius Bảo Bình - Trang 175**	**Rising Pisces SongNgư- Trang177**

Rising Bạch Dương

Bạch dương hành động nhanh chóng và chính xác. Họ hành động trước khi suy nghĩ và lao vào cuộc chiến mà không có kế hoạch. Khi tích cực hoạt động, họ không quá xông xáo. Họ chỉ nhìn thấy những gì họ muốn và tới lấy nó. Một số trong người trong cung Mọc Bạch Dương thích tranh đua, còn đa phần trong số họ chỉ tập trung vào những gì họ muốn. Mọi thứ họ thực hiện đều rất nhanh chóng.

Bạch dương thường dễ nổi giận nhưng nhanh chóng bỏ qua. Họ không có thói quen hận thù ai, họ thích thẳng thắn và trực tiếp. Họ không thể chịu được việc ngồi yên. Họ thích hoạt động và không ngần ngại khuấy động điều gì đó để khiến mọi thứ trở nên thú vị. Họ có thể gặp khó khăn trong việc hoàn thành dự án của mình vì họ muốn chuyển sang một cái gì đó mới hơn.

Một số tố chất về thể chất nhất định có thể đi kèm với Bạch Dương. Họ có thể thể hiện bước đi nhanh nhẹn, nghiêng đầu về phía trước. Họ có thể bị ảnh hưởng bởi các vấn đề xoang và mắt, những cơn đau đầu. Một số người bị phát bạn, côn trùng cắn và mụn trứng cá. Nước da của họ có vẻ hơi hồng hào ngay cả khi nó thực sự không như vậy, họ có xu hướng dễ đỏ mặt hoặc có thể đỏ khi tức giận. Bạch dương có thể có bờ vai rộng, hông thon. Những người này luôn tươi cười và giữ được vẻ trẻ trung suốt cuộc đời.

Trẻ em Bạch Dương được biết đến là người độc lập, và khá tự lập. Khi trưởng thành, họ vẫn vậy. Họ trung thực và không hề sợ hãi. Sự can đảm và khả năng lãnh đạo của họ thường được kêu gọi trong những tình huống thử thách. Đôi khi họ tỏ ra thiếu kiên nhẫn và thô lỗ. Nếu ấn tượng đầu tiên của Bạch Dương với mọi người là như thế này thì Bạch Dương có nguy cơ bị phớt lờ. Nhưng nếu mọi người nhìn sâu hơn bên trong bản chất Bạch Dương, họ sẽ thấy tinh thần bất khuất, lòng dũng cảm cao, và sự sẵn sàng chiến đấu vì chính nghĩa.

Nồng nàn và đam mê, Bạch Dương sẽ theo đuổi bất kì ai họ thích. Cuộc theo đuổi là một phần của sự kích thích. Họ có thể rất quyến rũ và khó cưỡng lại. Họ nhiệt tình, thích phiêu lưu tuy nhiên một số người có thể bị choáng ngợp bởi Bạch Dương.

Bạch dương có định hướng thành công. Họ tham vọng và đôi khi tập trung đến những thành tựu của bản thân đến mức ích kỉ. Điều này là do họ quá tập trung vào mục tiêu của mình mà quên mất rằng người khác có thể liên quan hoặc bị ảnh hưởng. Họ có nhu cầu mạnh mẽ về việc hoàn thành mục tiêu của mình bất kể họ như thế nào.

Bạch dương rất nhiệt tình và tràn đầy năng lượng. Khi họ đang tràn đầy động lực, đừng nên cản đường họ. Họ có thể quá hào hứng với điều gì đó và đánh giá quá cao khả năng của bản thân. Họ có thể làm việc quá sức. Họ có xu hướng thân mật và dễ gần. Thể thao và nhiều cuộc thi khác rất thu hút Bạch Dương. Họ được nhiều người ưa thích và là trung tâm của các hoạt động.

Lưu ý: nếu các bạn đọc phần này thấy không đúng lắm, rất có thể bạn là cung lai chứ không phải cung thuần. Đọc kĩ đầu chương.

Làm sao biết con bạn - cung mọc Bạch Dương- có bị bắt nạt không ở trường.

Cung mọc sẽ ảnh hưởng đến tính cách con bạn đến tận 30 tuổi, và dần được thay thế bằng cung Sun Sign.

Sự thành công cũng như sự phát triển về tính cách của con người bị ảnh hưởng bởi 3 môi trường: gia đình, nhà trường, xã hội. Biểu hiện của một người khi ra ngoài xã hội chịu ảnh hưởng nhiều từ những trải nghiệm của họ khi còn ngồi trên ghế nhà trường. Một người từ nhỏ nhút nhát, nếu không được động viên kịp thời, sự nhút nhát đó sẽ đeo bám họ đến khi lớn lên và ảnh hưởng đến cuộc sống và sự nghiệp của họ. Một người từ nhỏ đã hay bắt nạt người khác, nếu không được điều chỉnh kịp thời khi lớn lên sẽ dễ đi lệch hướng. Các bậc cha mẹ chỉ cần biết cung mọc của con mình là có thể biết biểu hiện của con ở trường thế nào để có hướng dạy dỗ, động viên cho phù hợp.

Trong phần này chúng ta sẽ bàn về việc cung mọc ảnh hưởng thế nào đến biểu hiện của con bạn ở trường.

Những đứa trẻ Bạch Dương rất hiếu động. Những đứa trẻ Bạch Dương có thể có thể chất tốt hơn những đứa trẻ khác. Chúng có thể dễ dàng nổi nóng với bạn bè, nhưng cũng dễ dàng nguôi ngoai. Những đứa trẻ bạch dương có thể quậy phá. Chúng cũng có thể bướng bỉnh, nóng nảy, thiếu kiên nhẫn.

Các bậc cha mẹ nên khuyên bảo con nếu nổi nóng, không được đánh bạn trên lớp. Các bậc cha mẹ nên đồng cảm với cảm xúc của trẻ, từ từ khuyên bảo thay vì quát mắng. Những đứa trẻ bướng bỉnh không thích phục tùng ý muốn của người khác, cho nên thay vì ra lệnh, các bậc cha mẹ có thể đưa ra một loạt lựa chọn để trẻ lựa chọn.

Muốn làm bạn với Bạch dương, các bậc cha mẹ nên tỏ ra mình có chung niềm say mê cuộc sống với Bạch Dương, ủng hộ và đồng cảm với Bạch Dương.

Rising Kim Ngưu

Kim ngưu ổn định và có năng lực. Họ ổn định và có trách nhiệm. Họ rất trung thành với những người họ yêu thương. Họ thường chống lại sự thay đổi, và có thể khó thuyết phục Kim Ngưu thử điều gì đó mới. Họ rất bướng bỉnh và trở nên cố chấp theo cách của họ. trước khi thử bất cứ điều gì, họ phải tìm hiểu, cảm nhận nó trước đã. An toàn là điều quan trọng nhất đối với họ, vì vậy họ không muốn làm bất cứ điều gì gây mất an toàn.

Kim ngưu rất cẩn trọng. Họ có thể không linh hoạt và tập trung vào mục đích duy nhất. Họ yêu thích những điều tốt đẹp và có xu hướng buông thả bản thân. Của cải vật chất rất quan trọng đối với họ và họ có thể trở thành người sưu tầm một số loại đồ vật.

Kim ngưu thích quần áo đẹp và cảm giác mềm mại. Họ thích sự cổ điển hơn là sự màu mè, cường điệu. Luôn xuất hiện với trang phục đẹp đẽ, họ luôn ăn mặc đẹp mọi lúc mọi nơi. Về thể chất, nhiều người trong số họ vạm vỡ. Họ thích ăn uống và điều này có thể gây hại cho sức khỏe của họ. Họ có thể gặp vấn đề về cổ họng, lan đến tai dưới dạng nhiễm trùng hoặc đau tai.

Trong các mối quan hệ, Kim Ngưu có tính chiếm hữu phần nào và họ không dễ dàng chia tay với người họ đã dành cả trái tim. Một số thậm chí coi nửa kia của họ là tài sản của riêng họ. Họ cực kì chung thủy nếu đã trai tim cho ai. Kim Ngưu thích sự gợi cảm, thích những thú vui thể xác. Họ thích sự thoải mái của mối quan hệ một vợ một chồng và tận hưởng cảm xúc khi có được nó.

Kim ngưu đem lại cảm giác yên tâm cho những ai đến gần. Kim ngưu khá thụ động nhưng có sức chịu đựng lâu dài. Nếu bạn muốn Kim Ngưu làm điều gì đó, thì dỗ dành họ tốt hơn là ép buộc họ. Họ đánh giá cao những người tuân thủ các quy tắc xã giao và thích giao lưu.

Kim ngưu muốn nhìn thấy sự thành công của họ. Cách dễ nhất để họ làm được điều này là thấy rõ hiện vật. Họ có thể có tài nghệ thuật hoặc có gu nghệ thuật, và sự lôi cuốn chính là một phần đặc điểm của Kim Ngưu. Nhiều người trong số họ là nhạc sĩ, nghệ sĩ, và giọng nói của họ thường rất dễ chịu. Họ có thể thể hiện sở thích của mình bằng những nhãn hang hiệu, một ngôi nhà đẹp, một chiếc xe sang trọng. mặt khác, Kim Ngưu có thể rất nhút nhát, thô lỗ, hành động trái với thuần phong mỹ tục của xã hội. Họ có thể tỏ ra tuyệt vọng khi trong việc níu kéo tuổi trẻ của mình hoặc ngược lại, không hề quan tâm đến ngoại hình của mình.

Kim ngưu sẽ cho thấy ý kiến của bạn chả có gì quan trọng nếu bạn nêu ý kiến trong lĩnh vực mà họ thong thạo. Họ sẽ vẫn cư xử lịch sự nhưng bạn chắc chắn sẽ thấy họ nêu ra quan điểm của mình về bạn. Họ sẽ rất ngoan cường nếu họ có sẵn mục tiêu trong đầu. Cộng với sự kiên nhẫn đáng kinh ngạc, Kim Ngưu sẽ kiên trì cho đến khi đạt được mục tiêu của mình.

Lưu ý: nếu các bạn đọc phần này thấy không đúng lắm, rất có thể bạn là cung lai chứ không phải cung thuần. Đọc kĩ đầu chương.

Làm sao biết con bạn - cung mọc Kim Ngưu- có bị bắt nạt không ở trường

Cung mọc sẽ ảnh hưởng đến tính cách con bạn đến tận 30 tuổi, và dần được thay thế bằng cung Sun Sign.

Sự thành công cũng như sự phát triển về tính cách của con người bị ảnh hưởng bởi 3 môi trường: gia đình, nhà trường, xã hội. Biểu hiện của một người khi ra ngoài xã hội chịu ảnh hưởng nhiều từ những trải nghiệm của họ khi còn ngồi trên ghế nhà trường. Một người từ nhỏ nhút nhát, nếu không được động viên kịp thời, sự nhút nhát đó sẽ đeo bám họ đến khi lớn lên và ảnh hưởng đến cuộc sống và sự nghiệp của họ. Một người từ nhỏ đã hay bắt nạt người khác, nếu không được điều chỉnh kịp thời khi lớn lên sẽ dễ đi lệch hướng. Các bậc cha mẹ chỉ cần biết cung mọc của con mình là có thể biết biểu hiện của con ở trường thế nào để có hướng dạy dỗ, động viên cho phù hợp.

Trong phần này chúng ta sẽ bàn về việc cung mọc ảnh hưởng thế nào đến biểu hiện của con bạn ở trường.

Cung mọc Kim Ngưu rất hiền lành. Tuy nhiên Kim Ngưu rất khó chấp nhận những điều gì mới, những điều có thể khiến chúng cảm thấy bất an, mạo hiểm. Trước khi làm việc gì mới, chúng cần nắm được, thấy được, hình dung được, kiểm soát được vấn đề. Ví dụ các bậc cha mẹ muốn con mình- cung mọc Kim Ngưu đi học võ, nhưng kim ngưu sẽ bướng bỉnh không đi, trừ khi nó hình dung được việc học võ sẽ như thế nào, có luyện tập nhiều không…

Các bậc cha mẹ nên từ từ động viên con mình nếu con mình sợ hãi trước những cái mới như vậy. Nếu có thể, các bậc cha mẹ cũng nên làm tấm gương để con cái noi theo. Ví dụ, cha mẹ muốn con mình tập xe đạp, nhưng con cái lại sợ, các bậc cha mẹ có thể tập vài đường cho con cái xem thử.

Muốn làm bạn với Kim Ngưu, các bậc cha mẹ nên tạo mối quan hệ hài hoà, yên bình, và giữ lời hứa với Kim Ngưu

Rising Song Tử

Song tử thích học hỏi. tò mò về mọi thứ, họ luôn tìm kiếm thứ gì đó có thể giúp ích cho họ về phương diện ngoại giao. Nếu ai đó đang làm phiền bạn bằng những câu hỏi, người đó có thể là Song Tử. Họ bồn chồn và thường tỏ ra thiếu kiên nhẫn. Sự lanh lợi của họ có thể khiến một số người sợ hãi, đặc biệt nếu họ nhạy cảm.

Song tử có tài năng tuyệt vời về ngôn ngữ, điều này có thể giúp ích rất nhiều cho họ, họ có thể quá bị cuốn vào những câu hỏi về xã hội mà quên mất những người xung quanh. Điều này có thể dẫn đến sự thiếu ấm áp khi đối xử với người khác, mặc dù đây có thể chỉ là tấm khiên của Song Tử, và Song Tử ẩn nấp sau nó.

Dường như có hai phong cách khác nhau trong Song Tử: sôi nổi, nói nhiều, lập dị, thích vui vẻ và lạnh lùng, trí tuệ. Phong cách đầu tiên thường rất thú vị, giải thích mọi thứ xung quanh bằng một tràng trò chuyện liên tục,trong khi phong cách thứ hai hóm hỉnh, thông minh nhưng đôi khi tỏ ra khá gay gắt. Bất kể phong cách nào, họ sẽ phân tích mọi thứ và cố gắng hiểu những gì đang xảy ra xung quanh họ. Hóm hỉnh và quyến rũ, họ luôn có điều gì đó trong đầu. Họ có thể bị phân tâm vì tò mò mọi thứ và khả năng tập trung của họ được biết đến là không lâu dài.

Tính hai mặt của họ cũng có thể thể hiện theo những cách khác. Song tử có thể có vẻ bề ngoài khác nhau đối với những người khác nhau, cả về thể chất lẫn trí tuệ. Họ cũng có thói quen nói những điều mà họ nghĩ người khác muốn nghe. Khi ngưỡng mộ ai đó, họ có xu hướng bắt chước những đặc điểm tính cách hoặc ngoại hình của người đó.

Song tử có thể làm nhiều việc cùng một lúc nhưng dường như không tập trung vào bất kì việc làm nào trong số đó. Tương tự như vậy, họ có thể tạo ấn tượng rằng họ đang lắng nghe và thấu hiểu trong khi thực sự họ hoàn toàn không chú ý. Khi họ chú ý họ sẽ tiếp thu được rất nhiều thông tin và họ hoàn toàn vui vẻ chia sẻ với những người tiếp theo. Họ có thể trở thành giáo viên, nhà văn, nhà nghiên cứu xuất sắc và họ cũng giỏi trong những nghề về xử lý các thông tin.

Song tử không thích mọi thứ nằm trong sự sắp xếp trước sau, họ dường như phát triển mạnh mẽ trong sự hỗn loạn. Họ là những con người xã hội, bắt chuyện hết người này sang người khác trong một bữa tiệc, kiếm chuyện để tranh luận một cách vui vẻ, hòa đồng. Nhưng họ chỉ thích xã giao thôi chứ không hề thoải mái khi mọi người gần gũi họ quá nhiều.

Song tử thích không gian và sự tự do của mình. Họ cũng hiểu rằng những đối tác của họ có thể thích một chút không gian và không thích sự bám víu. Họ thích tranh luận và trao đổi ý tưởng với người khác. Họ thích sử dụng trí óc của mình bao nhiều thì họ cũng có năng khiếu sử dụng đôi tay bấy nhiêu. Họ cũng giỏi những nghề thủ công, đặc biệt những nghề giúp kichs thích trí tuệ của họ. Nếu như họ không kiểm soát mong muốn chuyển nghề của mình thì họ có thể là người đa tài nhưng không thực sự chuyên về lĩnh vực nào.

Lưu ý: nếu các bạn đọc phần này thấy không đúng lắm, rất có thể bạn là cung lai chứ không phải cung thuần. Đọc kĩ đầu chương.

Làm sao biết con bạn - cung mọc Song Tử- có bị bắt nạt không ở trường

Cung mọc sẽ ảnh hưởng đến tính cách con bạn đến tận 30 tuổi, và dần được thay thế bằng cung Sun Sign.

Sự thành công cũng như sự phát triển về tính cách của con người bị ảnh hưởng bởi 3 môi trường: gia đình, nhà trường, xã hội. Biểu hiện của một người khi ra ngoài xã hội chịu ảnh hưởng nhiều từ những trải nghiệm của họ khi còn ngồi trên ghế nhà trường. Một người từ nhỏ nhút nhát, nếu không được động viên kịp thời, sự nhút nhát đó sẽ đeo bám họ đến khi lớn lên và ảnh hưởng đến cuộc sống và sự nghiệp của họ. Một người từ nhỏ đã hay bắt nạt người khác, nếu không được điều chỉnh kịp thời khi lớn lên sẽ dễ đi lệch hướng. Các bậc cha mẹ chỉ cần biết cung mọc của con mình là có thể biết biểu hiện của con ở trường thế nào để có hướng dạy dỗ, động viên cho phù hợp.

Trong phần này chúng ta sẽ bàn về việc cung mọc ảnh hưởng thế nào đến biểu hiện của con bạn ở trường.

Song tử nói chuyện rất hoạt bát, dễ thích nghi, năng động và tò mò về rất nhiều chuyện. Những đứa trẻ cung mọc song tử sẽ hiếu kì về mọi thứ. Những đứa trẻ này có thể hỏi cha mẹ chúng nhiều câu hỏi.

Tuy nhiên những đứa trẻ này rất thiếu kiên nhẫn. Mọc song tử được cho là khó hiểu: hôm nay có thể đáng yêu, vui chơi với bạn bè, ngày mai có thể khó gần, ngày khác có thể lầm lì, ít nói. Song tử xuất hiện và bộc lộ hình ảnh cá nhân theo những cách khác nhau, hướng đến từng đối tượng mà song tử tiếp xúc và gặp gỡ. Sự thiếu kiên nhẫn và thích bay nhảy có thể khiến song tử không tập trung thành công ở lĩnh vực nào. Các bậc cha mẹ nên hiểu điều này về con mình.

Muốn làm bạn với Song Tử, các bậc cha mẹ nên thể hiện năng lượng sôi nổi, dễ kết nối khi giao tiếp với Song Tử.

Rising Cự Giải

Cự giải là một tâm hồn hiền lành. Họ cho bạn cảm giác như bạn đã quen họ từ lâu. Họ nhạy cảm với môi trường xung quanh và dễ bối rối, đặc biệt giữa đám đông. Khi cảm thấy bị đe dọa, bản năng đầu tiên của họ là tự bảo vệ mình. Họ thường ngại ngùng trong những tình huống mới hoặc khi gặp những người mới. Họ sẽ tiếp nhận những tình huống này một cách thận trọng và dần dần làm quen với tình huống đó cho đến khi cảm thấy thoải mái hơn một chút. Họ chu đáo và ngọt ngào. Ngược lại khi Cự Giải rút quá sâu vào bản thân mình, họ có thể không hề ngọt ngào, dễ gần. Họ có thể ủ rũ, bất an và quá nhạy cảm.

Cự giải muốn có một sự sắp xếp từ nhẹ đến cao trong cuộc sống của họ. An toàn rất quan trọng đối với họ và họ sẵn sàng từ bỏ một số quyền tự do để có được nó. Họ thích một người bạn đời vững vàng trong cuộc sống, cùng với sự ổn định về tình cảm và tài chính. Họ thích các quy tắc được xác định rõ ràng trong mối quan hệ, để họ có thể xác định chính xác vị trí của từng người trong mối quan hệ. Họ thực tế và cư xử như vậy ngay cả trong hôn nhân. Họ có thể tạo ra một nơi tôn nghiêm tuyệt vời tại nhà cho gia đình họ. Cự giải không hợp với những mối quan hệ quá bình thường, cảm xúc luôn phải gắn liền với sự thân mật. Cự giải muốn thỏa mãn các mục tiêu và tham vọng của mình, nhưng họ lại có thể tỏ ra rất dễ bị tổn thương, vì vậy một số người có thể gặp khó khăn trong việc xác định liệu mình có đủ mạnh mẽ để thực hiện công việc hay không. Mặc khác họ có thể che giấu sự dễ bị tổn thương của mình bằng vẻ bề ngoài mạnh mẽ.

Cự giải giàu trí tưởng tượng và đa cảm. Họ là thường tỏ ra đồng cảm khi lắng nghe người khác nói, và họ thích một cuộc trò chuyện thú vị. Cự giải liên quan chặt chẽ đến gia đình. Họ nhạy cảm với những lời chỉ trích. Họ yêu thích lịch sử. Họ yêu thích khoa học liên quan đến phả hệ. Sự thoải mái rất quan trọng đối với họ và họ thích sưu tầm mọi thứ.

Cự giải rất thích chăm sóc người khác. Họ cũng thích được người khác chăm sóc. Họ dễ dàng để cho bản thân mình thư thái. Họ sẵn sàng chịu ảnh hưởng từ người khác. Họ sẵn sàng làm điều gì đó để có được địa vị xã hội hơn là vì họ thích hợp với công việc đó. Họ có thể có kĩ năng, tài năng về kiến trúc, bếp núc. Họ muốn giúp bạn cải thiện bản thân không phải vì bạn cần phải cải thiện mà vì họ muốn bạn hạnh phúc. Họ thích giữ mọi thứ ở đúng vị trí của nó mặc dù những món đồ xa xỉ không quan trọng đối với họ. Cự giải thích tiết kiệm tiền hơn là tiêu vào những khoản không cần thiết. Tuy nhiên đừng bao giờ đả động gì đến những cái nhạy cảm của họ, vì khi đó bạn sẽ thấy họ mạnh mẽ đến mức nào.

Khi Cự giải đang khó chịu, họ có thê bị chứng khó tiêu. Họ sáng tạo nhưng có thể không cảm thấy an toàn. Cuối cùng, khi cảm thấy an toàn, bạn sẽ thấy tính cách của họ nở rộ khi họ để bản thân mình được trở nên thoải mái. Họ cảm thấy tốt nhất khi họ có một căn nhà an toàn để rút rui sau một ngày mệt nhọc. Điều này mang lại cho họ một nơi để nạp năng lượng và chuẩn bị cho bước đột phá tiếp theo khi vươn ra bên ngoài.

Lưu ý: nếu các bạn đọc phần này thấy không đúng lắm, rất có thể bạn là cung lai chứ không phải cung thuần. Đọc kĩ đầu chương.

Làm sao biết con bạn - cung mọc Cự Gỉai- có bị bắt nạt không ở trường

Cung mọc sẽ ảnh hưởng đến tính cách con bạn đến tận 30 tuổi, và dần được thay thế bằng cung Sun Sign.

Sự thành công cũng như sự phát triển về tính cách của con người bị ảnh hưởng bởi 3 môi trường: gia đình, nhà trường, xã hội. Biểu hiện của một người khi ra ngoài xã hội chịu ảnh hưởng nhiều từ những trải nghiệm của họ khi còn ngồi trên ghế nhà trường. Một người từ nhỏ nhút nhát, nếu không được động viên kịp thời, sự nhút nhát đó sẽ đeo bám họ đến khi lớn lên và ảnh hưởng đến cuộc sống và sự nghiệp của họ. Một người từ nhỏ đã hay bắt nạt người khác, nếu không được điều chỉnh kịp thời khi lớn lên sẽ dễ đi lệch hướng. Các bậc cha mẹ chỉ cần biết cung mọc của con mình là có thể biết biểu hiện của con ở trường thế nào để có hướng dạy dỗ, động viên cho phù hợp.

Trong phần này chúng ta sẽ bàn về việc cung mọc ảnh hưởng thế nào đến biểu hiện của con bạn ở trường.

Cự giải hiền lành, nhút nhát. Khi con bạn xuất hiện trong đám đông, lần đầu nó sẽ rụt rè, nhút nhát, ngại ngùng. Các bậc cha mẹ nên động viên con mình mạnh dạn lên. Khi ở nhà, nếu con có lỗi gì nên ưu tiên những hình phạt ít gây sợ hãi, ví dụ chạy 3 vòng quanh sân, hít đất 10 cái… Các bậc cha mẹ nên dạy cho con cách ứng xử khi con bị bắt nạt. Các bậc cha mẹ nên phối hợp với thầy cô để theo dõi xem, con mình có biểu hiện thế nào, có mạnh dạn không, có hay bị bắt nạt không.

Muốn làm bạn với Cự Giải, các bậc cha mẹ nên thể hiện sự đồng cảm, sẵn sàng lắng nghe và đặc biệt tạo cảm giác an toàn cho Cự Gỉai

Rising Sư Tử

Sư tử luôn thu hút sự chú ý. Họ có sức hút cá nhân khiến họ nổi bật. dù là thần thái hay ngoại hình họ cũng luôn tạo ấn tượng. Sư tử tự nhận thức và ý thức được ảnh hưởng của mình đối với người khác. Sư tử tự ý thức được hình ảnh cá nhân của mình, Sư Tử ý thực được mình được người khác cảm nhận như thế nào, trong trường hợp nào, bởi ai. Họ luôn "lên sân khấu" ngay cả khi đang thư giãn ở nhà.

Sư tử nổi tiếng với tính khí nóng nảy, vội vàng kết luận và buông thả bản thân. Họ cũng có rất nhiều tham vọng, động lực và chủ nghĩa lý tưởng. Họ có thể tỏ ra hách dịch chỉ vì họ muốn trở thành động lực trong đường đi của họ. Sư tử là một nhà quản lý, nhà tổ chức tuyệt vời.

Sư tử có xu hướng đánh giá quá cao bản thân một chút. Họ rất nhiệt tình và hào hứng với dự án mới. Họ là những nhà quảng bá, những phát ngôn viên xuất sắc. Sư tử rất thích thể hiện, họ thích sự kịch tính và những cử chỉ hoành tráng. Họ có thể bị cuốn vào việc cường điệu hóa chính bản thân mình mà không nhận ra, nhưng họ sẽ làm bất cứ điều gì để nhận được sự ngưỡng mộ.

Sư tử có thể chất mạnh mẽ. Họ rất quan tâm đến ngoại hình và cách cư xử ở nơi công cộng. Họ thích ăn mặc trẻ trung và có thái độ mạnh mẽ với cảm giác uy quyền. Họ có thể làm được tất cả những điều này bởi vì họ chỉ là những đứa trẻ to xác. Sư tử ấm áp, hào phóng, và vui vẻ khi ở gần.

Sư tử có tính cách vui vẻ, mặc dụ họ thường nói ra suy nghĩ của mình. Họ có thể cực kì bướng bỉnh, và việc từ bỏ những thói quen, những hành vi xấu có thể là thách thức đối với họ. Tuy nhiên, sự kiên trì bẩm sinh của họ là một trong những tài sản lớn nhất của họ. Ngay cả khi mọi người đều mệt mỏi và sẵn sàng bỏ cuộc, Sư Tử vẫn sẵn sàng truyền cảm hứng cho mọi người để tiếp tục làm tốt công việc của mình. Sư tử tràn đầy năng lượng và sự nhiệt tình. Một khi hào hứng với điều gì đó, họ sẵn sàng lao vào ngay. Mặc dù vậy, họ có thể có xu hướng nằm ngửa và xem mọi thứ tự vận động. Một số khía cảnh tiêu cực đối với Sư Tử có thể dẫn đến trở thành một người ham muốn quyền lực, và cái tôi của họ phải liên tục bị xoa dịu. Ở một khía cạnh khác, Sư Tử có thể ồn ào, hung hãn và lấn áp. Họ có thể ích kỉ đến mức khó nhận được lời khuyên từ người khác. Đôi khi họ nghĩ việc xin lời khuyên là dấu hiệu của sự yếu đuối.

Sư tử thường có tính sáng tạo và có thể có tài năng về nghệ thuật, âm nhạc, hoặc diễn xuất. Họ dễ làm việc quá sức và gặp các vấn đề về tim, lo lắng và các bệnh liên quan đến làm việc quá sức. Họ có tính tranh đua, không quan trọng cuộc thi đó là gì. Sự tự tin không phải là vấn đề với Sư Tử. Đừng làm họ xấu hổ, đặc biệt nơi công cộng. phẩm giá của họ là rất quan trọng.

Sư tử là người sống động, dũng cảm, kiêu hãnh. Họ có thể bốc đồng, chung thủy, sẵn sàng chấp nhận những rủi ro mà người khác có thể phải lo lắng khi đối mặt. Họ muốn quần áo đẹp, những môi trường đẹp để biết rằng những thứ đó là của riêng họ. Dù cơn giận của họ nhanh chóng nổi lên nhưng họ dễ dàng buông xuống khi đã nói lên lời. Họ là những người lãng mạn bẩm sinh và thích mơ mộng, và điểm đặc biệt là họ có thể có động lực để biến chúng thành hiện thực.

Lưu ý: nếu các bạn đọc phần này thấy không đúng lắm, rất có thể bạn là cung lai chứ không phải cung thuần. Đọc kĩ đầu chương.

Làm sao biết con bạn - cung mọc Sư Tử- có bị bắt nạt không ở trường

Cung mọc sẽ ảnh hưởng đến tính cách con bạn đến tận 30 tuổi, và dần được thay thế bằng cung Sun Sign.

Sự thành công cũng như sự phát triển về tính cách của con người bị ảnh hưởng bởi 3 môi trường: gia đình, nhà trường, xã hội. Biểu hiện của một người khi ra ngoài xã hội chịu ảnh hưởng nhiều từ những trải nghiệm của họ khi còn ngồi trên ghế nhà trường. Một người từ nhỏ nhút nhát, nếu không được động viên kịp thời, sự nhút nhát đó sẽ đeo bám họ đến khi lớn lên và ảnh hưởng đến cuộc sống và sự nghiệp của họ. Một người từ nhỏ đã hay bắt nạt người khác, nếu không được điều chỉnh kịp thời khi lớn lên sẽ dễ đi lệch hướng. Các bậc cha mẹ chỉ cần biết cung mọc của con mình là có thể biết biểu hiện của con ở trường thế nào để có hướng dạy dỗ, động viên cho phù hợp.

Trong phần này chúng ta sẽ bàn về việc cung mọc ảnh hưởng thế nào đến biểu hiện của con bạn ở trường.

Cung mọc sư tử luôn tự tin thể hiện mình. Sư tử luôn thể hiện uy tín (hình ảnh cá nhân, danh tiếng) ở bất cứ nơi nào sư tử xuất hiện. Tuy nhiên, các bậc cha mẹ nên chú ý giúp con mình - cung mọc sư tử tránh xa sự tự cao. Cha mẹ nên định hướng cho sư tử tránh xa những lời khen giả dối. Sư tử nên học cách nghe theo lời khuyên của người khác. Sư tử nên học cách tự rèn luyện sự tự tin thay vì cần phải nhận được sự chú ý từ người xung quanh thì mới tự tin lên được.

Muốn làm bạn với Sư Tử, các bậc cha mẹ nên thể hiện sự ấm áp, rộng lượng và động viên Sư Tử. Tuy nhiên, như đã nói ở trên, cha mẹ nên tránh xa những lời
166 khen giả dối, để không khiến Sư Tử kiêu ngạo.

Rising Xử Nữ

Xử nữ là người thông minh, dè dặt. Họ ngại ngùng trong những tình huống mới và cần thời gian để làm quen với những người mới và các sự kiên công cộng. Thật không may điều này có thể khiến họ có vẻ tách biệt hoặc bị chỉ trích. Nếu bạn có thể vượt qua những điều này và dần làm quen với Xử Nữ, bạn sẽ tìm được một người bạn trung thành và kiên định.

Xử nữ rất nhạy cảm với bất kì sự khó chịu nào hoặc tín hiệu nào mà cơ thể họ phát ra. Điều này có thể khiến nhiều người trong số họ cực kì nhạy cảm với sức khỏe của mình và họ có thể thích các hoạt động kết hợp giữa cơ thể và tâm trí như yoga chẳng hạn. Họ có thể rất cẩn thận với việc ăn uống. Họ có thể tỏ ra khó tính.

Xử nữ có thể lo lắng nhiều, đặc biệt khi đối mặt với những điều mới mẻ. Họ để tâm đến tiểu tiết và nắm bắt những điều nhỏ nhặt nhất mà người khác có thể bỏ lỡ. Họ có xu hướng thu hút và bị thu hút bởi những người cần sự giúp đỡ của họ. Điều này đôi khi khiến họ rơi vào một số tình huống không thoải mái, đặc biệt trong các mối quan hệ. Do đó đôi khi họ có thể không nhìn nhận những người bạn của họ là những người bạn thực sự.

Xử nữ rất quyến rũ nhưng theo cách trầm lặng, nhẹ nhàng. Họ là những người bạn trung thành, những người sẽ hết lòng giúp đỡ bạn bè mà không cần trả ơn. Họ có thể nảy sinh cảm giác tự ti vì quá khiêm tốn. Họ học hỏi nhanh chóng và dành nhiều thời gian để phân tích, đánh giá mọi thứ xung quanh.

Họ có thể thích ứng với những hoàn cảnh thay đổi, nhưng khả năng này là khác nhau ở mỗi người trong số họ. Tuy nhiên họ có thể phàn nàn trong quá trình thích ứng. Họ tìm kiếm sự hoàn hảo trong mọi việc họ làm và đôi khi cảm thấy khó chấp nhận sự kém hoàn hảo của người khác. Họ có xu hướng chỉ trích mà không nghĩ đến hậu quả đối với người khác và họ có thể cần phải học cách xem xét cảm xúc của những người xung quanh. Xử nữ là người thực tế vào bảo thủ. Họ không thích thể hiện tình cảm ở nơi công cộng nhưng ở nơi riêng tư họ có thể rất tình cảm. Họ có thể cực kỳ ngăn nắp trong một số lĩnh vực trong cuộc sống nhưng lại vô cùng lộn xộn ở những lĩnh vực khác. Họ có thể thích buôn chuyện và tò mò về mọi thứ xung quanh. Họ có khả năng tiếp thu lượng thông tin khổng lồ và sẵn sàng chia sẻ với bất kì ai chịu lắng nghe.

Xử nữ là người đáng tin cậy và họ luôn ở bên cạnh bạn khi bạn gặp khủng hoảng. Họ thường làm những công việc giúp đỡ, phục vụ nhiều người như nhân viên cấp cứu, cảnh sát. Họ cũng là những giáo viên rất giỏi. Họ đôi khi có thể hơi căng thẳng. Họ thường chính xác và cẩn thận, và không thích bất cứ điều gì có tính thô kệch, lỗ mãng.

Xử nữ có thể thích thu thập những thứ như công thức nấu ăn hoặc những vật dụng thiết thực khác. Họ có thể dễ bị dị ứng hoặc các vấn đề hô hấp và những chuyện lo lắng ảnh hưởng đến cuộc sống của họ.

Xử nữ thích bận rộn. Họ trở nên cáu kỉnh và lo lắng nếu không có việc gì để làm. Họ thích thực hiện các dự án công việc mọi lúc và luôn xuất hiện với trang phục đẹp đẽ.

Lưu ý: nếu các bạn đọc phần này thấy không đúng lắm, rất có thể bạn là cung lai chứ không phải cung thuần. Đọc kĩ đầu chương.

Làm sao biết con bạn - cung mọc Xử Nữ- có bị bắt nạt không ở trường

Cung mọc sẽ ảnh hưởng đến tính cách con bạn đến tận 30 tuổi, và dần được thay thế bằng cung Sun Sign.

Sự thành công cũng như sự phát triển về tính cách của con người bị ảnh hưởng bởi 3 môi trường: gia đình, nhà trường, xã hội. Biểu hiện của một người khi ra ngoài xã hội chịu ảnh hưởng nhiều từ những trải nghiệm của họ khi còn ngồi trên ghế nhà trường. Một người từ nhỏ nhút nhát, nếu không được động viên kịp thời, sự nhút nhát đó sẽ đeo bám họ đến khi lớn lên và ảnh hưởng đến cuộc sống và sự nghiệp của họ. Một người từ nhỏ đã hay bắt nạt người khác, nếu không được điều chỉnh kịp thời khi lớn lên sẽ dễ đi lệch hướng. Các bậc cha mẹ chỉ cần biết cung mọc của con mình là có thể biết biểu hiện của con ở trường thế nào để có hướng dạy dỗ, động viên cho phù hợp.

Trong phần này chúng ta sẽ bàn về việc cung mọc ảnh hưởng thế nào đến biểu hiện của con bạn ở trường.

Cung mọc xử nữ rất ngoan, biết tự kiềm chế. Xử nữ tỏ ra đáng tin cậy, sẵn sàng giúp đỡ bạn bè. Xử nữ dè dặt với môi trường mới, cần thời gian thích nghi. Xử nữ rất khiêm tốn, nhưng điều này có thể dẫn đến sự tự ti. Xử nữ cần được động viên để có thể tự tin lên.

Xử nữ có thể chỉ trích mà không quan tâm đến cảm nhận của người khác. Xử nữ cần học cách bắt nhịp cảm xúc với người xung quanh. Xử nữ có thể cầu toàn khi làm việc gì. Điều này có thể là trở ngại nên xử nữ cần cố gắng vượt qua.

Muốn làm bạn với Xử Nữ, các bậc cha mẹ nên thể hiện sự ấm áp, công bằng, giữ lời hứa.

Rising Thiên Bình

Thiên bình tính tình rất dễ chịu và dễ gần, và có sức thu hút. Họ thu hút mọi người đến với họ một cách dễ dàng. Với phong thái quyến rũ và sự nhẹ nhàng trong tính cách, nhiều người nghĩ rằng mối quan hệ của họ sẽ thuận buồm xuôi gió. Thực ra điều này không phải lúc nào cũng đúng. Nhiều khi Thiên Bình sẽ gặp vấn đề trong các mối quan hệ cá nhân. Mặc dù vậy, họ không thích ở một mình. Họ không biết phải làm gì với bản thân nếu đối tác của họ không ở bên họ. Họ thường làm bất cứ điều gì để giữ gìn mối quan hệ, bởi vì họ không muốn ở một mình và không thích xung đột. Đồng thời, nếu gặp khủng hoảng, Thiên Bình sẽ gặp nhiều thách thức.

Thiên bình thường có vẻ bề ngoài ưa nhìn. Họ biết làm thế nào để đi ra đường, ăn mặc, với ngoại hình đẹp nhất, màu sắc phù hợp nhất. Họ thích sự thoải mái về thể chất, sự xa hoa cá nhân và và bất cứ điều gì làm hài lòng các giác quan của họ. Thiên bình rất giỏi thuyết phục, họ thường sử dụng phương pháp thuyết phục nhẹ nhàng hơn là mạnh bạo khi thuyết phục người khác. Để giữ hình ảnh tốt đẹp cho bản thân, họ có xu hướng đổ lỗi, đẩy lỗi lầm, trách nhiệm ra xa bản thân nếu có thể. Họ là những người hòa giải tuyệt vời và sẵn lòng giúp đỡ.

Thiên bình bị thu hút bởi những người có năng lực và năng động. Họ có thể tranh cãi rất nhiều, và cạnh tranh với đối tác của mình cho đến khi họ nhận ra rằng chỉ cần là chính mình là đủ. Họ có thể tỏ ra có học thức ngay cả khi thực tế chưa chắc đã vậy. Thiên bình thường là người yêu thích nghệ thuật, âm nhạc và văn học. Họ có thể có tài năng sáng tạo và nghệ thuật của riêng mình, vượt xa vẻ ngoài của họ. Mặc dù thân thiện nhưng họ có thể tỏ ra vô cảm và chưa sâu sắc. Nếu họ cảm thấy mọi thứ mất cân bằng, họ có thể khó chịu, đòi hỏi, và thậm chí hách dịch cho đến khi mọi thứ cân bằng trở lại.

Thiên bình thường lịch sự. Một số người có thể coi họ là không thành thật, nhưng điều đó không hẳn là đúng. Họ cảm thấy thoải mái nhất khi mọi thứ cân bằng, hài hòa. Thiên bình lãng mạn và duyên dáng. Thật khó để nói không với họ.

Về mặt tiêu cực, Thiên bình có thể không hòa đồng, thô lỗ và nhút nhát. Họ có thể hơi viễn vông và bị ám ảnh bởi việc duy trì tuổi trẻ bằng mọi giá. Họ có thể cực kì thiếu quyết đoán. Họ có thể mạnh mẽ hơn bạn nghĩ. Nhìn bề ngoài họ có vẻ mềm mại nhưng bên trong, họ có ý chí rất sắc đá. Họ rất giỏi trong việc tìm kiếm con đường của riêng mình bằng phương pháp xã giao.

Thiên bình là con người của xã hội và có rất nhiều bạn bè. Họ thường nhìn bản thân mình qua con mắt của người khác. Điều này khiến họ lo lắng quá mức và không phải lúc nào họ cũng đạt được trạng thái tốt nhất. Đồng thời, Thiên Bình có khả năng đáng kinh ngạc trong việc phản chiếu lại hình ảnh của người xung quanh.

Thiên bình có xu hướng làm hài lòng tất cả mọi người, điều này khiến mọi người tự hỏi liệu họ có chính kiến riêng không.

Lưu ý: nếu các bạn đọc phần này thấy không đúng lắm, rất có thể bạn là cung lai chứ không phải cung thuần. Đọc kĩ đầu chương.

Làm sao biết con bạn - cung mọc Thiên Bình - có bị bắt nạt không ở trường

Cung mọc sẽ ảnh hưởng đến tính cách con bạn đến tận 30 tuổi, và dần được thay thế bằng cung Sun Sign.

Sự thành công cũng như sự phát triển về tính cách của con người bị ảnh hưởng bởi 3 môi trường: gia đình, nhà trường, xã hội. Biểu hiện của một người khi ra ngoài xã hội chịu ảnh hưởng nhiều từ những trải nghiệm của họ khi còn ngồi trên ghế nhà trường. Một người từ nhỏ nhút nhát, nếu không được động viên kịp thời, sự nhút nhát đó sẽ đeo bám họ đến khi lớn lên và ảnh hưởng đến cuộc sống và sự nghiệp của họ. Một người từ nhỏ đã hay bắt nạt người khác, nếu không được điều chỉnh kịp thời khi lớn lên sẽ dễ đi lệch hướng. Các bậc cha mẹ chỉ cần biết cung mọc của con mình là có thể biết biểu hiện của con ở trường thế nào để có hướng dạy dỗ, động viên cho phù hợp.

Trong phần này chúng ta sẽ bàn về việc cung mọc ảnh hưởng thế nào đến biểu hiện của con bạn ở trường.

Thiên bình biểu hiện hoà nhã, dễ chịu, có sức hút với bạn bè. Thiên bình thường xử dụng những cách thức mềm để giải quyết xung đột với bạn bè hơn là những biện pháp mạnh.

Thiên bình không thích gây xung đột. Nếu xung đột với bạn bè, thiên bình có thể cảm thấy mất cân bằng, thậm chí dao động tâm lý. Do đó, thiên bình cần được hướng dẫn ứng xử trong những trường hợp này.

Thiên bình có rất nhiều bạn bè nhưng việc phải làm hài lòng tất cả khiến thiên bình mệt mỏi. Thiên bình cũng cần được hướng dẫn trong những trường hợp này.

Muốn làm bạn với Thiên Bình, các bậc cha mẹ nên giữ không khí hài hoà, tránh tối đa xung đột. Các bậc cha mẹ nên tỏ ra đồng điệu trong giao tiếp với

Rising Bọ Cạp

Nếu Bọ Cạp ở gần bạn, bạn có thể cảm nhận được sự hiện diện của họ. Ở họ có một khí chất khiến người khác nghĩ rằng họ không thể bị bắt nạt. Họ muốn người khác phải tôn trọng họ, và một số người thậm chí còn sợ họ. Họ có thể ồn ào hoặc im lặng, nhưng sự quyết tâm của họ luôn được mọi người nhìn thấy.

Bọ cạp hiếm khi không nhận được sự chú ý, và hầu hết mọi người đều yêu hoặc ghét họ. Một số người cung Bọ Cạp khá bối rối trước những phản ứng mạnh mẽ mà họ nhận được từ người khác. Họ không nhận ra rằng họ dường như nhìn xuyên qua vẻ bề ngoài của người khác và nhìn thấy những cái bên trong những con người này. Một số người cảm thấy sợ hãi vì điều này, trong khi những người khác lại thấy điều này rất thú vị.

Bọ cạp muốn bảo vệ chuyện riêng tư của mình đến mức họ rất sợ người khác can thiệp. Họ cần kiểm soát môi trường xung quanh và có thể lập chiến lược để mang lại lợi ích cho chính mình. Họ hành động một cách cân nhắc, thận trọng, và luôn tìm hiểu tình huống cũng như tìm hiểu về những gì người khác có thể làm.

Bọ cạp muốn một đối tác thực tế và đáng tin cậy. Họ muốn một người trung thành và gắn bó lâu dài. Họ muốn tình yêu tồn tại mãi mãi, nếu bị phản bội họ sẽ cảm thấy rất buồn và người nào có lỗi người đó sẽ phải trả giá. Họ thích những người có tính cách thu hút. Họ có thể biểu hiện một cách rất dễ chịu đến mức bạn có thể không biết tính cách thực sự của họ thế nào.

Bọ cạp có thể phục hồi sau những vấn đề mà người khác có thể khó vượt qua. Họ có cơ chế bảo vệ rất mạnh mẽ và không muốn đưa ra quyết định trừ khi họ có tất cả dữ kiện phù hợp. Bạn sẽ không biết được nhiều về cuộc sống cá nhân của Bọ Cạp cho đến khi bạn tiếp xúc với họ. Một khi bạn đã có được sự tin tưởng của họ, họ sẽ là những người bạn trung thành, miễn là bạn cũng trung thành với họ.

Về mặt xã hội, Bọ Cạp thường ăn nói nhẹ nhàng, trầm tính, trừ khi họ đang gặp lại một người bạn cũ. Họ rất nồng nàn và sáng tạo.

Bọ cạp thường có động lực mạnh mẽ để thành công, dù đó là chiến thắng là chiến thắng nhỏ hay lớn, họ luôn cố gắng đến cùng. Họ luôn theo đuổi mục tiêu bằng tất cả sự kiên trì. Họ sẵn sàng tranh đua.

Bọ cạp rất bướng bỉnh và rất khó để thay đổi quyết định của họ một khi quyết định đó được đưa ra. Họ là những người giàu cảm xúc và khá giỏi trong việc che giấu yếu điểm này. Họ giỏi quan sát các chi tiết và có thể khôn ngoan trong việc tiếp nhận những rủi ro trong công việc.

Năng động và đầy tham vọng, Bọ Cạp tìm kiếm các hoạt động mang lại lợi ích tài chính cũng như thử thách chính bản thân họ. Họ tháo vát và thông minh. Trong cơn khủng hoảng, Bọ Cạp tỏ ra điềm tĩnh, dũng cảm và kiên trì. Tình hình càng tồi tệ, họ càng lặng lẽ giải quyết vấn đề đến cùng.

Bọ cạp rất nhạy cảm nên họ sẽ không nhượng bộ trước những sự mỉa mai của những người xung quanh vì sự mỉa mai đó có thể tác động xấu với họ hơn bình thường. Họ có thể có tài chữa bệnh.

Lưu ý: nếu các bạn đọc phần này thấy không đúng lắm, rất có thể bạn là cung lai chứ không phải cung thuần. Đọc kĩ đầu chương.

Làm sao biết con bạn - cung mọc Bọ Cạp - có bị bắt nạt không ở trường

Cung mọc sẽ ảnh hưởng đến tính cách con bạn đến tận 30 tuổi, và dần được thay thế bằng cung Sun Sign.

Sự thành công cũng như sự phát triển về tính cách của con người bị ảnh hưởng bởi 3 môi trường: gia đình, nhà trường, xã hội. Biểu hiện của một người khi ra ngoài xã hội chịu ảnh hưởng nhiều từ những trải nghiệm của họ khi còn ngồi trên ghế nhà trường. Một người từ nhỏ nhút nhát, nếu không được động viên kịp thời, sự nhút nhát đó sẽ đeo bám họ đến khi lớn lên và ảnh hưởng đến cuộc sống và sự nghiệp của họ. Một người từ nhỏ đã hay bắt nạt người khác, nếu không được điều chỉnh kịp thời khi lớn lên sẽ dễ đi lệch hướng. Các bậc cha mẹ chỉ cần biết cung mọc của con mình là có thể biết biểu hiện của con ở trường thế nào để có hướng dạy dỗ, động viên cho phù hợp.

Trong phần này chúng ta sẽ bàn về việc cung mọc ảnh hưởng thế nào đến biểu hiện của con bạn ở trường.

Bọ cạp rất trung thành trong tình bạn. Đối với bạn bè, bọ cạp giữ tình bạn ở mức bề ngoài cho đến khi người bạn kia tỏ xứng đáng để được tin tưởng cao hơn. Bọ cạp có thể sẽ vật lộn với bóng tối bên trong mình. Cha mẹ cần trò chuyện với bọ cạp nhiều hơn. Bọ cạp rất bướng bỉnh, và khó thay đổi quan điểm bên trong mình. Cha mẹ cần hiểu điều này để có hướng xử lý thích hợp.

Muốn làm bạn với Bọ Cạp, các bậc cha mẹ nên tỏ ra đáng tin cậy, ví dụ không kể cho người khác nghe bí mật của Bọ Cạp. Các bậc cha mẹ có thể thẳng thắn và tránh kịch tính khi làm bạn với Bọ Cạp.

Rising Nhân Mã

Nhân mã là những nhà thám hiểm, họ thích khám phá. Họ thường bồn chồn và thích hoạt động. Nó giống như việc họ cố gắng hiểu và nắm bắt điều gì đó nhưng không thể nhớ điều đó. Mặc dù họ có thể thẳng thắn nhưng hầu hết mọi người đều thích họ và bỏ qua sự khắc nghiệt từ họ phát ra. Nhân mã thích nói chuyện và họ cũng có nhiều điều để nói. Những hiểu biết sâu sắc của họ rất thú vị và hữu ích ngay cả khi chúng không được chi tiết cho lắm. Sự lạc quan tự nhiên của họ khiến họ trở nên vui vẻ ngay cả khi họ đang có tâm trạng tồi tệ. Điều này đôi khi có thể gây khó chịu với một số bạn bè của họ.

Nhân mã rất cứng đầu và họ rất vui khi chia sẻ ý kiến của mình cho người xung quanh, cho dù những người này muốn nghe hay không. Họ tỏ ra tự tin mặc dù một số người có thể nghĩ họ có phần ngây thơ. Họ cố gắng giữ được khiếu hài hước của mình bất kể chuyện gì xảy ra. Thái độ vui vẻ của họ được chào đón ở khắp mọi nơi. Sức hút tự nhiên của họ khiến họ thu hút sự chú ý. Họ có thể giỏi trong việc hòa giải các phe đối lập nhau.

Họ có nhu cầu về sự tự do và độc lập, điều này thường dẫn họ đến lối sống thích du lịch. Họ làm việc tốt nhất khi quan cảnh xung quanh họ luôn thay đổi. Nếu họ kết hôn, người bạn đời của họ phải hiểu được nhu cầu này và sẵn sàng đáp ứng nó. Họ cũng không quá gắn bó với vật chất. Nhân mã thích nhìn thấy mọi người xung quanh có khoảng thời gian vui vẻ, và họ là những con người tuyệt vời khi có mặt trong các bữa tiệc. Nhiều người cung Nhân Mã thích mối quan hệ bình thường hơn là mối quan hệ cam kết sâu sắc, và có thể tỏ ra rất hời hợt cho đến khi họ thật sự gặp đúng người.

Nhân mã dễ dàng chán ngán những thói quen lặp đi lặp lại, và họ rất thích sự tranh đua. Điều này khiến họ thấy việc tập thể dục hằng ngày rất nhàm chán nhưng lại thích những môn thể thao có tính cạnh tranh. Họ có khiếu về thể thao, đặc biệt những muôn liên quan đến ngựa. Họ thích sự giải trí, đồ ăn ngon, khiêu vũ và động vật. Sở thích du lịch của họ khiến họ muốn làm những nghề nghiệp liên quan đến du lịch và có sự kích thích. Đối với Nhân Mã, quá trình quan trọng hơn đích đến. Họ thường không đúng giờ vì đến phút cuối họ mới đi. Họ có thể có tài năng về nghệ thuật hoặc rất thích làm trong ngành xuất bản, giáo dục. Mục tiêu của nhân mã có thể được thay đổi trước khi nó kịp hoàn thành. Không phải lúc nào nhân mã cũng biết cách dừng lại, quan sát xem vị trí họ ở đâu, sẽ đi về đâu, họ thực sự đang làm gì.

Nhân mã là người tò mò, và có thể thiên về triết học. Họ hào phóng và có thể bị ấn tượng bởi sự giàu có, địa vị. Họ có khả năng thích ứng và linh hoạt, vì họ luôn muốn tận hưởng những sự thay đổi trong cuộc sống. Họ có thể thích giúp đỡ trong mọi tình huống trừ trường hợp họ phải ngồi một chỗ. Mặt khác, họ có thể bị coi là thô lỗ, buông thả, vênh váo. Nếu họ không cẩn thận, họ có thể trở thành người ích kỉ, mỉa mai. Nhân mã phải cẩn thận khao khát tự do của họ ảnh hưởng đến tính cách ưa giúp đỡ người khác của họ. Nhân mã phải nỗ lực phát triển sự khéo léo, tập trung.

Lưu ý: nếu các bạn đọc phần này thấy không đúng lắm, rất có thể bạn là cung lai chứ không phải cung thuần. Đọc kĩ đầu chương.

Làm sao biết con bạn - cung mọc Nhân Mã - có bị bắt nạt không ở trường

Cung mọc sẽ ảnh hưởng đến tính cách con bạn đến tận 30 tuổi, và dần được thay thế bằng cung Sun Sign.

Sự thành công cũng như sự phát triển về tính cách của con người bị ảnh hưởng bởi 3 môi trường: gia đình, nhà trường, xã hội. Biểu hiện của một người khi ra ngoài xã hội chịu ảnh hưởng nhiều từ những trải nghiệm của họ khi còn ngồi trên ghế nhà trường. Một người từ nhỏ nhút nhát, nếu không được động viên kịp thời, sự nhút nhát đó sẽ đeo bám họ đến khi lớn lên và ảnh hưởng đến cuộc sống và sự nghiệp của họ. Một người từ nhỏ đã hay bắt nạt người khác, nếu không được điều chỉnh kịp thời khi lớn lên sẽ dễ đi lệch hướng. Các bậc cha mẹ chỉ cần biết cung mọc của con mình là có thể biết biểu hiện của con ở trường thế nào để có hướng dạy dỗ, động viên cho phù hợp.

Trong phần này chúng ta sẽ bàn về việc cung mọc ảnh hưởng thế nào đến biểu hiện của con bạn ở trường.

Nhân mã hài hước, hiếu động, thích khám phá. Dù trong lòng có ưu phiền, nhân mã vẫn luôn cố gắng giữ cho vẻ bề ngoài mình vui vẻ, hài hước. nếu có muộn phiền, nhân mã cũng tìm đến những thứ khác để có niềm vui thay vì ngồi đó ủ rũ.

Nhân mã trung thực, thẳng thắn. Nhân mã có thể dễ sa ngã, ngạo mạn, thùng rỗng kêu to. Các bậc cha mẹ nên lưu ý điều này. "Đừng chắn ngang tôi", đó là triết lý của cung mọc nhân mã. Nhân mã nên cân nhắc về những hậu quả do hành vi của mình gây nên. Các bậc cha mẹ cũng nên lưu ý điều này.

Muốn làm bạn với Nhân Mã, các bậc cha mẹ nên tạo không khí hoà bình, hoà hợp, nên trò chuyện nhiều một cách cởi mở, vui vẻ.

Rising Ma Kết

Ma Kết làm mọi việc một cách nghiêm túc. Ngay cả khi họ đùa giỡn, họ cũng để sắc mặt nghiêm túc. Họ rất giỏi đùa giỡn theo kiểu này. Nếu có một từ miêu tả về Ma Kết chính là năng lực. Họ rất có ý thức về hình ảnh của mình, từ trang phục cho đến biểu cảm khuôn mặt. Họ nghĩ rằng nếu họ trông có vẻ là một người thành công thì họ sẽ trở thành người thành công và nhìn chung, họ đều trở thành người thành công.

Bẩm sinh là con người đầy trách nhiệm, Ma Kết luôn thể hiện là một con người đáng tin cậy. Tuy nhiên bên dưới vẻ bề ngoài điểm tĩnh đó, họ luôn tự vấn bản thân mình. Họ thường lo lắng về tương lai, và liệu họ có đang làm hết tất cả những gì có thể làm hay không.

Mặc dù trông có vẻ như họ thành công nhanh chóng, nhưng thực chất họ làm việc rất chăm chỉ để có được nó. Họ sẽ phớt lờ những đam mê của mình, để tập trung vào mục tiêu, bất kể điều gì có thể xảy ra. Niềm đam mê duy nhất họ cần là trang phục để họ có thể xuất hiện như một người thành công, thể hiện địa vị của họ. Tất cả thành công của họ đều là kết quả của sự nỗ lực có ý thức.

Ma kết thường gắn liền với thế giới vật chất và họ dành nhiều thời gian để quản lý tài sản của họ. Họ coi trọng những quy cách của xã hội, vì chúng tạo nên trật tự cho xã hội. Họ có thể vô tình ở bên cạnh những người mà khiên họ trông có vẻ tốt hơn. Họ có thể có một tuổi thơ khó khăn. Ma kết có thể không thích những mặt nào đó trong ngoại hình và tính cách của mình nên khi họ biểu lộ sự không thích này, họ có thể có một số hành vi bất thường. Họ có thể cảm thấy bất an và lo lắng sâu thẳm bên trong họ, nên đôi khi họ có thể hủy hoại bản thân để chống lại cảm giác đó. Ma kết có thể sẽ tỏ ra vui vẻ trước mọi người, để cố gắng bù đắp sự nghi ngờ bên trong họ. Họ không ngần ngại nhận lãnh trách nhiệm hay nhận lãnh những việc khó khăn. Thành công rất quan trọng đối với họ, dù đó là sự nghiệp, hôn nhân, cuộc sống cá nhân hay địa vị xã hội. Trong hôn nhân, Ma Kết cần một người bạn đời có thể bảo vệ họ về mặt cảm xúc. Khi họ tìm kiếm nửa kia, sự hấp dẫn thường có từ ấn tượng đầu tiên.

Ma kết thường có vẻ thực tế, tự chủ, bảo thủ, dè dặt. Sức khỏe của họ có thể yếu ớt khi còn nhỏ, nhưng khi trưởng thành, họ thường khỏe mạnh hơn nhiều. Khi còn trẻ, họ có thể rụt rè, nhút nhát, nhạy cảm. Động lực hướng tới thành công bên trong họ giúp họ vượt qua những trở ngại ban đầu này. Địa vị và tiền bạc rất quan trọng với Ma Kết, nên họ sẽ lên kế hoạch để đạt được những điều này. Họ phải vượt qua những thử thách trong cuộc đời bằng sự khiêm tốn và kiêu hãnh.

Ma kết tỏ ra khôn ngoan hơn so với tuổi của họ. Họ không phá vỡ các quy tắc hay không vâng lời như những đứa trẻ khác. Nhiều người nghĩ rằng Ma Kết có vẻ kiềm chế bản thân và có thể nhàm chán nhưng thực tế không phải vậy. Họ có thể có nhiều niềm vui trong cuộc sống nhưng họ tỏ ra lý trí hơn.

Lưu ý: nếu các bạn đọc phần này thấy không đúng lắm, rất có thể bạn là cung lai chứ không phải cung thuần. Đọc kĩ đầu chương.

Làm sao biết con bạn - cung mọc Ma Kết - có bị bắt nạt không ở trường

Cung mọc sẽ ảnh hưởng đến tính cách con bạn đến tận 30 tuổi, và dần được thay thế bằng cung Sun Sign.

Sự thành công cũng như sự phát triển về tính cách của con người bị ảnh hưởng bởi 3 môi trường: gia đình, nhà trường, xã hội. Biểu hiện của một người khi ra ngoài xã hội chịu ảnh hưởng nhiều từ những trải nghiệm của họ khi còn ngồi trên ghế nhà trường. Một người từ nhỏ nhút nhát, nếu không được động viên kịp thời, sự nhút nhát đó sẽ đeo bám họ đến khi lớn lên và ảnh hưởng đến cuộc sống và sự nghiệp của họ. Một người từ nhỏ đã hay bắt nạt người khác, nếu không được điều chỉnh kịp thời khi lớn lên sẽ dễ đi lệch hướng. Các bậc cha mẹ chỉ cần biết cung mọc của con mình là có thể biết biểu hiện của con ở trường thế nào để có hướng dạy dỗ, động viên cho phù hợp.

Trong phần này chúng ta sẽ bàn về việc cung mọc ảnh hưởng thế nào đến biểu hiện của con bạn ở trường.

Ma kết thận trọng, khép kín, thực tế. Ma kết hiếm khi tự nhiên, cởi mở trước những cái mới trừ khi hiểu rõ và kiểm soát được nó. Các bậc cha mẹ nên hiểu điều này. Bề ngoài ma kết tỏ ra nhút nhát, tự ý thức, không khoa trương. Khi tiếp xúc lâu dài thì thấy ma kết nghiêm túc, trưởng thành. Bên trong ma kết có thể tự hỏi về bản thân và lo lắng về tương lai. Các bậc cha mẹ nên nói chuyện nhiều hơn với ma kết. Ma kết có thể không thích một số khía cạnh tâm lý của chính mình và có biểu hiện bất an. Các bậc cha mẹ nên làm bạn với con để hiểu con nhiều hơn.

Ma kết không mong chờ sự giúp đỡ của người khác, thậm chí từ chối sự giúp đỡ bên ngoài. Các bậc cha mẹ cũng nên hiểu điều này. Tuy nhiên, ma kết thường học hỏi kinh nghiệm từ tiền bối, do đó cha mẹ nên làm gương cho ma kết.

Ở mặt tiêu cực, Ma Kết có thể trở nên nghiêm khắc, thậm chí độc tài và khó để cảm thông cho người khác. Ma kết cũng nên cho mình cơ hội để trải nghiệm và mắc sai lầm, như vậy mới thực sự trưởng thành.

Muốn làm bạn với Ma Kết, các bậc cha mẹ nên tỏ ra đáng tin cậy, không thô lỗ. Các bậc cha mẹ nên tỏ ra là Ma Kết có thể chia sẻ mọi thứ (ước mơ, khoảnh khắc xấu hổ) với mình.

Rising Bảo Bình

Bảo bình là người độc đáo, nổi bật, và họ sẽ không để bạn quên điều đó. Nhiều người sẽ tìm đến họ để xin lời khuyên vì họ được đánh giá là trí thức và dễ gần. Trên thực tế, Bảo Bình rất dễ gần và được giáo dục tốt. Họ có thể quan tâm đến bất cứ điều gì tiến bộ của loài người. Phần lớn họ là những người nhân ái, có lý tưởng, bao dung, và vô tư.

Bảo bình cho rằng họ có thể nhìn thấy mọi thứ nên khó có thể khiến họ bị sốc. Trên thực tế, họ lại thích gây sốc cho những người xung quanh. Họ thực sự thích nhận được phản hồi từ người khác. Khiếu hài hước của họ có hơi khiếm nhã một chút nhưng vui tươi và khiến mọi người quý mến.

Bảo bình là người dễ mến và thân thiện với tất cả những người họ gặp. Họ hòa đồng với mọi người, từ mọi tầng lớp xã hội, họ bình đẳng với tất cả mọi người. Nét độc đáo của họ là ở chỗ, họ tỏ ra tách biệt, xa cách nhưng đồng thời cũng tử tế và quan tâm đến người khác, đây có thể là ví dụ điển hình của sự mâu thuẫn.

Bảo bình có thể cảm thấy mình khác biệt và đặc biệt, và họ cảm thấy như vậy trong suốt đời mình. Đôi khi họ có cảm giác như bị loại khỏi tập thể, giống như đang đứng ngoài cửa sổ nhìn vào trong phòng với mọi người. Họ có khả năng quan sát và suy luận những việc cần phải làm. Họ cũng rất giỏi trong việc tìm ra cách để mọi việc diễn ra suôn sẻ. Tài năng này cũng giúp ích cho tập thể. Tài năng này cũng sẽ rất có lợi cho họ nếu họ là quản lý, hoặc khi họ có thể làm việc hòa hợp với mọi người xung quanh.

Bảo bình thể hiện cá tính của mình một cách rõ ràng, khiến họ nổi bật nhưng không theo những cách lạ thường. Ví dụ, họ có thể ăn mặc đẹp, với một phụ kiện nổi bật vừa đủ, khiến họ trông trở nên thú vị. Mặc dù họ rất cởi mở với những ý tưởng mới, nhưng họ cũng có thể cực kì bướng bỉnh. Họ có thể thiếu linh hoạt và đôi khi có thể cố gắng ép buộc người khác đồng ý với ý kiến của mình. Họ có thể nhìn thấy bức tranh tổng thể, mà không nhìn thấy chi tiết nhỏ, điều này khiến họ bỏ qua nhu cầu của những người thân thiết nhất. Họ rất độc lập. Họ không bị ảnh hưởng bởi địa vị, sự giàu có và quyền lực. Khi Bảo Bình tò mò về ai đó, đó là vì lợi ích của chính Bảo Bình chứ không do bất kì tác động nào từ bên ngoài. Họ dễ dàng thu hút rất nhiều bạn bè, và người quen biết.

Bảo bình có thể bày tỏ quan điểm gây tranh cãi, để kích động tranh luận, và tham gia vào một cuộc tranh luận tích cực. Họ thích tự do cá nhân và đây có thể là một vấn đề tiềm ẩn khi họ kết hôn. Bản tính bồn chồn của họ có thể kích thích họ tìm kiếm một môi trường kích thích hơn môi trường họ đang sống, nếu môi trường đó không đáp ứng được nhu cầu về tinh thần hoặc thể chất của họ. Bảo bình có thể khó đoán và hành xử theo những cách trái ngược nhau.

Bảo bình cực kì quan tâm đến tương lai và quá khứ nhưng họ lại có thể lạc lối ở hiện tại. Họ có thể có vẻ hơi lạc lõng so với người cùng thời. Họ có thể quan tâm đến âm nhạc, thiết kế, khoa học, xã hội học. Họ có thể có vấn đề về thể chất lien quan đến tuần hoàn và viêm khớp.

Lưu ý: nếu các bạn đọc phần này thấy không đúng lắm, rất có thể bạn là cung lai chứ không phải cung thuần. Đọc kĩ đầu chương.

Làm sao biết con bạn - cung mọc Bảo Bình - có bị bắt nạt không ở trường

Cung mọc sẽ ảnh hưởng đến tính cách con bạn đến tận 30 tuổi, và dần được thay thế bằng cung Sun Sign.

Sự thành công cũng như sự phát triển về tính cách của con người bị ảnh hưởng bởi 3 môi trường: gia đình, nhà trường, xã hội. Biểu hiện của một người khi ra ngoài xã hội chịu ảnh hưởng nhiều từ những trải nghiệm của họ khi còn ngồi trên ghế nhà trường. Một người từ nhỏ nhút nhát, nếu không được động viên kịp thời, sự nhút nhát đó sẽ đeo bám họ đến khi lớn lên và ảnh hưởng đến cuộc sống và sự nghiệp của họ. Một người từ nhỏ đã hay bắt nạt người khác, nếu không được điều chỉnh kịp thời khi lớn lên sẽ dễ đi lệch hướng. Các bậc cha mẹ chỉ cần biết cung mọc của con mình là có thể biết biểu hiện của con ở trường thế nào để có hướng dạy dỗ, động viên cho phù hợp.

Trong phần này chúng ta sẽ bàn về việc cung mọc ảnh hưởng thế nào đến biểu hiện của con bạn ở trường.

Bảo bình tỏ ra thân thiện và dễ ti ếp xúc nhưng đi ều bảo bình mu ốn có lẽ là ở một mình. Bảo bình đôi khi dễ gần, đôi khi lại tách biệt với đám đông, lạnh lùng. Bảo bình có thể bướng bỉnh, không thích thay đổi những quan điểm, thói quen đã định hình. Các bậc cha mẹ nên lưu ý điều này. Nhưng ở chiều ngược lại, bảo bình lại thích phá vỡ những lối mòn cũ. Các bậc cha mẹ cũng nên biết điều này. Bảo bình có thể sa lầy vào việc phức tạp hoá vấn đề. Do đó bảo bình cần không gian, thời gian để nghỉ ngơi và nhìn lại chính mình.

Bảo bình làm bạn không dựa trên tiêu chí tình cảm mà dựa trên tiêu chí những lý tưởng, những nguyên tắc chung được đồng thuận. Các bậc cha mẹ nên hiểu điều này để có thể làm bạn với con mình- cung mọc bảo bình- một cách dễ dàng và hiểu con mình hơn.

Rising Song Ngư

Như biểu tượng của họ là loài cá, Song Ngư thích đi theo dòng chảy. Thoạt nhìn họ có vẻ hiền lành, yêu hòa bình, nhưng cái cách họ luôn giữ cho trái tim và khối óc của mình luôn rộng mở khiến họ trở nên khó đoán, dễ thay đổi. Song ngư của ngày hôm nay có vẻ như có cái gì khác so với ngày hôm qua. Hôm nay họ nhút nhát, ít nói, ngày mai họ có thể đam mê, hồ hởi. Điều này cho phép họ hòa nhập với nhiều loại người. Họ rất dễ gây ấn tượng với người khác. Họ mơ mộng, dễ mềm lòng. Họ quyến rũ và hấp dẫn không thể cưỡng lại được.

Song ngư nhìn thế giới qua lăng kính nhuốm màu quan điểm của họ, vì vậy họ khó có thể khách quan. Việc đưa ra quyết định cũng khó khăn đối với họ. Họ linh hoạt đến mức không muốn lập kế hoạch cho bất cứ điều gì cho tương lai. Họ không muốn đối mặt với bất cứ thực tế khắc nghiệt nào. Khả năng tổ chức không phải là điểm mạnh của họ.

Song ngư muốn có một đối tác ổn định, đáng tin cậy. Họ cần một con người thực tế, giúp họ hiểu được những điều bình dị của cuộc sống. Họ tình cảm và giàu lòng nhân ái đến mức họ có thể trở thành nạn nhân của chính mình do sự dễ bị tổn thương của họ. Họ có thể trở thành kẻ thù lớn nhất của chính mình. Họ không thích đối đầu, nhưng họ không ngại sử dụng thủ đoạn để đạt được điều họ muốn. Song ngư là một người lãng mạn thực sự, nếu tìm được người hợp với mình, Song Ngư sẽ tạo ra một cuộc tình lãng mạn, sang tạo như tiểu thuyết.

Song ngư giàu trí tưởng tượng và sang tạo. Họ có thể có tài năng nghệ thuật. Họ có thể chuyển sang các vấn đề triết học, họ rất ngưỡng mộ những người có trình độ học vấn cao, bất kể trình độ học vấn của Song Ngư đến đâu. Song ngư thích du lịch, thể thao, khiêu vũ. Họ có thể rất có năng lực khi xây dựng được sự tự tin vào bản thân.

Về mặt thể chất, họ có thể nhạy cảm với chất gây mê hoặc các loại thuốc khác. Song ngư không muốn nổi bật trong đám đông, không thích thu hút quá nhiều sự chú ý. Họ hào phóng, nhạy cảm và đa cảm. Mặt khác, họ có thể khiến người khác cảm thấy có lỗi với mình để trục lợi.

Một số người có thể coi Song Ngư là người dễ bị lợi dụng vì họ quá cởi mở và giàu lòng trắc ẩn. Họ nhạy cảm với những lời chỉ trích, và với những năng lượng tiêu cực, và thật khó để họ có thể tự bảo vệ mình khỏi một trong hai điều này. Song ngư có thể cảm thấy cô đơn sâu sắc trong lòng mà không làm gì được. Nếu họ có thể sử dụng thời gian ở một mình này để trầm tư suy nghĩ, hoặc xem xét nội tâm của chính mình, họ có thể mang lại lợi ích cho chính mình. Họ có thể làm tốt công việc hỗ trợ người khác, hoặc bất kì công việc sang tạo nào. Song ngư thích những bí mật. Họ sử dụng sự tinh tế để làm cho công việc trở nên dễ dàng. Bài học dành cho Song Ngư là sống cuộc sống của mình thay vì mơ mộng về nó. Song ngư có thể nuôi nhiều thú cưng vì họ thích chăm sóc người khác. Một số người có thể xuất sắc đến mức phát triển khả năng thấu hiểu động vật.

Lưu ý: nếu các bạn đọc phần này thấy không đúng lắm, rất có thể bạn là cung lai chứ không phải cung thuần. Đọc kĩ đầu chương.

Làm sao biết con bạn - cung mọc Song Ngư - có bị bắt nạt không ở trường

Cung mọc sẽ ảnh hưởng đến tính cách con bạn đến tận 30 tuổi, và dần được thay thế bằng cung Sun Sign.

Sự thành công cũng như sự phát triển về tính cách của con người bị ảnh hưởng bởi 3 môi trường: gia đình, nhà trường, xã hội. Biểu hiện của một người khi ra ngoài xã hội chịu ảnh hưởng nhiều từ những trải nghiệm của họ khi còn ngồi trên ghế nhà trường. Một người từ nhỏ nhút nhát, nếu không được động viên kịp thời, sự nhút nhát đó sẽ đeo bám họ đến khi lớn lên và ảnh hưởng đến cuộc sống và sự nghiệp của họ. Một người từ nhỏ đã hay bắt nạt người khác, nếu không được điều chỉnh kịp thời khi lớn lên sẽ dễ đi lệch hướng. Các bậc cha mẹ chỉ cần biết cung mọc của con mình là có thể biết biểu hiện của con ở trường thế nào để có hướng dạy dỗ, động viên cho phù hợp.

Trong phần này chúng ta sẽ bàn về việc cung mọc ảnh hưởng thế nào đến biểu hiện của con bạn ở trường.

Song ngư không thích nổi bật giữa đám đông, không thích nhận sự chú ý về mình. Song ngư là người hoà hiếu, đa cảm, nhân ái, giàu trí tưởng tượng. song ngư rất đa cảm, cho nên không thực sự tiếp cận cuộc sống theo cách hợp lý. Song ngư nhìn nhận cuộc sống theo góc nhìn của họ, chứ không nhìn cuộc sống một cách khách quan, thực tế; do đó thế giới theo lăng kính của song ngư phủ màu ý kiến của riêng họ. Song ngư có vẻ thiếu quyết đoán. Song ngư cần học cách sống thực tế một chút, thay vì nhìn cuộc sống theo kiểu mơ mộng.

Muốn làm bạn với song ngư, các bậc cha mẹ nên tỏ ra đồng cảm với song ngư, tạo bầu không khí ổn định, an toàn, nơi song ngư có thể chia sẻ cảm xúc của mình với cha mẹ.

CHƯƠNG 8

TUYỆT CHIÊU DỰ ĐOÁN THÀNH CÔNG CỦA BẠN

Kính thưa quý đọc giả

Bản thân tôi chả có thành tựu gì lớn để kể cho các bạn. Nhưng tôi có thể kể cho các bạn rằng tôi tránh được rất nhiều thất bại thảm hại nhờ vào điểm chiêm bao. Tương lai do chúng ta tạo ra, không thể do chúng ta đoán ra được. Các bạn không thể ngồi không, rồi cố gắng dự đoán xem tương lai liệu có may mắn, thay đổi gì xảy đến không.

Những gì tôi viết sau đây sẽ giúp ích cho những ai muốn làm điều gì đó nhưng phân vân, không biết có thành công không. Ví dụ bạn muốn mở một công ty, bạn tin chắc là thành công, nhưng nhiều người khuyên bạn không nên làm, vậy điểm chiêm bao sẽ giúp bạn tự dự đoán công ty của bạn sẽ thế nào. Hoặc ví dụ công ty bạn đang phát đạt , bỗng bạn nằm mơ thấy có báo trước là công ty bạn trong năm sau sẽ gặp trục trặc, điểm chiêm bao sẽ giúp bạn dự đoán điều đó. Hoặc công ty bạn đang trong lúc rất khó khăn, không biết khi nào vượt qua, điểm chiêm bao cũng có thể dự đoán giúp bạn.

Có thể một số bạn đọc chương này nghĩ rằng mình dư thời gian đâu mà luận giải giấc mơ làm gì. Tuy nhiên so với việc các bạn mất vài tỉ hoặc vài chục tỉ làm ăn thì việc bớt chút thời gian đọc chương này sẽ giúp các bạn tránh những thất bại như vậy.

Lưu ý khi dự đoán bằng điểm chiêm bao. Đôi khi có điểm chiêm bao hôm nay bạn mơ, ngày mai sẽ ứng nghiệm, hoặc vài tháng sau, hoặc vài năm sau mới ứng nghiệm. Đôi khi buổi sáng bạn gặp chuyện gì đấy, buổi tối bạn mới nằm mơ thấy nó, đây là mơ thấy chiêm bao sau khi sự việc xảy ra.

Có nhiều trường hợp, bạn mơ giùm cho người khác. Tôi nói ví dụ con bạn mở công ty, không biết làm ăn phát đạt không. Bạn lo lắng cho con bạn nên nằm mơ thấy điểm báo làm ăn phát đạt, đây thực chất là con bạn làm ăn phát đạt chứ không phải bạn. Bạn lo lắng cho con bạn nhiều quá nên mới mơ giùm cho con bạn.

Khi giải điểm chiêm bao bạn đôi khi nên liên tưởng, linh hoạt, không nên cứng nhắc. Ví dụ có lần tôi nằm mơ thấy em gái của người yêu mình đang xỉ vả mình. Trong khi chính xác của điểm chiêm bao là nếu bị người yêu xỉ vả thì tức là điểm có người đang thầm thương trộm nhớ mình. Tôi không cứng nhắc, tôi nghĩ em gái người yêu xỉ vả mình thì cũng gần giống người yêu xỉ vả. Vậy là tôi đoán đang có ai thầm thương trộm nhớ mình. Đúng là thật như vậy bạn nhé

 Mời bạn kích vào từ khóa sau:

Điềm chiêm báo trước bạn sẽ thành công trong công việc dự tính sắp tới, ví dụ mở công ty, dự án mới, xin việc…

ăn	áp lực	bạc	bài	bãi cát	bạn	ban công
bàn tay	bảo tàng	bắp	bắt	bay	bè	beo	biển
bò	bọ		bơi	bú	búa	buôn bán	cá
cãi	cầu	cày	cây	chải lông	chậu	chén	chim	chó	chợ
chùa	chuồn chuồn	chuồng	chuột	cờ bạc	cối	cửa	củi
đá	đám	dầm nhà	đàn	đánh	đất	dâu	dầu	đầu	đậu
dế	đèn	đi	quẹt diêm	đom đóm	đuốc	đuối	đười ươi	gà	gác
gạo	ghế	giếng	guốc	hấp	hổ	hoa	hoàng hậu	hội họp	hòm
kẽm	khách	khiêu vũ	kho tàng	khóa	khỏa	khóc	kiến	kiệu
kim cương	lạc đà	lầu	lâu đài	lọng	lúa	lưới	lưu đầy	má	mạ
máu	mền	mèo	miệng	mỏ vàng	mổ	móng	mủ	mua
mưa	mũi	nai	ngân hàng	nghèo	ngọc	ngói	ngựa	nhà

nhện	nho	nóc	nồi	núi	nước	ô uế	oanh tạc	ôm	ong
phà	phân	pháo	phi cơ	phủ đường	phung phí	quả	quan	quân	
quịt	rác	rắn	rau	râu	rèm	rêu	rơm	rong chơi	rùa
ruộng	ruồng bỏ	rượu	sách	sam	săn	sáp	sắt	sông	
suối	tằm	tàu	thác	thảm	than	tháp	thơm	thung lũng	thủy thủ
thương	thành	tóc	trầm hương	tranh	thú	thùng	nhà tiêu		
trái	trâu	trẻ con	trói	trốn	trừu	tường	tuyết	ủi	
vá	vải	viết	vớ	võng	vú	vực	xe	xưởng	

Ăn	**Ăn thịt gà, vịt là sắp có lợi vào**
áp lực	**Thấy mình bị áp lực hay áp lực đè bẹp là điềm sắp gặp may mắn trên đường sự nghiệp, tiền cũng như danh vọng**
bạc	**Thấy bạc chất thành khối là có người khác phái giúp về tiền bạc**
bài	**Thấy lá bài 7 rô là kết quả tốt đẹp sắp đến. Thấy bài lá già chuồn là có cộng sự trung thành giúp mình trong mọi việc. Thấy bài ách chuồn là may mắn, nếu kèm theo ách rô và 7 chuồn thì mọi việc thuận lợi. Thấy 8 chuồn thì mọi việc đều thuận lợi. Thấy lá ách cơ là có chuyện thật vui, lợi lộc vào như nước.**
bãi cát	**Đi dạo trên bãi cát là điềm thảnh thơi, sắp có lợi vào**
bạn	**Thấy họp bạn là sắp gặp điều may mắn**
ban công	**Chiêm bao thấy mình tựa mình trên ban công là đường công danh sắp hiển hách. Thấy ban công sụp đổ, mình bị cuốn theo là điềm thăng quan tiến chức**
bàn tay	**Thấy bàn tay to lớn thêm là điềm làm ăn phát đạt**
bảo tàng	**Chiêm bao thấy đang đi quan sát trong viện Bảo Tàng là điềm thành công trong công việc trù định.**
bắp	**Thấy mình cấy bắp trên ruộng khô vừa gặt hết**

lúa là điềm tài lộc vào nhà, dễ dàng như có người đem đến cho mình.

bắt	Thấy bị bắt lên lầu cao là thăng quan tiến chức. Thấy bị bắt tra tấn, kìm kẹp là sắp làm nên danh phận. Nhưng thấy mình bị tra tấn là làm ăn thất bại, hao tài tốn của. Bị xử phạt là sắp có tài lợi
bay	Thấy bay lên là có tài lộc.
bè	Thấy mình đóng bè là sắp được việc. Thấy mình ngồi trên bè là sắp có tài lợi
beo	Thấy hùm beo gầm là sắp nên danh vọng. Thấy beo chạy vào nhà là tiền vô như nước
bếp	Thấy nhúm bếp lửa là điềm nên danh phận. Thấy sửa sang bếp là tiền sắp vào nhà
biển	Chiêm bao thấy biển đầy nước là phát tài to
bò	Thấy bò leo núi là điềm thành đạt. Thấy bò đẻ con là điềm làm ăn phát tài. Thấy sừng bò vấy máu là sắp sửa vinh thăng. Thấy núi tự nhiên trèo lên cao là thành công vượt bậc.
bọ	Thấy bọ cắn đùi là hao tài tốn của. Thấy người bắt bọ chét hay cháy rận cho mình là điềm hanh thông tài lợi. Thấy bọ chét chồng chất lên nhau khiến mình muốn khiếp đảm là điềm hoạnh tài
bơi	Thấy bơi trong hồ lạnh như băng tuyết là làm ăn sắp phát đạt, tài lợi hanh thông
bú	Thấy cho con nít bú là sắp thành đạt, sắp có mối lợi bất ngờ. Nhưng Thấy con nít đang bú là công

việc làm ăn sắp bị ngưng trệ

búa	Thấy tước được búa trong tay kẻ khác là tước lộc sắp đến
buôn bán	Thấy mình bán hàng là mọi việc đều có lợi. Thấy gặp người buôn bán hay người mua hàng mời mình mua là sắp có tiền
cá	Thấy cá bơi nhởn nhơ là làm ăn phát đạt. Bắt cá về ăn là tài lợi dồi dào. Thả một con cá xuống sông là tài lộc sắp đến. Thấy câu cá là điềm phát đạt
cãi	Chiêm bao thấy cãi với ai là công việc trù tính sắp có kết quả
cầu	Thấy mình ngồi trên cầu là tài lộc sắp vô nhà. Thấy hoàn thành cầu mới là tiền vô như nước.
cày	Thấy luống cày (khi cày, có một đường luống xuống của đất) có cây lá hoặc lúa sum xuê là làm ăn phát đạt
cây	Thấy trèo cây bẻ trái xanh là tài, trái chín là lộc. Lạc vào rừng cây um tùm không lối ra là tiền của đầy nhà. Thấy cây tự nhiên phát cháy là làm giàu. Thấy đi dạo trong rừng cây là có việc vui mừng đem đến có lợi.
chải lông	Thấy chải lông cho loài vật như chó, ngựa… là điềm vượng tài
chậu	Chiêm bao thấy mình bưng chậu đầy nước là sắp thành công trong công việc. Thấy có người bán chậu cho mình hay đem chậu cho mình là

làm ăn dễ dàng.

chén	Thấy xí được chén vàng, bạc là điềm tốt về con cái hoặc gia đình phát đạt.
chim	Thấy bồ câu trắng lượm lúa hay hạt dưới sân nhà là lộc vào như nước. Nghe tiếng chim ó kêu là lợi lộc vào tới tấp. Thấy cánh chim nhà (bồ câu, chim sẻ) là điềm thịnh vượng. Thấy chim én đậu trên cành hay trên dây điện là mọi toan tính sẽ thành đạt. Thấy chim vạc bay ngang qua nhà buông ra một loạt tiếng là tài lợi vào. Thấy thả hạc bay lên là điềm được tiền của
chó	Chiêm bao thấy chó là được người nâng đỡ. Thấy chó săn là công cuộc làm ăn đến hồi thịnh vượng.
chợ	Chiêm bao thấy chợ búa họp nhóm là điềm tài lộc đến.
chùa	Thấy vào chùa nghe kinh là mọi chuyện hanh thông
chuồn chuồn	Thấy bắt chuồn chuồn là bắt đầu cuộc làm ăn nhiều lợi
	Thấy chuồng đầy súc vật là tiền bạc dồi dào.
chuột	Thấy chuột đồng chạy dưới nước là làm ăn sắp gặp may, nhưng thấy chuột chạy trên khô là còn ngưng trệ. Nếu thấy chuột gặm lúa hay cỏ là sắp hao tài. Thấy chuột gặm quần là mong muốn thành tựu.
cờ bạc	Thấy cờ bạc là điềm hao tài. Nhưng thấy thua cờ

bạc là tài lợi sắp vào

cối	Thấy sử dụng cối xay là làm ăn phát đạt. Xay lúa là thịnh vượng, xay bột là tiền vào, xay cà phê là làm ăn trôi chảy. Thấy cối quay nhanh là thịnh vượng vượt bậc.
cửa	Thấy cửa tự nhiên mở là điềm giàu sang sắp đến. Thấy mình mở cửa là công việc dễ dàng.
củi	Thấy đốt củi trong lò là mọi việc được tốt đẹp
đá	Thấy ném đá xuống ao hồ là công việc làm ăn bắt đầu thịnh vượng
đám	Thấy đám đi chôn là hùn hạp làm ăn nhiều lợi. Thấy chạy đua với đám đông là tài lợi sắp vào.
dầm nhà	Thấy dầm nhà cao vút là tiền bạc vào như nước
đàn	Gặp người đàn bà mái tóc dễ yêu là lợi lộc đến. Gặp người đàn ông làm lụng vất vả là thịnh vượng
đánh	Thấy mình bị người đánh là tài lợi sắp vào
đất	Thấy đất có nhiều hột và trái là thịnh vượng trong gia đình
dâu	Thấy bẻ dâu là công cuộc làm ăn được thuận lợi
dầu	Thấy đổ dầu khắp nơi là lợi sắp vào
đầu	Thấy tự nhiên đầu mình hóa to là tiền vào như nước

đậu	Thấy trồng đậu là việc toan tính sắp thành
dế	Thấy dế chui xuống hang là tiền bạc vào tủ
đèn	Thấy đèn sáng tỏ là có lợi
đi	Thấy mình đi mau là công việc làm ăn trôi chảy. Thấy đi đến một chốn lạ chưa bao giờ bước chân đến là thành công rực rỡ về tiền cũng như danh vọng. Thấy mình đi chậm là lợi vào chắc chắn. Thấy đi trên đường cái tốt đẹp là vượng tài. Thấy đi xuống dốc là bắt đầu phát đạt.
diêm	Chiêm bao thấy dùng diêm quẹt là phát tài to Thấy ánh sáng đom đóm là sắp thành đạt
đuốc	Thấy đuốc sáng ngời là có tài lớn
đuối	Thấy mình vớt một người chết đuối là điềm phát tài.
đười ươi	Thấy đười ươi đuổi theo mình là thất bại, càng cố gắng, càng thất bại
gà	Thấy gà mái là điềm nhiều lợi lộc. Thấy gà mái dắt bầy gà con là của vào như nước.
gác	Thấy đứng từ trên gác nhìn xuống là vừa có danh vừa có tiền
gạo	Thấy ăn gạo sống là tài lộc dồi dào
ghế	Thấy ngồi trên ghế lát nhung là giàu sang sắp

	đến
gia tài	Thấy từ chối gia tài cha mẹ chia cho là gia đình thịnh vượng
giáo	Thấy cầm giáo là có lợi to
giáp	Thấy mua áo giáp là có danh lợi
giày	Thấy lấy giày lợp nhà là gia đình sung túc
giấy	Thấy giấy nhiều màu là tiền bạc vào nhà
giếng	Thấy nước giếng trào lên cao là tài lợi to tát. Thấy mình múc từ giếng lên là sắp phát tài lớn.
guốc	Thấy mua guốc là gặp cơ hội làm nên. Thấy mang guốc là công việc thành tựu, guốc đứt là hỏng mọi toan tính
hấp	Thấy thân nhân hay bạn bè hấp hối là tài lộc đến.
hổ	Thấy giết được một con hổ là thành công trong mọi việc
hoa	Thấy hoa huệ là tài lợi dồi dào
hoàng hậu	Thấy bị hoàng hậu đuổi khỏi cung là tài lộc đến bất ngờ
hội họp	Chiêm bao thấy mình đi dự cuộc hội họp vào ban ngày là sắp thành công trong công việc
hòm	Thấy hòm sơn đỏ là phát tài to

kẽm	Thấy mua dây kẽm là điềm thêm tài lợi. Thấy cột dây kẽm là công việc càng lâu càng phát đạt.
khách	Chiêm bao thấy khách đến nhà là có nhiều hi vọng trong công việc. Nếu là khách sang thì sẽ thành công.
khiêu vũ	Thấy khiêu vũ với người là làm ăn phát đạt
kho tàng	Thấy kho tàng vương giả là nhiều lợi lộc
khóa	Thấy bẻ khóa hay vứt khóa là lợi lộc vào. Thấy mất chìa khóa nên không mở được là tích trữ được của cải
khỏa	Thấy phụ nữ khỏa thân là hạnh phuc tràn trề, niềm vui tới tấp
khóc	Thấy khóc lóc với người là điềm vui vẻ đáng mừng. Nếu khóc lớn tiếng là vui vẻ vì thành công.
kiến	Thấy kiến là điềm được tiền của. Thấy kiến bò đầy nhà là điềm vượng tài
kiệu	Thấy kiệu màu đỏ là có lợi nhiều
kim cương	Thấy đánh mất hoặc nút kim cương là phát tài to, hoặc thăng thưởng xứng đáng.
lạc đà	Cõi lạc đà vào sa mạc là thịnh vượng. Thấy lạc đà đeo hành lý nặng nề là tài lợi dồi dào.
lầu	Thấy uống rượu trên lầu cao là tài lộc đến. Thấy

ngồi trên lầu cao ăn uống là giàu sang phồn thịnh

lâu đài   Thấy lâu đài sụp đổ là tài lợi sắp sửa vào

lọng   Thấy mình che lọng trắng là phát tài to

lúa   Đem lúa đến chỗ đông người trưng bày, triển lãm là hạnh phúc dồi dào, thành công chắc chắn trong công việc. Thấy thóc lúa hay thóc nếp là điềm lợi lộc vào. Thấy gánh thóc từ ruộng về là làm ăn phát đạt. Thấy ăn thóc là lợi ngoài sức tưởng tượng.

lưới   Thấy quăng lưới bắt cá là có lợi lộc

lưu đầy   Thấy mình bị lưu đầy là tài lợi tới nơi.

mạ   Thấy gánh mạ ra đồng là công việc làm ăn trôi chảy. Thấy người gánh mạ cho mình là hoạnh tài. Thấy người gieo mạ là tước lộc sắp đến

máu   Thấy máu chảy nhiều là làm ăn phát đạt. Thấy máu người khác chảy ra là thắng lợi trong công việc. Thấy chân ra máu là sắp sửa phát tài.

mền   Thấy mền cháy là làm ăn phát đạt

mèo   Chiêm bao thấy mèo ngủ là thành công nhỏ

miệng   Thấy miệng mở là giàu

mỏ   Thấy mỏ vàng là trở nên giàu có, mỏ bạc là làm

ăn may mắn

mổ	Thấy mổ sẻ có máu là thịnh vượng, không máu là công việc ngưng trệ nhưng thời gian ngắn. Thấy người khác bị mổ sẻ là thắng lợi trong việc hùn hạp
móng	Thấy móng tay chùn lại là làm ăn phấn chấn
mủ	Chiêm bao bao thấy chân tay tự nhiên có mủ là công việc sẽ thành tựu. Thấy ghẻ chảy mủ là bắt đầu có tiền vào.
mua	Thấy mua bất cứ món gì là đều có lợi vào, tùy theo vật quý giá mà lợi lộc tăng
mưa	Chiêm bao thấy mưa là thành công to. Thấy mưa to, không bão tố là điểm tài lộc vào nhà tới tấp. Thấy mưa chớp nhoáng liên hồi là công việc làm ăn thua lỗ, nhưng thấy chớp nhoáng mà không mưa là thịnh vượng bắt đầu
mũi	Thấy mũi mình tự nhiên to hơn là thêm giàu, thêm thế lực
nai	Thấy giết một con nai đực là thắng lợi hoặc có gia tài bất ngờ. Thấy nai con bu quanh nai cái là bắt đầu giàu có, càng nhiều nai con càng giàu có.
ngân hàng	Thấy rút tiền ở ngân hàng là làm ăn phát đạt
nghèo	Thấy mình đang nghèo lại thấy nghèo hơn nữa, là sắp gặp may mắn, có tài lợi
ngọc	Thấy ngọc ngà châu báu, là điểm sắp tài lộc. Thấy ngọc chất thành núi là sắp giàu to

ngói	Chiêm bao thấy ngói là sắp thành công trong việc tiền bạc. Thấy ngói mới là tiền của vào.
ngựa	Chiêm bao thấy ngựa chạy là thành công to, công việc thành đạt. Thấy cưỡi ngựa là mọi thứ hanh thông. Chiêm bao thấy ngựa kéo vật nặng là toan tính thành tựu. Thấy ngựa vàng là nhiều tiền của. Thấy ngựa đạm (sắc lông đỏ sẫm ánh vàng) là giàu sang.
nhà	Thấy mình ở đậu nhà mới cất là điềm rất tốt, có lợi lộc. Thấy vào cổng nhà mình là tiền của đầy nhà.
nhện	Thấy quét máng nhện trên nóc nhà là làm việc liều lĩnh nhưng thành công. Thấy bắt được nhện là phát tài to
nho	Thấy nho chín là tài lộc vui vẻ. Thấy đi vào vườn nho là sắp phát tài lớn
nóc	Thấy trèo lên nóc nhà là đỗ đạt hoặc giàu có.
nồi	Thấy nồi bằng vàng bạc là có tài lợi
núi	Thấy trèo đèo vượt núi là mong ước thành tựu. Thấy lên núi dễ dàng là mọi sự hanh thông. Thấy núi lở là mọi việc đổ vỡ.
nước	Thấy nguồn nước chảy là thành công bảo đảm.
ô uế	Thấy vật ô uế là điềm lợi vào. Thấy phụ nữ phóng uế là điềm lợi to, có danh vọng

oanh tạc	Chiêm bao thấy cuộc oanh tạc là đổ nát nhiều nơi là thành công lớn lao trong công việc. Thấy oanh tạc trúng mình là phát tài to
ôm	Thấy ôm ấp một bé trai hay gái là sắp có lợi vào
ong	Chiêm bao thấy nhiều ong là thịnh vượng trong công việc, chiêm bao thấy ong đốt là thành công nhưng thật vất vả
phà	Thấy phà đông người là phồn thịnh đến
phân	Thấy té hầm phân là sắp giàu lớn. Thấy phân tràn vào nhà là tiền vào như nước
pháo	Nghe tiếng pháo nổ là công việc làm ăn bắt đầu trôi chảy
phi cơ	Thấy phi cơ lượn là làm ăn dễ dàng. Thấy phi cơ nhào lộn là trở ngại đôi chút nhưng vẫn vượt qua. Thấy phi cơ rơi xuống đất là thành tựu trong việc làm nhưng không được thỏa mãn.
phủ đường	Thấy mình vào phủ đường là điềm được nhiều lợi. Thấy mình ra khỏi phủ đường là việc làm ăn thuận lợi.
phung phí	Thấy vợ con phung phí là sắp phát tài
quả	Chiêm bao thấy quả chín đầy cành là có nhiều lộc thực. Thấy quả còn xanh là có nhiều hi vọng trong việc toan tính. Thấy quả chín đầu mùa là sắp giải quyết được mọi vấn đề

quan	Thấy bị quan đòi là lợi lộc đến
quân	Thấy binh lính vào thành là tài lợi đến tới tấp. Thấy quân binh thắng trận là mọi ước muốn đều thành tựu. Nhưng thấy binh lính lên đường là công việc làm ăn có nhiều trở ngại
quít	Thấy người đem quít đến cho mình là làm ăn phát đạt. Thấy đi mua quít về trồng là thành công dễ dàng trong bất cứ việc gì.
rác	Chiêm bao thấy rác hay ngửi mùi rác xông lên là điềm có lợi vào. Thấy xe rác lật đổ bừa bãi vào mình là của vào như nước
rắn	Thấy rắn lao vào mình mà không sợ là công việc ngưng trệ sắp vượt qua. Thấy rắn cắn người là có tài to
rau	Chiêm bao thấy hái rau là điềm làm ăn phát đạt
râu	Thấy râu dài là tài lợi đến. Thấy râu đen mướt là công việc làm ăn dễ dàng
rèm	Thấy thêu rèm là thay đổi địa vị, gia tăng tiền bạc
rêu	Thấy rêu đóng lên bàn ghế là nhà thịnh vượng. Thấy ăn rong rêu là khởi đầu công việc nhiều thuận lợi. Thấy ngồi trên đám rêu là người hanh thông.
rơm	Thấy rơm bó thành nhiều bó là gia đình thịnh vượng. Thấy bó rơm đốt đuốc soi sáng cho đám đông là hạnh phúc tràn ngập, công việc đảm bảo

rong chơi	Thấy rong chơi hay hóng mát trong sân nhà gia đình thịnh vượng
rùa	Chiêm bao thấy rùa là làm ăn có lợi chắc chắn nhưng khá vất vả. Thấy rùa bơi trên mặt nước là tài lợi hanh thông.
ruộng	Thấy mình đi dưới ruộng nước mênh mông là điềm phát đạt. Thấy mình cấy dưới đám ruộng sình lầy mà không Thấy nước là công việc trù tính, dù trở ngại nhưng vẫn có kết quả tốt. Thấy cỏ mọc đầy ruộng là tài lợi vào bất ngờ. Thấy cắt lúa ngoài ruộng đem về là sắp có lợi vào.
ruồng bỏ	Thấy người trên trước ruồng bỏ là điềm phát tài
rượu	Thấy say rượu mắng chửi, đánh đập người nhà tứ tung là tài lộc vào bất ngờ. Rượu vào chai là dư dả tiền bạc. Thấy té vào hầm rượu là công việc hanh thông
sách	Thấy người tặng sách cho mình là công việc thành tựu, nếu là thí sinh thì sẽ đỗ đạt.
sam	Thấy ăn sam là lòng khoan khoái, làm ăn thịnh vượng
săn	Thấy đi săn về được nhiều muông thú là sắp sửa giàu có.
sáp	Thấy sáp đã se thành đèn đốt lên sáng rỡ là gặp dịp may kiếm được tiền
sắt	Thấy sắt chất thành đống là đến hồi sung túc, làm đâu được đó

sông	Thấy sông đầy nước là lợi lộc vào, phát tài lớn
suối	Thấy suối nước trong veo là điềm nhiều lợi lộc
tằm	Thấy tằm nhả tơ là điềm khó nhọc nhưng vẫn thành tựu.
tàu	Thấy tàu chạy trên sông là thành đạt trong công việc. Thấy tàu phát cháy là lợi lộc nhiều. Thấy tàu đến một nơi xa lạ có người đông đảo là bắt đầu công việc lợi to. Thấy tàu tự nhiên thủng ở nhiều nơi, nước tràn vào là điềm thành đạt, trở nên giàu có.
thác	Thấy múc nước từ thác đem về là gia đình thịnh vượng, vui vẻ tới tấp
thảm	Thấy thảm bạc là thành công đến
than	Thấy mình giúp việc cho một mỏ than hay lò than là bắt đầu một công việc cam go nhưng kết quả tốt đẹp về sau
thành	Thấy mình đứng trên thành nhìn xuống là an nhàn, thư thả. Thấy thành bằng đá xanh là tiền bạc hùng hậu.
tháp	Chiêm bao thấy tháp là điềm phải cố gắng lắm mới thành công . Nhưng thấy tháp có đủ tiện nghi là thắng lợi dễ dàng, tiền bạc như nước.
thơm	Nghe thoảng mùi thơm là gia đình sung túc, làm ăn phát đạt

thú	**Thấy bầy thú rừng bao vây mình là giàu sang sắp đến. Nuôi thú vật trong nhà là gia đình thịnh vượng**
thùng	**Thấy thùng đựng đầy nước là điềm thịnh vượng, làm ăn càng ngày phát đạt. Thấy người đem thùng đến cho mình là sắp tài to.**
thung lũng	**Thấy thung lũng bao la là điềm làm ăn phát đạt**
thương	**Thấy thương tích khắp mình mẩy là mình sắp thu nhiều tiền của**
thủy thủ	**Thấy thủy thủ ở trên bộ là mọi việc tốt lành, có thật nhiều lợi.**
tiêu	**Thấy vào nhà tiêu là phát tài to**
tóc	**Thấy tóc chải láng là thành công trong việc làm, nhiều lợi**
trái	**Thấy mình ướp trái cây là điềm thịnh vượng trong gia đình. Thấy trái cây hình tròn là được nhiều lợi**
trầm hương	**Thấy trầm hương tỏa khói là có lộc vào**
tranh	**Thấy thưởng thức một bức tranh đẹp là có lợi vào**
trâu	**Thấy trâu đẻ con là mong muốn thành tựu. Ăn thịt trâu là điềm phát đạt. Cỡi trâu ra đồng là**

điềm thịnh vượng.

trẻ con	**Thấy đứa trẻ trai là thành công viên mãn trong cơ sở, Thấy trẻ gái là thành công nhưng có chút nuối tiếc.**
trói	**Dùng dây trói một người khác là mọi việc vừa ý**
trốn	**Thấy trốn thoát khỏi một cảnh giam cầm là hoàn thành một cơ sở, có nhiều lợi**
trừu	**Thấy bầy trừu đông đảo là sắp giàu lớn, Thấy trừu chạy vào nhà là giàu có đến nơi. Thấy trừu chạy tán loạn là nhúng tay vào việc khổ nhọc nhưng thành công xứng đáng.**
tường	**Thấy đi quanh tường là điềm thịnh vượng**
tuyết	**Thấy tuyết rơi đúng mùa là lộc đến. Thấy tuyết rơi vào mình là mọi việc đều thành công.**
ủi	**Thấy bàn ủi có lửa là sắp thành đạt trong công việc**
vá	**Thấy người vá áo là thành công trong việc thật nhỏ nhưng có lợi lớn**
vải	**Thấy mặc vải dày là có tài lộc.**
viết	**Thấy viết chữ lên phong bì thư là mọi việc làm ăn đều dễ dàng, trôi chảy**
vớ	**Thấy xỏ chân vào vớ là có tiền vào**
võng	**Thấy võng đứt, mình rơi xuống đất là thành**

công trong việc mình tính toán.

vú	**Thấy vú mình căng sữa là điềm thắng lợi. Thấy vú mình dài ra là tiền bạc dễ dàng.**
vực	**Thấy vực sâu đầy nước là tài lợi hanh thông**
xe	**Thấy xe ngựa kéo là mọi sự hanh thông. Xe bốn ngựa là tài lợi vào tới tấp.**
xưởng	**Chiêm bao thấy một xưởng mà mình trông nom là tài lợi hanh thông**

Điềm chiêm báo trước bạn sẽ thất bại trong công việc dự tính sắp tới, …

bài	bạn	bắp	bay	bè	beo	bếp	biển	bò	bọ
bói	bơi	bùi nhùi	bướm	buôn	bút	cá	chiếu	chém	
chậu	chim	chợ	chuồn chuồn	chuông	cỏ	cờ	cóc	cối	
cù lao	cửa	củi	đánh bạc	dầu	đĩa	đinh	đồng hồ	đồng quê	đu
đuốc	đường	gặt	giam	giặt	giếng	gốc	hầm	hồng	
huy chương	khí cầu	kho tàng	kiệu	kim cương	lò	lừa	may vá	miệng	
mền	mơ	mũi	nạng	ngã	ngân hàng	ngói	nôn nao	núi	phung phí
phà	pha trộn	phản	quả	quần	quát	rau	râu	bắt rùa	ruộng
sách	sân	sông	tạp hóa	tàu	thang	thịt heo	thơ	thú	thù
thư sinh	túi	thuyền đắm	tiền	trâu	tro	trúng số	trường	tù nhân	
thung lũng	tuyết	vàng	vay	ví	vịt	vụn vặt	xây	xe	xô xát

bài	Thấy bài 9 bích là công việc làm ăn thất bại. Thấy 9 rô là công việc làm ăn ngưng trệ. Thấy 7 bich là công việc rắc rối nhưng Thấy 7 bích kèm 7 cơ là việc rắc rối thành có lợi. Thấy bài già rô kèm theo đầm là gặp nhiều trở ngại
bạn	Thấy bạn phản mình là hao tài tốn của
bắp	Thấy cấy bắp xuống ruộng nước là điềm hao tài nhiều mà không tránh được
bay	Thấy bay lên mà chới với và ngộp là vỡ nợ
bè	Thấy bè rả ra là sạt nghiệp
beo	Bị beo chụp vào chân là thất bại trong công việc.
bếp	Thấy một nhà có 2 bếp là công việc làm ăn thất bại
biển	Thấy biển cạn lòi bãi là làm ăn thua lỗ
bò	Thấy bị bò húc là điềm thất bại
bọ	Thấy bọ dừa, bọ hung, sâu bọ là điềm gặp trở ngại trong công việc, đề phòng hao tài
bói	Thấy thây bói là đề phòng bị lừa gạt, hao tài
bơi	Thấy bơi trong hồ rồi hụt chân, chới với là làm ăn thua lỗ. Thấy bơi trong hồ nước nóng là công việc làm ăn ngưng trệ
bùi nhùi	Thấy bùi nhùi tắt lửa là công việc ngưng trệ

bướm	**Bướm bay lượn là mọi việc không thành**
buôn	**Thấy mình bán hàng là mọi việc có lợi, nhưng thấy mình đi buôn là gia đình bị sa sút**
bút	**Thấy mình vứt bút hay cắn nát cán bút là thất bại trong việc trù tính**
cá	**Cá bay khỏi mặt nước là mọi sự thất bại. Thấy vào rừng bắt cá trong đầm ao là thất bại về sự nghiệp. Thấy cá hóa rồng là sắp thua lỗ trong công việc, hao tài tốn của. thả cá vào ao nuôi là hao tài tốn của.**
chậu	**Thấy chậu mất đáy là sạt nghiệp bất ngờ**
chém	**Thấy bị chém lìa 1 tay hay chân là có chuyện nguy hiểm trong làm ăn**
chiếu	**Thấy cuốn chiếu lại là điềm thất bại**
chim	**Thấy đàn bồ câu trắng bay lượn quanh nhà mà không đáp xuống là việc làm ăn còn bị ngăn cách. Thấy chim họa mi là điềm hao tài. Nghe tiếng chim két kêu là sự dự tính trong lòng sẽ thất bại**
chợ	**Thấy chợ thưa thớt là công việc làm ăn trở ngại. Thấy chợ đã tan là mọi việc thua lỗ.**
chuồn chuồn	**Thấy chuồn chuồn bay trước mắt là sa sút thấy rõ**
chuông	**Thấy chuông rơi từ trên cao xuống đất là sắp bị thất bại, có thể tiêu cả tiền của.**

cỏ	Nằm trên bãi cỏ là thất bại nặng nề
cờ	Thấy cờ của một quốc gia là thất bại cận kề
cóc	Thấy cóc nhảy hay bắt cóc là bị bạn bè lừa dối, nghèo khổ sẽ đến.
cối	Thấy cối quay chậm là tài lợi vào khó khăn. Thấy cối đứng lại là làm ăn ngưng trệ. Cối hư là hao hụt
cù lao	Thấy mình lạc lỏng giữa cù lao là thất bại trong việc làm ăn. Thấy thoát khỏi một cù lao là vượt qua một trở ngại
cửa	Thấy cửa khép lại là toan tính bế tắc. Thấy mình đóng cửa là thất bại cận kề. Thấy nhà không cửa là mọi việc bế tắc
củi	Thấy bó củi có lá là sắp sửa có tiền. Thấy bó củi tự nhiên rời rã ra là điềm hao tài. Thấy củi trong lò không cháy là điềm làm ăn ngưng trệ.
đánh bạc	Thấy đánh bạc là điềm hao tài
dầu	Thấy mình uống dầu là hao tài tốn của
đĩa	Thấy ăn cơm bằng đĩa là thất bại
đinh	Thấy đóng đinh hay mua đinh là công việc làm ăn không phát triển nổi
đồng hồ	Thấy đồng hồ để bàn là lợi lộc đến nhà
đồng quê	Thấy cảnh đồng quê nghèo nàn, cỏ cây khô cháy là

	điềm gia đình sa sút, làm ăn thua lỗ
đu	Thấy đánh đu với một đám người là thất bại trong công việc
đuốc	Thấy đuốc tắt là công việc ngưng trệ
đường	Thấy mình đi thụt lùi là hao tài. Thấy đi trên đường bùn sình lầy là công việc ngưng trệ. Thấy đường quanh co khúc khuỷu là nhiều rắc rối làm gián đoạn công việc. Thấy đường lên dốc là bế tắc
gặt	Nếu đi gặt với đám đông, nếu toàn đàn ông thì công việc toán tính sẽ thất bại
giam	Chiêm bao thấy mình bị giam là điềm thất bại trong công việc, bế tắc về tài chính
giặt	Thấy thợ giặt đến nhà là điềm sa sút , mang nợ nần
giếng	Thấy giếng khô cạn là hết tiền. Thấy lấy chổi quét hầm, giếng là thất bại cận kề
gốc	Thấy gốc cây trơ trọi là thất bại trong công việc. Thấy gốc cây mục là tiêu tan sự nghiệp
hầm	Thấy hầm hố là trở ngại bất cứ việc gì. Thấy lên khỏi hố là vượt được những trở ngại trong công việc
hồng	Thấy hoa hồng tàn rụng là thua lỗ trong làm ăn
huy chương	Thấy huy chương bạc là hao tài
khí cầu	Thấy khí cầu bay là mọi việc đều ngưng trệ

kho tàng	Thấy kho tàng sụp đổ là có rủi ro
kiệu	Thấy kiệu rã là vỡ mộng
kim cương	Thấy lượm được kim cương là điềm thua lỗ
lò	Thấy lò tắt lửa là công việc làm ăn sa sút
lừa	Thấy lừa ăn cỏ là trở ngại trong công việc. Thấy lừa chạy là gặp rủi ro. Thấy lừa sắc trắng là hỏng việc hoặc công việc gấp rút bị ngưng trệ. Thấy cả đàn lừa là nguy cơ sắp đến.
may vá	Thấy vá áo bằng máy là hao tài tốn của, lại còn mất sở. Thấy kim may máy may là thất bại
mền	Thấy mua mền là làm ăn thua lỗ. Thấy người đem mền đến cho mình là bị trở ngại trong công việc.
miệng	Thấy miệng ngậm là hao tài
mơ	Chiêm bao thấy mình nằm mơ là điềm nếu công việc trù tính là xấu thì nên chấm dứt, để tránh thất bại, tù tội
mũi	Thấy nghẹt mũi, thở không ra hơi là bế tắc về tiền bạc.
nạng	Thấy đi nạng vấp té là bị ngăn cản trong việc làm ăn. Thấy gãy nạng là sụp đổ trong công việc.
ngã	Chiêm bao thấy té ngã là điềm sa sút hay té ngã. Thấy gượng dậy được là có người giúp

ngân hàng	Thấy rút tiền ở ngân hàng là thất bại trong việc làm ăn buôn bán
ngói	Thấy ngói mốc meo là công việc ngưng trệ. Thấy ngói rơi từ trên nóc nhà xuống bể tan tành là hao tài
nôn nao	Chiêm bao Thấy nôn nao trong lòng là công việc bị ngăn cản, làm ngưng trệ
núi	Thấy trèo lên lưng chừng núi hay đến chót vót bị rơi xuống là khát vọng bị cản trở. Thấy trèo được một phần rồi ngưng lại hoặc không đủ sức trèo là tiêu tan tiền bạc, phí hoài công
pha	Thấy pha trộn thứ này với thứ nọ là điềm thua lỗ
phà	Thấy phà chìm là thất bại trong công việc
phản	Thấy phản gãy là thất bại trong công việc
phung phí	Thấy mình ăn xài phung phí là điềm sa cơ thất thế
quả	Thấy quả rơi xuống đất là công việc bế tắc. Thấy quả chín sái mùa là công việc làm ăn sắp ngưng trệ. Thấy trái cây nhiều gai góc cạnh là trở ngại trong việc làm ăn. Thấy trái cây khô là thất bại hoàn toàn
quần	Đàn ông không mặc quần là thất bại ê chề
quát	Thấy mình quát nạt người là sắp bị thất bại trong công việc
rau	Thấy trồng rau là tiền của vào nhưng không giữ được,

vào cửa trước, ra cửa sau

râu — Thấy râu hoe là làm ăn thất bát. Thấy râu bạc trắng là cửa nhà sa sút. Thấy mình cạo râu là mọi việc bế tắc. Thấy râu tự nhiên rụng là cản tài

bắt rùa — Thấy đốt rừng bắt rùa là thất bại nhưng cứu vãn giờ phút chót

ruộng — Thấy cấy lúa trên ruộng khô nứt nẻ là công việc nhưng trệ, hoặc việc trù tính bị ngăn cản. Thấy ruộng khô cháy là bế tắc trong mọi việc.

sách — Thấy xé một quyển sách là hỏng một việc. Thấy quyển sách trên tay bỗng nhiên bốc cháy là điềm sa cơ thất thế. Chiêm bao thấy lật sách ước là thất vọng trong công việc

sân — Thấy sân lầy lội là điềm sa sút

sông — Thấy sông nước rút là làm ăn sa sút

tạp hóa — Thấy mình mở tiệm tạp hóa là thất vọng vì việc không thành

tàu — Thấy tàu nằm trên ụ là buôn bán bế tắc. Thấy tàu chìm là cửa nhà sa sút. Thấy tàu rướn lên cồn là trở ngại trong công việc. Thấy tàu trên bến vắng là cửa nhà sa sút.

thang — Rơi từ trên thang xuống là phá sản. Té từ thang lầu hay rơi từ đầu thang là mọi việc đình chỉ.

thịt heo — Thấy ăn thịt heo là điềm hao tài

thơ	Thấy mình ngâm thơ là thất vọng trong công việc, không giải quyết được bế tắc
thú	Bầy thú trông thấy mình rồi bỏ chạy là điềm sa sút
thù	Thấy mình phục được một mối thù là phí công hao tài mà chẳng được lợi gì
thư sinh	Thấy chàng thư sinh thất vọng âu sầu là hỏng việc, thất bát về tiền bạc
thung lũng	Thấy thung lũng thu hẹp dần là cửa nhà sa sút
thuyền đắm	Chiêm bao thấy đắm thuyền bè là làm ăn thất bại
tiền	Thấy tiền là ngưng trệ trong công việc. Thấy được nhiều tiền là công việc làm ăn sẽ thất bại. Thấy tay cầm tiền bạc là gia đình sa sút, công nợ đầy rẫy. Thấy tiền đồng là túng quẫn cơ cực
trâu	Thấy trâu húc người là thất bại trong công việc. Thấy trâu húc mình là vượt mọi trở ngại, nhưng việc vẫn không thành
tro	Thấy tro là điềm ngưng trệ trong công việc
trúng số	Thấy trúng số là hao tài
trường	Thấy học trò qua ngưỡng cửa trường là hao tài tốn của nhưng việc không thành
tù nhân	Thấy tù nhân là bị phá sản, kiệt quệ tài chính

túi	Thấy túi áo thủng là hao tài tốn của
tuyết	Thấy tuyết sương khắp nơi là công việc không thành
vàng	Thấy vàng hóa đen là sạt nghiệp vì liên lụy trong công việc. Thấy vàng là hao tiền tốn của. Nhưng Thấy lượm được tiền vàng là bắt được lợi to
vay	Thấy đi vay nợ mà bị từ chối là thất bát trong công việc. Thấy đánh người cho vay là để lỡ một cơ hội làm nên sự nghiệp
Vụn vặt	Thấy người khác phái rủ mình làm việc vụn vặt là có cạm bẫy, đề phòng hao tài
ví	Thấy mình tặng người một chiếc ví là điềm khánh kiệt. Thấy lượm được một chiếc ví đầ dẫy tiền bạc là điềm sa sút, không xoay sở được. Thấy mất một chiếc ví mà không hay là từ bao giờ có người phỏng tay trên công việc mà mình sắp sửa thu lợi.
vịt	Thấy ăn đầu vịt, uống rượu là sai lầm trong xét đoán, nên thất bại
xây	Thấy xây nhà là hao tài tốn của vào việc vô lý
xe	Thấy bánh xe dọc đường bị gãy là thất bại nặng nề. Thấy xe đang lăn bỗng nhiên gãy bánh là mọi việc không tốt đẹp. Thấy xe lăn nặng nề là công việc làm ăn ngưng trệ. Thấy xe đang chạy bỗng dừng lại là điềm thất bại hoàn toàn.
xô xát	Thấy mình xô xát với người là thất bại trong công việc

Điềm chiêm báo trước về việc hợp tác làm ăn, thành công hoặc thất bại...

ăn	ẩu đả	bài	bè		bơi	búa	bùi nhùi	bút	
cào cấu		cấy	chim		cung		đẻ	dép	dù
đu	gạo	gội đầu	kiệu	mũ	mũi	nhà	rác	rau	
rêu	sa sút	say	thợ	thóc	tổ ong		vai	vay	vẫy

ăn	Ăn cơm nhà người khác là điềm đề phòng hao tốn vì có kẻ lừa gạt vì tiền lẫn tình
ẩu đả	Thấy đang chứng kiến một ẩu đả là điềm có lợi. Sẽ có người đem đến cho mình những chuyện bất ngờ về tiền tài
bài	Thấy lá 8 rô là có người rủ đi làm ăn có lợi
bè	Thấy mình ngồi trên bè với bạn bè là sắp có người rủ mình hùn hạp làm ăn có lợi
bơi	Thấy bơi trong hồ tắm là điềm có người giúp đỡ làm ăn
búa	Thấy búa nhằm chân mà có máu là có thể trúng số, không ra máu là có người đưa đến một công việc có lợi.
bùi nhùi	Chiêm bao thấy mình đốt bùi nhùi là sắp có người giúp đỡ trong việc làm ăn
bút	Thấy cầm bút viết thơ là điềm tài lợi, sắp có người đề nghị với mình một việc làm ăn
cào cấu	Thấy cào cấu với ai là cùng người hùn hạp làm ăn có lợi
cấy	Thấy mình cấy lúa vòng quanh theo nhà người khác là được người tận tình giúp đỡ để làm ăn.
chim	Thấy bồ câu trắng đáp vào mình là điềm sắp được người giúp đỡ bao bọc trong công việc làm ăn. Thấy chim được thả còn bay trở lại là có người mang lợi

đến cho mình. Thấy én ngậm đuôi với nhau là có người giúp đỡ cho mình về mọi mặt, công việc hanh thông

cung	Thấy có người đem cung tên cho mình thì là được người giúp công giúp của
đẻ	Thấy người đỡ đẻ cho người khác là có người bao bọc giúp đỡ làm ăn.
dép	Thấy người mang dép tặng mình là được người giúp công ăn việc làm
dù	Thấy che dù cho một người là được bao bọc làm ăn. Thấy người che dù cho mình là bị phản trắc
đu	Thấy mình đánh đu với 1 người bạn gái là hùn hạp sanh lợi. Thấy đánh đu mà đu đứt là công việc làm ăn bắt đầu có lợi
gạo	Thấy gạo nấu thành cơm là có người đem lợi đến bàn với mình
gội đầu	Thấy gội đầu cho người khác là hợp tác có lợi
kiệu	Chiêm bao thấy mình ngồi trên kiệu là có người che chở, dìu dắt mình đến thành công.
mũ	Thấy có người đem mũ tặng mình là có người bao bọc làm ăn
mũi	Thấy mũi dài thậm thượt là có người đem công việc đến cho mình được nhiều lợi
nhà	Thấy nhà cửa sa sút là sắp phát tài. Chiêm bao thấy

cửa nhà sa sút, bị người khinh bỉ là có người giúp đỡ đến thành công

rác	Thấy đổ rác lên xe là có người đề nghị việc có lợi cho mình
rau	Thấy mua rau ở chợ là điềm được người giúp sức có lợi
rêu	Thấy cạo rêu là được người đem công ăn việc làm đến cho mình
sa sút	Thấy mình thua sút người vì tiền bạc là có người giúp đỡ, giúp mình làm ăn nhiều lợi
say	Thấy gấu ó, đánh lộn với người say là được người giúp đỡ làm ăn
thợ	Thấy giao việc cho thợ làm là việc làm có người nâng đỡ thành công
thóc	Thấy thóc trước gió là có người rủ hùn hạp trong công việc nhiều lợi
tổ ong	Thấy đốt tổ ong là mất một cơ hội
vai	Thấy người đồng đồng lên vai làm thang cho mình leo là được người nâng đỡ đắc lực
vay	Thấy mình vay nợ là điềm được người giúp đỡ làm ăn phấn chấn.
vẫy	Thấy người vẫy mình từ xa là có người trong thân mời mình hợp tác làm ăn

Phụ Lục : Nhóm máu ảnh hưởng đến cung hoàng đạo như thế nào

- **BẠCH DƯƠNG (21/3-22/4):**

Nhóm O: Là người không kiên nhẫn, thế nhưng bạn dễ dàng tạo ấn tượng cho người khác bởi sự hiếu thắng của mình. Ưu điểm của bạn là tính cách cởi mở, thẳng thắn, sẵn sàng giúp đỡ mọi người và rất giỏi trong quan hệ giao tiếp.

Nhóm A: Bạn luôn mâu thuẫn với chính bản thân mình. Trong lòng thường xảy ra xung đột, có lúc dũng cảm, có lúc do dự, thiếu quyết đoán. Ưu điểm của bạn là tinh thần mạo hiểm, không chùn bước trước bất cứ việc gì.

Nhóm B: Đặc điểm nổi bật của bạn là tính cách dứt khoát, ấm áp, ôn hòa và đầy sức sống. Đầu óc linh hoạt, làm việc nhanh chóng là vũ khí tạo nên thắng lợi. Bạn có niềm tin tuyệt đối vào năng lực của mình, sẵn sàng thử thách ở những lĩnh vực mà mình chưa biết.

Nhóm AB: Bạn bẩm sinh đã có "phong cách thủ lĩnh", thích lãnh đạo, chỉ huy người khác. Khi ở cùng nhiều người, bạn trở thành trung tâm. Trong tập thể bạn được mọi người tin cậy, thế nhưng bạn lại chẳng chịu phục tùng bất cứ ai.

- **KIM NGƯU (21/4-20/5):**

Nhóm O: Là người không vội vàng, không nôn nóng, không muốn dựa dẫm vào người khác để đạt mục đích. Bạn không biết nắm bắt cơ hội, nhưng biết vươn đến mục tiêu bằng nghị lực và sự kiên nhẫn của bản thân.

Nhóm A: Bạn là người ung dung, thong thả, không thích những hoạt động mạo hiểm. Trước khi làm một việc gì, bạn sẽ suy nghĩ, lập kế hoạch và có biện pháp đối phó với những tình huống bất ngờ có thể xãy ra. Khuyết điểm của bạn là tính cố chấp.

Nhóm B: Là người theo chủ nghĩa vô tư, nhởn nhơ, tự đắc. Bạn không thích hợp với những công việc đòi hỏi phản ứng tức thời. Sinh hoạt tập thể là điều "không sao chịu được" ở bạn bởi bản tính làm việc độc lập. Ưu điểm lớn nhất của bạn là luôn làm mọi việc đến nơi đến chốn.

Nhóm AB: Là người thiếu sự thân thiện nhưng không vô tình. Bất cứ việc gì cũng khiến bạn suy nghĩ kỹ càng. Ưu điểm lớn nhất của bạn là tinh thần ham học hỏi và say mê tìm hiểu.

- **SONG TỬ (21/5- 21/6):**

Nhóm O: Bạn khá nóng tính nên chỉ cần có hứng thú với một chuyện thì sẽ làm ngay. Bạn có khả năng nắm bắt sự việc nhanh hơn người khác. Trong bạn luôn tồn tại hai con người, một trầm tĩnh, một hiếu động, hoặc một mạnh mẽ, một yếu đuối. Khuyết điểm của bạn là thiếu ý chí và nghị lực.

Nhóm A: Bạn thích sống ở nơi nhộn nhịp, không chịu được môi trường sống chật hẹp, thiếu sự thay đổi. Bạn là người thiếu kiên nhẫn, bất cứ việc gì cũng có 3 phút hứng thú. Bạn rất giỏi giao thiệp, hành động nhanh nhẹn, quen biết rộng rãi nhưng phần lớn chỉ là kết bạn sơ sài, rất ít bạn tri kỷ và chân thật với nhau.

Nhóm B: Bạn là người rất hiếu kỳ, cái gì cũng muốn tìm tòi khám phá. Cho dù là tin tức hành lang bạn cũng phải truy hỏi rõ ràng. Trí não của bạn rất tuyệt, học nhanh, nhớ kỹ, là người hiểu rộng biết nhiều, nắm nhanh và chính xác những kiến thức mới.

Nhóm AB: Là một "cô nàng muôn mặt", tính cách phức tạp khiến người khác không sao hiểu được. Nếu hết hứng thú, bạn sẵn sàng vứt đi mọi việc mà không chút tiếc nuối. Bạn thiếu kiên nhẫn và tập trung để đến với thành công.

- **CỰ GIẢI (22/6- 22/7) :**

Nhóm O: Bình thường bạn là người rất ôn hòa, nhưng một khi gặp vấn đề thì tính tự vệ sẽ thể hiện rất cao. Bạn không chịu thay đổi theo hoàn cảnh và rất ghét người khác xâm phạm vào cuộc sống riêng tư của mình.

Nhóm A: Bạn là người xem trọng nguyên tắc, tốt bụng và vui vẻ. Nhưng khi có việc gì đó không vui thì sẽ chẳng thèm để ý đến ai. Bạn thường quyết định mọi việc theo cảm tính. Ưu điểm cũng là khuyết điểm của bạn: Yêu hết mình và ghét ai thì ghét đến tận xương tủy.

Nhóm B: Bạn là người chất phác, không thích ba hoa chích chòe hay tỏ vẻ ta đây. Không bao giờ thể hiện sự quan tâm người khác trên gương mặt. Nếu bạn luôn xử lý mọi việc theo tình cảm thì cuối cùng người chịu thiệt là bạn.

Nhóm AB: Bạn là một người chân thành, sẵn sàng chia sẻ và giải tỏa buồn phiền cho bạn bè. Đối với những người mình không thích, bạn rất ít thể hiện thái độ ra bên ngoài. Bạn luôn là "sứ giả hòa bình" cho những trận cãi nhau giữa những người xung quanh bạn.

- **SƯ TỬ (23/7- 22/8):**

Nhóm O: Là một người rất tự tin và đầy kiêu hãnh. Đã bắt tay vào việc gì thì rất nhiệt tình. Bạn sẵn sàng bỏ rơi "người cũ" để chạy theo một ai đó có tính cách giống mình – đầy tham vọng và hiếu chiến.

Nhóm A: Là người hoạt bát, cởi mở, không chịu được sự lạnh nhạt của người khác đối với mình. Luôn quá tự tin nên đôi khi trở thành tự đại. Khuyết điểm của bạn là thích người khác tâng bốc và nịnh bợ.

Nhóm B: Là một người có cá tính, thích thể hiện tình cảm của mình ra ngoài và không thích một cuộc sống bình thường, yên ả. Trong tính cách ngang bướng của bạn vẫn có một chút gì đó ngây thơ, đáng yêu. Chính vì thế mà trong đám đông, bạn luôn là tiêu điểm chú ý của mọi người.

Nhóm AB: Vẻ bề ngoài của bạn luôn toát ra vẻ oai nghiêm. Nhưng khi đến gần bạn là người bình dị và rất gần gũi. Ở bạn luôn có một sức quyến rũ đặc biệt. Chính vì lòng tự trọng cao mà bạn muốn mọi việc mình làm đều phải được ca ngợi và hoan nghênh.

- **XỬ NỮ (23/8- 22/9):**

Nhóm O: Là người trong sáng và lãng mạn. Thích cảm giác nhẹ nhàng , thoải mái, ngăn nắp, sạch sẽ, không muốn vướn vào những thứ nhập nhằng. Điểm trừ cho bạn chính là tâm lí hẹp hòi, ít khi chịu tha thứ cho sai lầm của người khác.

Nhóm A: Bạn là người nhút nhát nhưng cực kỳ cẩn thận, không thích ai đụng vào đồ đạc của mình. Là một người thuộc chủ nghĩa hoàn mỹ nhưng đôi lúc hơi vô tâm .

Nhóm B: Bạn làm việc gì cũng co kế hoạch rõ ràng, ghét nhất là làm mà bỏ giữa chừng. Thường lắng nghe tâm sự của bạn bè nhưng lại ít nói chuyện của mình với người khác, đặc biệt là chuyện tình cảm. Bạn rất hay "quên trước quên sau".

Nhóm AB: Bạn có khả năng ứng biến với mọi việc khá nhanh. Luôn thiết kế biến mọi thứ xung quanh trở nên đặc biệt nhất là thế mạnh của bạn.

- **THIÊN BÌNH (23/9- 23/10):**

Nhóm O: Bạn rất có mắt "thẩm mỹ" khi lựa chọn trang phục, có nghệ thuật trò chuyện khéo léo, làm cho người tiếp xúc không thấy buồn chán. Bạn cực kì ghét đụng đến những công việc lao động chân tay.

Nhóm A: Dáng vẻ nho nhã, đối xử với mọi người rất lịch sự nên rất dễ tạo được sự tin tưởng. Ít khi lên kế hoạch cho việc gì trước khi thực hiện. Bạn thích lúc nào là làm lúc ấy. Rất thích tự do và cực kì có trách nhiệm.

Nhóm B: Là một người sống thiên về lí tính, rất ít khi tranh cãi với người khác nên chuyện tình cảm cũng khá "êm đềm". Tính cách khá cởi mở, tràn đầy niềm tin vào tương lai và hướng về những gì tốt đẹp.

Nhóm AB: Mọi người rất ít khi nhìn thấy vẻ hoang mang lo sợ, lúng ta lúng túng của bạn. Bạn luôn dũng cảm thể hiện ý kiến của mình để người khác hiểu mình và tin vào quan điểm của mình.

- **THẦN NÔNG (24/10- 22/11):**

Nhóm O: Cá tính bướng bỉnh, tính tưởng tượng phong phú là đặc trưng của bạn. Bạn thường khá lạnh lùng với người mình không thích. Tính chiếm hữu của bạn cao ngất trời.

Nhóm A: Bạn là người hướng nội, ít nói và dở giao tiếp. Nhưng khả năng xử lí sự việc lại rất tốt. Bạn là người lãng mạn trong tình cảm nhưng khi làm việc thì cực kì nghiêm túc, không hề cẩu thả.

Nhóm B: Mọi người ai cũng nể sự kiên nhẫn và nghị lực của bạn. Nhanh chóng đứng lên sau thất bại mà không chút nản lòng. Những việc càng khó lí giải càng khiến bạn tò mò. Ngành Y hay những gì liên quan đến vũ trụ có vẻ hợp với bạn.

Nhóm AB: Trước đám đông, bạn nói năng rất tự nhiên, nhưng khi một mình thì lại thích sự tĩnh lặng. Không bao giờ dựa dẫm vào người khác để hoàn thành công việc. Bạn không làm thì thôi, đã làm là phải làm cho người khác kinh ngạc.

- **NHÂN MÃ (23/11- 21/12):**

Nhóm O: Điều khiến mọi người ngạc nhiên là hành động của bạn có thể nhanh hơn người khác gấp đôi. Bạn biết đặt mình vào vị trí của người khác để suy nghĩ. Tính cách khi nóng, khi lạnh, lúc xa lúc gần, nhưng bạn giỏi thích ứng và khá phóng khoáng trong mọi chuyện.

Nhóm A: Thích cuộc sống tự do, bay nhảy. Không làm những việc chưa nắm chắc, không nói những gì không căn cứ. Nếu đã thích làm gì rồi thì bạn quyết tâm theo đuổi nó đến cùng.

Nhóm B: Là một người sống thực tế, năng động, phóng khoáng và nhiệt tình. Làm việc tùy hứng, không lâu bền. Một khi bạn thấy mệt mỏi thì kiên quyết vứt bỏ.

Nhóm AB: Bạn sở hữu một cái đầu bình tĩnh, tính cách thẳng thắn, không thích vòng vo, ghét ai chơi giờ giây thun. Bạn không bao giờ nản lòng trước thất bại.

- **MA KẾT (22/12- 19/1):**

Nhóm O: Bạn có một trái tim đầy nhiệt huyết ẩn sau nụ cười nghiêm nghị, lạnh lùng. Vì không quen túm tụm nói cười nên đôi lúc làm người khác bị "quê".

Nhóm A: Luôn vượt qua mọi chướng ngại để hướng đến tương lai. Bạn chỉ tin vào chính bản thân mình, không dễ trải lòng ra với người khác. Đặc biệt lòng tự trọng của bạn rất cao.

Nhóm B: Bạn luôn lao đầu vào công việc nên đâm ra lơ là với nhiều người và sự việc xung quanh. Bạn rất biết quí trọng thời gian, và là một học sinh chăm chỉ. Bạn rất khéo léo trong giao tiếp nhưng không phải ai cũng có thể kết bạn với bạn được.

Nhóm AB: Sống thực tế, cẩn thận, kiên trì đến giây phút cuối cùng là những yếu tố bảo đảm cho sự thành công của bạn. Mặc dù bạn luôn thân thiện với mọi người nhưng bản thân bạn luôn dè chừng với xung quanh.

- **BẢO BÌNH (20/1- 18/2):**

Nhóm O: Bạn là người xem trọng tình cảm, có óc sáng tạo, thích động não, có thể chú ý đến những chỗ người khác không ngờ đến. Đối với bạn, cuộc sống mỗi ngày đều vui vẻ và có nhiều biến đổi.

Nhóm A: Tính "ngang bướng" tìm ẩn trong vẻ bề ngoài nhu mì của bạn. Bạn ghét kẻ a dua, hay xu nịnh. Khuyết điểm của bạn là hay ảo tưởng về tình yêu.

Nhóm B: Bạn luôn thích tìm hiểu những bí ẩn của vũ trụ và thiên nhiên. Có khả năng sáng tạo. Bạn không bao giờ để mắt đến danh vọng, địa vị, thậm chí cả tình yêu.

Nhóm AB: Thường bị xem là "người không bình thường" vì cách nghĩ cách làm của bạn luôn đi trước người khác một hai bước. Điều khiến người khác ghen tỵ với bạn là bạn sở hữu một trí nhớ siêu việt.

- **SONG NGƯ (19/2- 20/3):**

Nhóm O: Bạn sống khá tình cảm, tự vẽ cho mình những giấc mơ lãng mạn. Mọi người ở bên cạnh bạn đều thấy bình yên và ấm áp. Bạn dễ bị tổn thương và chi phối bởi tình cảm.

Nhóm A: Bạn là người cực kì tâm lý và bí hiểm. Cho dù người khác cố gắng tìm hiểu bạn thế nào đi nữa cũng không sao hiểu được. Bạn lúc nào cũng mong chờ một cuộc sống bình yên.

Nhóm B: Là người nặng tình cảm hơn lí trí, dễ nhạy cảm với mọi vật xung quanh nên bạn rất quan tâm đến tình cảm của người khác. Những người xung quanh có ảnh hưởng rất nhiều đến bạn. Khuyết điểm của bạn là không biết cách từ chối yêu cầu của người khác.

Nhóm AB: Bạn là người rộng lượng, dễ dàng tha thứ cho lỗi lầm của người khác dù mình bị thiệt thòi. Khuyết điểm của bạn là thiếu niềm tin vào chính mình.

Khiến tác giả hạnh phúc

Các bạn có thể làm tác giả hạnh phúc bằng cách **chia sẻ** sách này cho bạn bè người thân được không! Cảm ơn